INSIGHT PUBLICA®

INSIGHT PUBLICA
Nadakkavu, Kozhikode, Kerala
Tel:0495–4020666
www.insightpublica.com
e-mail: insightpublica@gmail.com
Ratnamalayum Pathinezhu Kadhakalum
Soviet Nattile Nadodikadhakal
Traslation: Gopalakrishnan & Omana
(Malayalam)
First Insight Edition: March 2020

ISBN 978-93-89804-16-4
Published by
Insightinpublica Publishers Pvt. Ltd.
Printed at Repro India Limited, India

രത്നമലയും
പതിനേഴ് കഥകളും

സോവിയറ്റ് നാട്ടിലെ നാടോടിക്കഥകൾ

വിവർത്തനം: ഗോപാലകൃഷ്ണൻ & ഓമന

ചിത്രങ്ങൾ: വി. മിനായെവ്

INSIGHT PUBLICA ®

പ്രസാധകരിൽനിന്ന് രണ്ടുവാക്ക്[1]

സോവിയറ്റ് യൂണിയൻ ലോകത്തിലെ ഏറ്റവും വലിയ രാജ്യമാണെന്ന് നിങ്ങൾക്ക് അറിയാമല്ലോ. കിഴക്ക് അലാസ്ക്കയും പടിഞ്ഞാറ് സ്കാൻഡിനേവിയയുമാണ് സോവിയറ്റ് യൂണിയന്റെ അയൽക്കാർ. തെക്ക് കോക്കസസ് പർവ്വതനിരകളും പാമീർ പർവ്വതനിരകളും വരെ അത് വ്യാപിച്ചു കിടക്കുന്നു. വടക്ക് ആർക്ട്ടിക് സമുദ്രമാണ് അതിന്റെ അതിർത്തി. ഈ മഹാരാജ്യത്തിന്റെ തുടിക്കുന്ന ഹൃദയമാണ് മോസ്ക്കോ നഗരം.

വിദൂര പൂർവ്വദേശത്തുള്ള ഖബാറൊവ് സ്ക്കിൽ പ്രഭാതം പൊട്ടി വിരിയുമ്പോൾ പടിഞ്ഞാറുള്ള മിൻസ്ക്കിനോടും കീവിനോടും അസ്തമന സൂര്യൻ വിടപറയായിരിക്കും. യക്കുത്തിയയിൽ ഹിമക്കാറ്റ് വീശിക്കൊണ്ടിരിക്കുമ്പോൾ തഷ്കന്റിൽ പനീർപ്പൂക്കൾ വിടർന്നു നില്ക്കും. കരിങ്കടൽ തീരത്തെ മണൽത്തിട്ടകളിൽ കിടന്ന് ആളുകൾ വെയിൽ കായും.

ഈ മഹാരാജ്യത്ത് അനേകം ജനതകൾ അധിവസിക്കുന്നുണ്ട്. ഓരോ ജനതയ്ക്കും അവരവരുടേതായ ആചാരങ്ങളും പാരമ്പര്യങ്ങളും സ്വന്തം ഭാഷയുമുണ്ട്. ആ ഭാഷകളിൽ പലതും പരസ്പരം യാതൊരു സാദൃശ്യവുമില്ലാത്തവയാണ്. ഉദാഹരണത്തിന്, ഉസ്ബെക്ക് ഭാഷയും റഷ്യൻ ഭാഷയും തമ്മിൽ അറബിയും ഇംഗ്ലീഷും തമ്മിലുള്ളത്ര സൗമ്യം പോലുമില്ല.

---

1 1971ൽ സോവിയറ്റ് യൂണിയനിൽ നിന്ന് അച്ചടിച്ചപ്പോൾ പ്രോഗ്രസ് പബ്ലിഷേർസ് എഴുതിയ പ്രസാധക കുറിപ്പ്

സോവിയറ്റ് നാട്ടിലെ എല്ലാ ജനതകൾക്കും അവരവരുടെ നാടോടിക്കഥകൾ ഉണ്ട്.

ചുക് ചികളുടേയും നെനെത്സ് കളുടേയും ഉത്തരറഷ്യയിൽ താമസിക്കുന്ന മറ്റു ജനതകളുടേയും കഥകൾ നമ്മെ മഞ്ഞുമൂടിയ തുന്ദ്രാ പ്രദേശത്തേക്കു കൂട്ടിക്കൊണ്ടുപോകുന്നു. കൊടും ശൈത്യത്തിന്റെയും ഓരിയിടുന്ന ഹിമക്കൊടും കാറ്റുകളുടേയും നാടായ തുന്ദ്രയിൽ പട്ടികളും റെയിൻഡിയറുകളുമാണ് മനുഷ്യന്റെ ഉത്തമ സുഹൃത്തുക്കൾ. മദ്ധ്യേഷ്യൻ ജനതകളുടെ കഥകളിൽ ചുട്ടുപഴുത്ത മഞ്ഞലാരണ്യത്തിലൂടെ മെല്ലെ നീങ്ങുന്ന സാർത്ഥവാഹസംഘങ്ങളെ കാണാം. ഒടുങ്ങാത്ത ദാഹവുമായി വരണ്ടുകിടക്കുന്ന വയലുകൾക്ക് കുടിനീർ പകരുന്ന എണ്ണമറ്റ തോടുകളുടെ അവിരാമമായ കളകളാരവം കേൾക്കാം. റഷ്യൻ നാടോടിക്കഥകകൾ മറ്റൊരു ദൃശ്യമാണു കാഴ്ച വയ്ക്കുന്നത്. അവയിലെ ധീരന്മാരായ യുവനായകന്മാർ ഉശിരൻ കുതിരകളുടെ പുറത്തു കയറി വേനല്ക്കാലത്തു പച്ചപ്പട്ടണിഞ്ഞു നില്ക്കുകയും ശീതകാലത്തു മഞ്ഞിന്റെ തൂവെള്ള പുതപ്പിനടിയിൽ മയങ്ങുകയും ചെയ്യുന്ന കുന്നുകളും അടിവാരങ്ങളും പിന്നീട് തടികൊണ്ടുപണിത ഗോപുരങ്ങളിൽ തങ്ങളെ കാത്തിരിക്കുന്ന സുന്ദരിമാരായ രാജകുമാരികളുടെ അടുത്തെത്തുന്നു.

ഈ പുസ്തകം തുറന്നാൽ നിങ്ങൾ ഒരു മായാലോകത്തെത്തും. കർഷകപുത്രനായ ഇവാനോടൊപ്പം നിങ്ങളും തീ തുപ്പുന്ന ചൂദൊ-യൂദൊയോട് ഏറ്റുമുട്ടും. പയർമണിയോടൊപ്പം പാതാളത്തിലേക്കിറങ്ങി അവിടുന്ന് ഒരു കഴുകന്റെ പുറത്തു കയറി നിങ്ങൾ ഭൂമിയിൽ തിരിച്ചെത്തും. ദുഷ്ടനായ ഒരു ഷായെ നിലയ്ക്കു നിർത്തിയ സർനിയ്യാറിന്റെ ബുദ്ധിശക്തി നിങ്ങളെ അത്ഭുതപരതന്ത്രരാക്കും. തന്റെ നാട്ടുകാരെ രക്ഷിക്കാനായി സ്വന്തം മകന്റെ ജീവൻ പണയപ്പെടുത്താൻ പോലും മടിക്കാത്ത ആൾത്തായ് മലകളിലെ ബൊറോൾദോയ് മെർഗേൻ എന്ന നായാട്ടുകാരന്റെ ധീരതയെ നിങ്ങൾ പാടിപ്പുകഴ്ത്തും. ചക്രവർത്തിയുടെ കുശാഗ്രബുദ്ധികളായ ഉപദേഷ്ടാക്കളെപ്പോലും തോല്പിക്കാൻ കഴിഞ്ഞ ഒരു സാധാരണ നെയ്ത്തുകാരന്റെ ബുദ്ധിവൈഭവം കണ്ട് നിങ്ങൾ പുളകമണിയും. ഇവരുമായും ഇവരെപ്പോലുള്ള മറ്റു കഥാനായന്മാരുമായും പരിചയപ്പെടുമ്പോൾ നിങ്ങൾക്ക് അവരെ ഇഷ്ടമാകുമെന്നും അവർ നിങ്ങളുടെ ഉത്തമ സുഹൃത്തുക്കളായിത്തീരുമെന്നും പ്രതീക്ഷിക്കുന്നു.

ഉള്ളടക്കം

രത്നമല

ഒരു തുർക്ക്മെൻ നാടോടിക്കഥ

ഒരു ഗ്രാമത്തിൽ വൃദ്ധയായ ഒരു വിധവയുണ്ടായിരുന്നു. അവർക്ക് ഒരു മകനേ ഉണ്ടായിരുന്നുള്ളൂ. മിറാലി എന്നായിരുന്നു അവന്റെ പേർ. അവർ വളരെ സാധുക്കളായിരുന്നു. വൃദ്ധ ആട്ടിൻരോമം ചീകി വൃത്തിയാക്കിയും തുണി അലക്കിക്കൊടുത്തും തനിക്കും തന്റെ മകനും ഭക്ഷണത്തിനുള്ള വക ഉണ്ടാക്കിവന്നു.

മിറാലി വളർന്നു വലുതായപ്പോൾ അമ്മ അവനോടു പറഞ്ഞു:

"മകനേ, എനിക്ക് ഇനി ജോലി ചെയ്യാനുള്ള ശേഷിയില്ല. നീ എന്തെങ്കിലും ജോലി കണ്ടുപിടിച്ച് കാലക്ഷേപം കഴിക്കണം."

"അങ്ങനെയാവട്ടെ" മിറാലി പറഞ്ഞു. അവൻ ഉപജീവനത്തെ തേടി ഇറങ്ങി, പലേടത്തും പോയെങ്കിലും ജോലിയൊന്നും കിട്ടിയില്ല.

കുറെ ദിവസം കഴിഞ്ഞ് അവൻ ഒരു ബായു*[1]ടെ വീട്ടിൽ ചെന്നു.

"ബായ്, നിങ്ങൾക്ക് പണിക്കാരനെ ആവശ്യമുണ്ടോ?" മിറാലി ചോദിച്ചു.

"ആവശ്യമുണ്ട്," ബായ് പറഞ്ഞു.

അയാൾ മിറാലിയെ അപ്പോൾത്തന്നെ വേലയ്ക്കെടുത്തു.

ഒരു ദിവസം കഴിഞ്ഞു. ബായ് പുതിയ പണിക്കാരനോട് യാതൊന്നും ചെയ്യാൻ പറഞ്ഞില്ല. രണ്ടു ദിവസം കഴിഞ്ഞു. എന്നിട്ടും ബായ് അവന് യാതൊരു നിർദ്ദേശവും കൊടുത്തില്ല. മൂന്നു ദിവസം

---

1 * ബായ് - പഴയ തുർക്ക് മേനിയയിലുണ്ടായിരുന്ന ധനികന്മാർ- എഡി.

കഴിഞ്ഞു ബായ് അവനെ ഗൗനിക്കുന്നുപോലുമില്ലെന്നു തോന്നി. മിറാലിക്ക് ഇതെല്ലാം വളരെ വിചിത്രമായിത്തോന്നി. ബായ് തന്നെ വേലയ്ക്കെടുത്തത് എന്തിനാണെന്ന് അവൻ അത്ഭുതപ്പെടാൻ തുടങ്ങി.

അവൻ അതുകൊണ്ട് അയാളുടെയടുക്കൽ ചെന്നു ചോദിച്ചു:

"യജമാനനേ. എനിക്കു ചെയ്യാൻ ജോലി എന്തെങ്കിലുമുണ്ടോ?"

"ഉണ്ട്," ബായ് പറഞ്ഞു. "നാളെ നീ എന്റെ കൂടെ വരണം."

പിറ്റേ ദിവസം ഒരു കാളയെ കശാപ്പു ചെയ്ത് തൊലിയുരിക്കാൻ ബായ് മിറാലിയോടു പറഞ്ഞു. അതു ചെയ്തുകഴിഞ്ഞപ്പോൾ നാലു വലിയ ചാക്കുകൾ കൊണ്ടുവരാനും രണ്ട് ഒട്ടകങ്ങളെ യാത്രയ്ക്കൊരുക്കാനും പറഞ്ഞു.

കാളയുടെ തോലും ചാക്കുകളും ഒരു ഒട്ടകത്തിന്റെ പുറത്തു വച്ചു. ബായ് മറ്റേ ഒട്ടകത്തിന്റെ പുറത്തു കയറി. അവർ യാത്ര പുറപ്പെട്ടു.

അകലെയുള്ള ഒരു മലയുടെ അടിവാരത്തിലെത്തിയപ്പോൾ ബായ് ഒട്ടകങ്ങളെ നിർത്തി. ചാക്കുകളും കാളത്തോലും താഴെയിറക്കാൻ മിറാലിയോടു പറഞ്ഞു. മിറാലി അപ്രകാരം ചെയ്തു. കാളയുടെ തോൽ അകംപുറം തിരിച്ച് വിരിക്കാനും അതിന്മേൽ കിടക്കാനും ബായ് അവനോടു പറഞ്ഞു. അതെന്തിനാണെന്ന് മിറാലിക്ക് മനസ്സിലായില്ല. പക്ഷേ യജമാനനെ ധിക്കരിക്കാൻ അവനു ഭയമായിരുന്നു.

അയാൾ പറഞ്ഞതുപോലെ അവൻ പ്രവർത്തിച്ചു. ബായ് അകത്തു മിറാലിയേയും വച്ച് തോൽ ചുരുട്ടി ഒരു ദാണ്ഡമാക്കി അമർത്തിക്കെട്ടി. എന്നിട്ട് ഒരു പാറയുടെ പിന്നിൽ ഒളിച്ചിരുന്നു.

കുറേ കഴിഞ്ഞ് രണ്ടു വലിയ കഴുകന്മാർ പറന്നുവന്നു. പച്ചമാംസത്തിന്റെ മണമുള്ള തോൽ കൊക്കുകളിലാക്കിക്കൊണ്ട് അവ അതുമായി വളരെ ഉയരമുള്ള ഒരു മലയുടെ മുകളിലേക്കു പറന്നുപോയി.

അവിടെവച്ച് കഴുകന്മാർ തോൽ അള്ളുകയും കൊത്തുകയും പല വഴിക്കും വലിക്കുകയും ചെയ്തു. തോൽ വിണ്ടുകീറി. മിറാലി ഉരുണ്ട് പുറത്തുവന്നു. അവനെ കണ്ട് ഭയന്ന് കഴുകന്മാർ തോലുംകൊണ്ട് പറന്നുപോയി.

മിറാലി എഴുന്നേറ്റു നിന്ന് ചുറ്റും നോക്കി.

ബായ് താഴെനിന്ന് അവനെ കണ്ടു. അയാൾ വിളിച്ചു പറഞ്ഞു:

"നി എന്തിനാണ് അവിടെ നിൽക്കുന്നത്? നിന്റെ കാൽക്കൽ കിടക്കുന്ന നിറമുള്ള കല്ലുകൾ താഴോട്ട് എറിഞ്ഞു താ!"

മിറാലി നോക്കിയപ്പോൾ നിരവധി രത്നങ്ങൾ ചുറ്റും ചിതറിക്കിടക്കുന്നതു കണ്ടു. മാണിക്യം, മരതകം, ഇന്ദ്രനീലം, വൈഡൂര്യം തുടങ്ങി പലതുമുണ്ട്. വലിപ്പമുള്ള ആ മനോഹരരത്നങ്ങൾ സൂര്യപ്രകാശത്തിൽ വെട്ടിത്തിളങ്ങി.

മിറാലി രത്നങ്ങൾ പെറുക്കി ബായുടെനേരെ എറിഞ്ഞുകൊടുത്തു. വീഴുന്നതു വീഴുന്നത് അയാൾ വേഗം പെറുക്കി ചാക്കിലിട്ടു. അങ്ങനെ രണ്ടു ചാക്കുകൾ നിറച്ചു.

മിറാലി എറിഞ്ഞുകൊടുത്തുകൊണ്ടേയിരുന്നു. പെട്ടന്ന് അവന്റെ മനസ്സിൽ ഒരു സംശയമുദിച്ചു. അതോടെ അവന് ദേഹമാകെ ഒരു കിരുകിരുപ്പ് അനുഭവപ്പെട്ടു.

"യജമാനനേ, ഞാൻ ഇവിടുന്ന് എങ്ങനെ ഇറങ്ങിവരും?" അവൻ ബായോടു വിളിച്ചു ചോദിച്ചു.

"കല്ലുകൾ കുറെക്കൂടി എറിഞ്ഞു താ." ബായ് വിളിച്ചു പറഞ്ഞു. "മലയിൽനിന്ന് ഇറങ്ങിവരേണ്ടത് എങ്ങനെയാണെന്ന് ഞാൻ പിന്നീട് പറഞ്ഞുതരാം."

മിറാലി അയാളെ വിശ്വസിച്ചു. അവൻ രത്നങ്ങൾ എറിഞ്ഞുകൊടുത്തുകൊണ്ടിരുന്നു.

ചാക്കുകളെല്ലാം നിറഞ്ഞപ്പോൾ ബായ് അവ പൊക്കി ഒട്ടകങ്ങളുടെ പുറത്തുവച്ചു.

"മകനേ," അയാൾ പൊട്ടിച്ചിരിച്ചുകൊണ്ട് മിറാലിയോടു വിളിച്ചു പറഞ്ഞു. "എന്റെ പണിക്കാർക്കു കൊടുക്കുന്ന ജോലി എന്താണെന്ന് നിനക്കിപ്പോൾ മനസ്സിലായല്ലോ. അവർ എത്രപേർ മലയുടെ മുകളിലുണ്ടെന്നു നോക്ക്!"

ഇങ്ങനെ പറഞ്ഞുകൊണ്ട് ബായ് ഒട്ടകപ്പുറത്തു കയറി പോയി.

മിറാലി മലമുകളിൽ ഒറ്റയ്ക്കായി. താഴോട്ടിറങ്ങാൻ വല്ല വഴിയുമുണ്ടോ എന്ന് അവൻ നോക്കി. പക്ഷേ ചുറ്റും പടുകുഴികളും കുത്തനെയുള്ള പാറകളുമാണ്. മനുഷ്യരുടെ അസ്ഥികൾ അവിടെല്ലാം ചിതറിക്കിടപ്പുണ്ട്. മിറാലിയെപ്പോലെ ബായുടെ പണിക്കാരായിരുന്നവരുടെ അസ്ഥികളാണവ.

മിറാലിക്ക് ഭയങ്കരമായ ഭീതി തോന്നി.

പെട്ടന്ന് തലയ്ക്കു മുകളിൽ ചിറകടിശബ്ദവും കേട്ടു. തലതിരിക്കാൻ കഴിയുന്നതിനുമുമ്പ് ഒരു കൂറ്റൻ കഴുകൻ അവന്റെ മേൽ വന്നിരുന്നു. അത് മിറാലിയെ കൊത്തിക്കീറാൻ ഭാവിച്ചു. പക്ഷേ മിറാലി മനസ്സാന്നിദ്ധ്യം വെടിഞ്ഞില്ല. അവൻ കൈ രണ്ടും കൊണ്ട് കഴുകന്റെ കാലുകളിൽ മുറുക്കിപ്പിടിച്ചു.

കഴുകൻ കരഞ്ഞുകൊണ്ട് പറന്നുയർന്നു. മിറാലിയെ കുടഞ്ഞുതാഴെയിടാൻ ശ്രമിച്ചുകൊണ്ട് അത് വട്ടത്തിൽ പറന്നു. അവസാനം തളർന്ന് നിലത്തേക്കു വീണു. മിറാലി പിടിവിട്ടപ്പോൾ അത് പറന്നുപോയി.

അങ്ങനെ ഒരു ഭയങ്കരമരണത്തിൽനിന്ന് മിറാലി രക്ഷപ്പെട്ടു.

അവൻ കമ്പോളത്തിൽ പോയി വീണ്ടും ജോലി അന്വേഷിച്ചുതുടങ്ങി. പെട്ടന്ന് തന്റെ പഴയ യജമാനനായ ബായ് നടന്നുവരുന്നത് കണ്ടു.

"ബായ്, പണിക്കാരനെ ആവശ്യമുണ്ടോ?" മിറാലി അയാളോടു ചോദിച്ചു.

തന്റെ പണിക്കാരിലാരെങ്കിലും ജീവനോടെ ഇരിക്കാനിടയുണ്ടെന്ന കാര്യം ബായ് ആലോചിച്ചതേയില്ല. ഇതേവരെ അങ്ങനെയൊന്നു സംഭവിച്ചിട്ടില്ല. അതുകൊണ്ട് മിറാലി മറ്റൊരാളാണെന്നു തെറ്റിദ്ധരിച്ച് അയാൾ അവനെ വേലയ്ക്കെടുത്തു വീട്ടിലേക്കു കൂട്ടിക്കൊണ്ടുപോയി.

താമസിയാതെ ഒരു കാളയെ കശാപ്പുചെയ്തു തൊലിയുരിക്കാനും അതു ചെയ്തു കഴിഞ്ഞപ്പോൾ രണ്ട് ഒട്ടകങ്ങളെ തയ്യാറാക്കാനും നാലു ചാക്കുകൾ കൊണ്ടുവരാനും ബായ് മിറാലിയോടു പറഞ്ഞു.

അവർ അതേ മലയുടെ അടിവാരത്തിലെത്തി. മുമ്പത്തെപ്പോലെ മിറാലിയോട് കാളയുടെ തോലിന്റെ മീതെ നിവർന്നു കിടക്കാൻ പറഞ്ഞു.

മിറാലി ഉടനെ ബായിയെ അകത്തു വച്ച് തോൽ ചുരട്ടി ഒരു ഭാണ്ഡമാക്കി മുറുക്കിക്കെട്ടി. അതുകഴിഞ്ഞ് അവൻ മാറി നിന്നു.

"നിൽക്ക്, നിൽക്ക്," ബായ് വിളിച്ചുപറഞ്ഞു. "നീ എന്താണ് ഈ ചെയ്തിരിക്കുന്നത്?"

പക്ഷേ ആ നിമിഷത്തിൽ രണ്ടു കഴുകന്മാർ പറന്നുവന്ന് കാളയുടെ തോലും കൊത്തിയെടുത്തുകൊണ്ട് മലയുടെ മുകളിലേക്കു പറന്നു പോയി. അവിടെ വച്ച് അവ കൊക്കും നഖവുമുപയോഗിച്ച് തോൽ വലിച്ചുകീറാൻ തുടങ്ങി. ബായിയെ കണ്ടയുടൻ പറന്നുപോവുകയും ചെയ്തു. ബായ് തപ്പിപ്പിടഞ്ഞ് എഴുന്നേറ്റു.

"വേഗമാകട്ടെ, ബായ്. സമയം കളയേണ്ട. ഞാൻ എറിഞ്ഞുതന്നതുപോലെ രത്നങ്ങൾ എനിക്ക് എറിഞ്ഞുതരൂ." മിറാലി താഴെനിന്ന് വിളിച്ചു പറഞ്ഞു.

അപ്പോഴേ ബായ് അവനെ തിരിച്ചറിഞ്ഞുള്ളൂ. ഭയവും കോപവും കൊണ്ട് അയാളുടെ ദേഹം വിറച്ചു.

"നീ എങ്ങനെയാണ് മലയിൽനിന്ന് ഇറങ്ങിയത്? വേഗം പറ!" അയാൾ മിറാലിയോട് വിളിച്ചു പറഞ്ഞു.

"രത്നങ്ങൾ കഴിയുന്നത്ര എറിഞ്ഞുതരൂ. എനിക്കു മതിയാവുമ്പോൾ മലയിൽനിന്ന് ഇറങ്ങേണ്ടതെങ്ങിനെയെന്ന് ഞാൻ പറഞ്ഞു തരാം." മിറാലി പറഞ്ഞു.

ബായ് രത്നങ്ങൾ എറിഞ്ഞുകൊടുത്തു. വീഴുന്നതുവീഴുന്നത് മിറാലി തൽക്ഷണം ചാക്കിലാക്കി. ചാക്കുകൾ നിറഞ്ഞപ്പോൾ അവൻ അവ പൊക്കി ഒട്ടകങ്ങളുടെ പുറത്തു വച്ചു.

"ബായ്, നിങ്ങൾ ചുറ്റും നോക്കൂ" അവൻ അയാളോട് വിളിച്ചു പറഞ്ഞു. "നിങ്ങൾ മരണത്തിന്റെ വായിലേക്കു തള്ളിവിട്ടവരുടെ അസ്ഥികൾ അവിടെല്ലാം ചിതറിക്കിടപ്പുണ്ട്. മലയിൽനിന്ന് ഇറങ്ങേണ്ട വിധം അവരോടു ചോദിക്കാത്തതെന്ത്? ഞാൻ വീട്ടിൽ പോവുകയാണ്."

ഒട്ടകങ്ങളെ പുറകോട്ടു തിരിച്ച് മിറാലി അമ്മയുടെ വീട്ടിലേക്കു പുറപ്പെട്ടു.

ഭീഷണികളും യാചനകളും വിളിച്ചുപറഞ്ഞുകൊണ്ട് ബായ് മലയുടെ മുകളിൽ അങ്ങോട്ടുമിങ്ങോട്ടും ഓടിനടന്നു. പക്ഷേ അതുകൊണ്ട് എന്തു പ്രയോജനം? അയാളുടെ വിളികൾ കേൾക്കാൻ ആരുണ്ട്?!

മടിയനായ ഷെയ്ദുല്ലാ

ഒരു അസെർബൈജാൻ നാടോടിക്കഥ.

പണ്ട് പണ്ട് ഒരിടത്ത് ഷെയ്ദുല്ലാ എന്ന പേരുള്ള ഒരാളുണ്ടായിരുന്നു. അയാൾ ഒരു കുഴിമടിയനും ഗുണം പിടിക്കാത്തവനുമായിരുന്നു.

അയാളുടെ ഭാര്യയും മക്കളും മിക്കസമയവും പട്ടിണിയായിരുന്നു. പുതിയ വസ്ത്രങ്ങൾ വാങ്ങുന്ന കാര്യം സ്വപ്നത്തിൽപ്പോലും ആലോചിക്കാൻ അവർ ധൈര്യപ്പെട്ടില്ല.

പണിയെടുക്കാൻ ആഗ്രഹിക്കാത്തതിന് ഭാര്യ ഷെയ്ദുല്ലായെ ശകാരിക്കുമ്പോൾ അയാൾ പറയും:

"നീ വിഷമിക്കേണ്ട! നമ്മൾ ഇപ്പോൾ പാവങ്ങളാണ്. പക്ഷേ അടുത്തുതന്നെ പണക്കാരാകും."

"എന്താണീ പറയുന്നത്?" ഭാര്യ അത്ഭുതപ്പെടും. "നിങ്ങൾ സദാസമയവും ഒരു ചെറുവിരൽപോലും അനക്കാതെ ഇവിടെ കിടക്കുമ്പോൾ അതെങ്ങിനെ നടക്കാനാണ്!"

പക്ഷേ ഷെയ്ദുല്ലാ വീണ്ടും പറയും:

"നീ ക്ഷമിക്ക്! നമ്മൾ പണക്കാരാകുന്ന

കാലം വരും!"

ഭാര്യ കാത്തിരുന്നു, കുട്ടികൾ കാത്തിരുന്നു, പക്ഷേ ഒന്നും സംഭവിച്ചില്ല. അവർ പഴയപടി ദരിദ്രരായി തുടർന്നു.

"കാത്തിരുന്നിട്ടു കാര്യമില്ല." ഭാര്യ പറഞ്ഞു. ഇങ്ങനെ പോയാൽ നമ്മൾ പട്ടിണികിടന്നു ചത്തുപോകും."

തന്റെ ദാരിദ്ര്യം തീർക്കാനുള്ള മാർഗ്ഗത്തെപ്പറ്റി ഒരു സിദ്ധന്റെ അടുത്തുപോയി ഉപദേശം തേടാൻ ഷെയിദുല്ലാ നിശ്ചയിച്ചു. യാത്രയ്ക്കുള്ള ഒരുക്കങ്ങളെല്ലാം ചെയ്ത് അയാൾ പുറപ്പെട്ടു.

ഷെയ്ദുല്ലാ മൂന്നു പകലും മൂന്നു രാത്രിയും നടന്നു. അപ്പോൾ റോഡിൽ ശോഷിച്ച് എല്ലുന്തിയ ഒരു ചെന്നായ് നിൽക്കുന്നതു കണ്ടു.

"നല്ലവനായ മനുഷ്യാ. നിങ്ങൾ എങ്ങോട്ടു പോകുന്നു?" ചെന്നായ് ചോദിച്ചു.

"പണക്കാരനാകാനുള്ള മാർഗ്ഗത്തെപ്പറ്റി ഒരു സിദ്ധനെ കണ്ട് ഉപദേശം വാങ്ങാൻ." ഷെയ്ദുല്ലാ പറഞ്ഞു.

അയാൾ പറഞ്ഞു മുഴുവൻ കേട്ടശേഷം ചെന്നായ് ഷെയ്ദുല്ലായോടു പറഞ്ഞു.

"അദ്ദേഹത്തെ കാണുമ്പോൾ ദയവുചെയ്തു ഞാൻ എന്താണു ചെയ്യേണ്ടതെന്നുകൂടി അദ്ദേഹത്തോടു ചോദിക്കണം. എനിക്ക് വയറ്റിൽ ഒരു ഭയങ്കരവേദന തുടങ്ങിയിട്ട് ഇപ്പോൾ മൂന്നു വർഷമായി. രാവും പകലും ഒരു സ്വസ്ഥതയുമില്ല. എന്റെ വേദന എങ്ങനെ മാറ്റാമെന്ന് ഒരു പക്ഷേ സിദ്ധനു പറയാൻ കഴിയുമായിരിക്കും."

"ശരി. ഞാൻ ചോദിക്കാം." ഷെയ്ദുല്ലാ പറഞ്ഞു.

അയാൾ യാത്ര തുടർന്നു.

മൂന്നുപകലും മൂന്നു രാത്രിയും നടന്നപ്പോൾ ഒരു ആപ്പിൾമരം റോഡരുകിൽ നില്ക്കുന്നതു കണ്ടു.

"നല്ലവനായ മനുഷ്യാ, നിങ്ങൾ എങ്ങോട്ടു പോകുന്നു?" ആപ്പിൾ മരം അയാളോടു ചോദിച്ചു.

"പണിയെടുക്കാതെ സുഖമായി കഴിയാനുള്ള മാർഗ്ഗത്തെപ്പറ്റി ഒരു സിദ്ധനെ കണ്ട് ഉപദേശം വാങ്ങാൻ."

"ഞാൻ എന്താണു ചെയ്യേണ്ടതെന്നുകൂടി ദയവായി സിദ്ധനോടു ചോദിക്കു" ആപ്പിൾ മരം പറഞ്ഞു.

“ഞാൻ എല്ലാ വസന്തത്തിലും പൂക്കും. പക്ഷേ എന്റെ പൂക്കൾ വിരിയുന്നയുടനെ അവ വാടിക്കരിഞ്ഞു വീണുപോകുന്നു. ഞാൻ ഒരിക്കലും കായ്ക്കുന്നില്ല. ഇതെന്തുകൊണ്ടാണെന്ന് സിദ്ധനോടു ചോദിക്കു.”

“ശരി, ചോദിക്കാം.” എന്നു പറഞ്ഞുകൊണ്ട് ഷെയ്ദുല്ലാ വീണ്ടും യാത്രതുടർന്നു.

വീണ്ടും മൂന്നു പകലും മൂന്നു രാത്രിയും നടന്നപ്പോൾ അയാൾ ഒരു ആഴമുള്ള തടാകത്തിന്റെ കരയിലെത്തി.

പെട്ടന്ന് ഒരു വലിയ മീൻ വെള്ളത്തിൽനിന്ന് തല പൊക്കി.

“നല്ലവനായ മനുഷ്യാ, നിങ്ങൾ എങ്ങോട്ടു പോകുന്നു?” മീൻ ചോദിച്ചു.

“ഒരു സിദ്ധനെ കണ്ട് ഉപദേശവും സഹായവും തേടാൻ”.

“ദയവുചെയ്ത് എനിക്കുവേണ്ടിക്കൂടി അദ്ദേഹത്തോട് ഒരു കാര്യം ചോദിക്കണം. എനിക്ക് തൊണ്ടയിൽ കലശലായ വേദന തുടങ്ങിയിട്ട് ഇപ്പോൾ ഏഴു വർഷമായി. ആ വേദന എങ്ങനെ മാറ്റാമെന്ന് സിദ്ധനോടു ചോദിക്കു”

“ശരി, ചോദിക്കാം.” എന്നു പറഞ്ഞുകൊണ്ട് ഷെയ്ദുല്ലാ വീണ്ടും യാത്ര തുടർന്നു.

അയാൾ മൂന്നും പകലും മൂന്നു രാത്രിയും നടന്ന് അവസാനം പനിനീർച്ചെടികൾ കൂട്ടംകൂടി നിൽക്കുന്ന ഒരു തോപ്പിലെത്തി. നോക്കിയപ്പോൾ ചെടികൾക്കിടയിൽ നീണ്ട നരച്ച താടിയോടു കൂടി ഒരു വൃദ്ധൻ ഇരിക്കുന്നതു കണ്ടു.

ഷെയ്ദുല്ലായെ കണ്ടയുടനെ വൃദ്ധൻ ചോദിച്ചു:

“ഷെയ്ദുല്ലാ നിനക്കെന്തു വേണം?”

ഷെയ്ദുല്ലാ അത്ഭുതം കൊണ്ടു ഞെട്ടി പുറകോട്ടുമാറി.

“എന്റെ പേരെങ്ങിനെ അറിഞ്ഞു?” അയാൾ ചോദിച്ചു. “ഒരു പക്ഷേ അങ്ങായിരിക്കുമോ ഞാൻ അന്വേഷിച്ചുവന്ന സിദ്ധൻ?”

“അതെ, ഞാനാണ്,” വൃദ്ധൻ പറഞ്ഞു. “എന്താണു വേണ്ടതെന്നു വേഗം പറയു.”

താൻ വന്നതെന്തിനാണെന്നും തനിക്കു വേണ്ടതെന്താണെന്നും ഷെയ്ദുല്ലാ അദ്ദേഹത്തോടു പറഞ്ഞു.

“എന്നോടു വേറെ ഒന്നും ചോദിക്കാനില്ലേ?” സിദ്ധൻ ചോദിച്ചു.

“ഉണ്ട്” ഷെയ്ദുല്ലാ പറഞ്ഞു. ചെന്നായുടേയും അപ്പിൾമരത്തിന്റെയും മീനിന്റെയും അപേക്ഷകൾ അയാൾ സിദ്ധനെ അറിയിച്ചു.

സിദ്ധൻ പറഞ്ഞു:

“ഒരു വലിയ രത്നം മീനിന്റെ തൊണ്ടയിൽ കുടുങ്ങിയിട്ടുണ്ട്. ആ രത്നമെടുത്തുമാറ്റിയാലുടനെ മീനിന്റെ വേദന മാറും. ആപ്പിൾ മരത്തിന്റെ ചുവട്ടിൽ വലിയൊരു ഭരണി നിറയെ വെള്ളി കുഴിച്ചിട്ടിട്ടുണ്ട്. ആ ഭരണി എടുത്തു മാറ്റിയാൽപ്പിന്നെ ആപ്പിൾമരത്തിലെ പൂക്കൾ വാടിക്കൊഴിയുകയില്ല. മരം ഉടൻ കായ്ക്കുന്നതാണ്. ചെന്നായുടെ വേദന മാറണമെങ്കിൽ അവൻ കാണുന്ന ആദ്യത്തെ മടിയനെ പിടിച്ചു വിഴുങ്ങിയാൽ മതി.”

“അപ്പോൾ എന്റെ അപേക്ഷയോ?” ഷെയ്ദുല്ലാ ചോദിച്ചു.

“നിന്റെ ആഗ്രഹം സാധിച്ചുതന്നിരിക്കുന്നു. ഇനി പോകൂ!”

ഷെയ്ദുല്ലായ്ക്ക് വലിയ സന്തോഷമായി. കൂടുതലൊന്നും ചോദിക്കാതെ അയാൾ വീട്ടിലേക്കു തിരിച്ചു.

നടന്നുനടന്നു തടാകത്തിനടുത്തെത്തിയപ്പോൾ മീൻ അയാളെ അക്ഷമയോടെ കാത്തിരിക്കുന്നുണ്ടായിരുന്നു.

“ഞാൻ എന്തു ചെയ്യണമെന്നാണ് സിദ്ധൻ ഉപദേശിച്ചത്?” അതു ചോദിച്ചു.

“നിന്റെ തൊണ്ടയിൽ ഒരു രത്നം കുടുങ്ങിയിരിക്കുന്നുണ്ട്. അതെടുത്തുമാറ്റിയാലുടൻ നിന്റെ വേദന മാറും.” ഇത്രയും പറഞ്ഞിട്ട് ഷെയ്ദുല്ലാ പോകാൻ ഭാവിച്ചു.

“നല്ലവനായ മനുഷ്യാ. എന്നോടു ദയ കാണിക്കൂ.” മീൻ കരഞ്ഞുപറഞ്ഞു. “ആ രത്നം എന്റെ തൊണ്ടയിൽനിന്ന് എടുത്തുമാറ്റൂ. എന്റെ വേദന മാറുകയും ചെയ്യും നിങ്ങൾക്ക് ആ രത്നം കിട്ടുകയും ചെയ്യും.”

“വേണ്ട വേണ്ട, ഞാൻ എന്തിനു മിനക്കെടണം!” ഷെയ്ദുല്ലാ പറഞ്ഞു.

“ഒരു ചെറുവിരൽപോലും അനക്കാതെ ഞാൻ പണക്കാരനാകാൻ പോവുകയാണ്.”

ഇത്രയും പറഞ്ഞുകൊണ്ട് അയാൾ യാത്ര തുടർന്നു.

അയാൾ ആപ്പിൾമരത്തിന്റെ അടുത്തെത്തി. അയാളെ

കണ്ടമാത്രയിൽ അതിന്റെ കൊമ്പുകൾ ആടാനും ഇലകൾ ചലിക്കാനും തുടങ്ങി.

"എന്റെ രോഗം എങ്ങനെ മാറ്റാമെന്ന് സിദ്ധൻ പറഞ്ഞുതന്നോ?"

ആപ്പിൾമരം ചോദിച്ചു.

"പറഞ്ഞുതന്നു." ഷെയ്ദുല്ലാ പറഞ്ഞു.. "നിന്റെ വേരുകൾക്കിടയിൽ ഒരു വലിയ ഭരണി നിറയെ വെള്ളി കുഴിച്ചിട്ടിട്ടുണ്ട്. അതെടുത്തു മാറ്റിയാൽ നിന്റെ പൂക്കൾ വാടിക്കൊഴിയുകയില്ല. നീ കായ്ക്കുന്നതാണ്"

ഇത്രയും പറഞ്ഞു കൊണ്ട് ഷെയ്ദുല്ലാ പോകാൻ തുടങ്ങി.

ആപ്പിൾമരം കേണു പറഞ്ഞു.

"ഷെയ്ദുല്ലാ, ദയവുചെയ്തു എന്റെ വേരുകൾക്കിടയിൽനിന്നും ആ വെള്ളി നിറച്ച ഭരണി കുഴിച്ചെടുക്കൂ. അതുകൊണ്ട് നിങ്ങൾക്കും ഗുണമുണ്ട്. ആ വെള്ളി നിങ്ങൾക്കും കിട്ടുമല്ലോ."

"വേണ്ട വേണ്ട. എനിക്കു അതിനുവേണ്ടി മിനക്കെടാൻ പറ്റില്ല. എന്തായാലും എനിക്ക് വേണ്ടതൊക്കെ കിട്ടുമെന്നാണ് സിദ്ധൻ പറഞ്ഞത്." ഇങ്ങനെ പറഞ്ഞിട്ട് ഷെയ്ദുല്ലാ യാത്ര തുടർന്നു.

നടന്ന് നടന്ന് അയാൾ ശോഷിച്ച ചെന്നായെ കണ്ടു. ഷെയ്ദുല്ലയെ കണ്ടയുടനെ അതിന്റെ ദേഹം അക്ഷമയോടെ വിറയ്ക്കാൻ തുടങ്ങി.

"എന്റെ കാര്യത്തിൽ സിദ്ധന്റെ ഉപദേശമെന്താണ്?" അവൻ ചോദിച്ചു. "എനിക്കതു കേൾക്കാൻ ധൃതിയായി. വേഗം പറയൂ!"

"നീ ആദ്യം കാണുന്ന മടിയനെ പിടിച്ചു തിന്നാൽ മതി, നിനക്ക് അപ്പോൾത്തന്നെ സുഖമാകും." ഷെയ്ദുല്ലാ പറഞ്ഞു.

ചെന്നായ് ഷെയ്ദുല്ലായോടു നന്ദി പറഞ്ഞുകൊണ്ട് അയാൾ വഴിയിൽ കണ്ടതും കേട്ടതുമായ കാര്യങ്ങളെപ്പറ്റി ചോദിക്കാൻ തുടങ്ങി. മീനിനേയും ആപ്പിൾമരത്തേയും കണ്ട കാര്യവും അവർ തന്നോടു ചെയ്യാൻ പറഞ്ഞ കാര്യവും ഷെയ്ദുല്ലാ ചെന്നായോടു പറഞ്ഞു.

"പക്ഷേ ഞാൻ അവർക്കുവേണ്ടി മിനക്കെട്ടില്ല." അയാൾ പറഞ്ഞു. "കാരണം,ഞാൻ ഏതായാലും പണക്കാരനാകും."

ചെന്നായ്ക്ക് അതു കേട്ടപ്പോൾ വലിയ സന്തോഷമായി.

"ഞാൻ ഒരു മടിയനെ അന്വേഷിച്ചുനടക്കേണ്ട ആവശ്യമില്ല."

അവൻ വിചാരിച്ചു. "കാരണം ആ മടിയൻതന്നെ എന്റെ അടുത്തു വന്നിരിക്കുകയാണ്. ഷെയ്ഖുല്ലായേക്കാൾ മണ്ടനും മടിയനുമായ ഒരാൾ ലോകത്തില്ല."

അവിടെവച്ച് അപ്പോൾത്തന്നെ അവൻ ഷെയ്ഖുല്ലായുടെ മേൽ ചാടി വീണ് അയാളെ അതേപടി അകത്താക്കി.

മടിയനായ ഷെയ്ഖുല്ലായുടെ കഥ അങ്ങനെ കഴിഞ്ഞു.

മാനത്തുനിന്ന് മൂന്ന് ആപ്പിൾപ്പഴങ്ങൾ വീണിട്ടുണ്ട്. ഒന്ന് ഈ കഥ പറഞ്ഞയാൾക്ക് രണ്ടാമത്തേത് അതു കേട്ടയാൾക്ക് മൂന്നാമത്തേത് മറ്റുള്ളവർക്ക്.

രാജാവും നെയ്ത്തുകാരനും

ഒരു ആർമീനിയൻ നാടോടിക്കഥ

പണ്ട്പണ്ട് ഒരിടത്ത് ഒരു രാജാവുണ്ടായിരുന്നു.

ഒരു ദിവസം അദ്ദേഹം സിംഹാസനത്തിലിരിക്കുമ്പോൾ ദൂരദേശത്തുള്ള മറ്റൊരു രാജാവിന്റെ ഒരു ദൂതൻ അവിടെ വന്നു. അയാൾ ഒന്നും പറയാതെ ചോക്കെടുത്ത്സിംഹാസനത്തിനു ചുറ്റും ഒരു വട്ടം വരച്ചു. എന്നിട്ട് മിണ്ടാതെ മാറിനിന്നു.

രാജാവ് അമ്പരന്നു.

"എന്താണിതിനർത്ഥം?" അദ്ദേഹം ചോദിച്ചു.

പക്ഷേ ദൂതൻ ഒരക്ഷരം മിണ്ടിയില്ല. രാജാവിന് ഉൽകണ്ഠയായി. അദ്ദേഹം മന്ത്രിമാരേയും രാജസഭാംഗങ്ങളേയും വിളിച്ച് തന്റെ സിംഹാസനത്തിനു ചുറ്റുമുള്ള വരയുടെ അർത്ഥമെന്തായിരിക്കുമെന്നു ചോദിച്ചു.

മന്ത്രിമാരും രാജസഭാംഗങ്ങളും ആ വര സൂക്ഷിച്ചുനോക്കി, പക്ഷേ ഒന്നും പറയാൻ അവർക്കു കഴിഞ്ഞില്ല.

രാജാവിന് കലശലായ കോപം വന്നു.

"ലജ്ജാവഹം!" അദ്ദേഹം വിളിച്ചു പറഞ്ഞു. "സിംഹാസനത്തിനു ചുറ്റുമുള്ള ഈ വരയുടെ അർത്ഥം ഊഹിക്കാൻ കഴിവുള്ള ഒരൊറ്റയാൾ പോലും എന്റെ രാജ്യത്തില്ലേ?"

വരയുടെ ഗൂഢാർത്ഥം പറയാനായി രാജ്യത്തെ എല്ലാ

ബുദ്ധിശാലികളേയും വിളിച്ചു കൂട്ടാൻ രാജാവ് കർശനമായി ഉത്തരവിട്ടു. ബുദ്ധിശാലികൾക്ക് അതു വിശദീകരിക്കാൻ കഴിഞ്ഞില്ലെങ്കിൽ അവരുടെ തല വീശ്ശുമെന്നും ഉത്തരവിൽ പറഞ്ഞിരുന്നു.

ബുദ്ധിശാലികളെ തിരക്കി മന്ത്രിമാർ നാലുപാടും പാഞ്ഞു. അവർ നഗരം മുഴുവൻ തിരഞ്ഞു. ഗ്രാമങ്ങളെല്ലാം തിരിഞ്ഞു. ഓരോ കതകിലും മുട്ടിവിളിച്ചു. അവസാനം അവർ ഒരു ചെറിയ വീട്ടിലെത്തി. അകത്തു കടന്നപ്പോൾ ആളും അനക്കവുമില്ല. ഒരു തൊട്ടിൽമാത്രം തന്നത്താൻ കിടന്നാടുന്നുണ്ട്.

"എന്താണിതിനർത്ഥം?" മന്ത്രിമാർ അത്ഭുതത്തോടെ പരസ്പരം ചോദിച്ചു. "എന്തുകൊണ്ടാണ് തൊട്ടിൽ ആടുന്നത്? ഇവിടെ ആരുമില്ലല്ലൊ."

കുറച്ചുനേരം അത്ഭുതത്തോടെ അതു നോക്കിനിന്നശേഷം അവർ അടുത്ത മുറിയിലേക്കു കടന്നു. അതിലും ഒരു തൊട്ടിൽ ആടുന്നുണ്ടായിരുന്നു. അടുത്താരുമില്ലതാനും.

മന്ത്രിമാരുടെ അത്ഭുതം വർദ്ധിച്ചു. അവർ മേൽക്കൂരയിൽ കയറി നോക്കി. അവിടെ ഗോതമ്പ് ഉണക്കാനിട്ടിട്ടുണ്ട്. മുകളിൽ പക്ഷികൾ വട്ടമിട്ടു പറക്കുന്നു. അവയ്ക്കു ഗോതമ്പു കൊത്തിത്തിന്നണമെന്നുണ്ട്. പക്ഷേ ധൈര്യമില്ല. കാരണം ഈറ്റകൊണ്ടുള്ള ഒരു പങ്ക മേൽക്കൂരയിൽ ഘടിപ്പിച്ചിട്ടുണ്ട്. അത് അങ്ങോട്ടു മിങ്ങോട്ടും ആടുന്നതുകൊണ്ട് പക്ഷികൾക്ക് അടുത്തു ചെല്ലാൻ ഭയമാണ്.

രാജ്ദൂതന്മാർ പൂർവ്വാധികം അത്ഭുതസ്തബ്ധരായി.

"എന്തുകൊണ്ടാണ് ആ പങ്ക ആടുന്നത്?" അവർ പരസ്പരം ചോദിച്ചു.

“കാറ്റ് അശേഷമില്ല. അടുത്തുള്ള മരങ്ങളിൽ ഒരു കൊമ്പോ ഇലയോ അനങ്ങുന്നില്ല.”

മേൽക്കൂരയിൽ നിന്നു താഴെയിറങ്ങി അവർ വീണ്ടും വീടിനുള്ളിൽ പ്രവേശിച്ചു. അതിലെ മൂന്നാമത്തേയും അവസാനത്തേതുമായ മുറിയിൽ അവർ കടന്നു. അവിടെ ഒരു നെയ്ത്തുകാരൻ തറയിൽ നെയ്തു കൊണ്ടിരുന്നു.

“എന്തത്ഭുതമാണ് നിങ്ങളുടെ വീട്ടിൽ നടക്കുന്നത്?” രാജദൂതന്മാർ അയാളോടു ചോദിച്ചു. “എന്തുകൊണ്ടാണ് ഒഴിഞ്ഞ മുറികളിൽ തൊട്ടിലുകൾ തനിയെ ആടുന്നത്? എന്തുകൊണ്ടാണ് കാറ്റില്ലെങ്കിലും ഈറ്റകൊണ്ടുള്ള പങ്ക മേൽക്കൂരയിൽ ആടിക്കൊണ്ടിരിക്കുന്നത്?”

“അതിൽ അത്ഭുതമൊന്നുമില്ല.'' നെയ്ത്തുകാരൻ പറഞ്ഞു. “അതൊക്കെ ഞാനാണു ചെയ്യുന്നത്.”

“നിങ്ങൾ ഞങ്ങളെ കളിയാക്കുകയാണോ?” മന്ത്രിമാർ ആക്രോശിച്ചു. “ഇവിടെയിരുന്നു നെയ്തുകൊണ്ടിരിക്കുന്ന നിങ്ങൾക്ക് അതെങ്ങിനെ ചെയ്യാൻ കഴിയും?

“അതിലും എളുപ്പമായി മറ്റൊന്നില്ല.” നെയ്ത്തുകാരൻ പറഞ്ഞു.”എന്റെ തറിയിൽ മൂന്നു ചരടുകൾ ഘടിപ്പിച്ചിട്ടുണ്ട്. ഒരെണ്ണം ഒരു തൊട്ടിലിലും രണ്ടാമത്തേത് മറ്റേ തൊട്ടിലിലും മൂന്നാമത്തേത് പങ്കയിലും കെട്ടിയിരിക്കുകയാണ്. ഞാൻ നെയ്യുമ്പോൾ ചരടുകൾ ചലിക്കുന്നു. അതോടെ തൊട്ടിലുകളും മേൽക്കൂരയിലെ ഈറ്റകളും ആടുന്നു.”

സൂക്ഷിച്ചു നോക്കിയപ്പോൾ തറിയിൽ മൂന്നു ചരടുകൾ ഘടിപ്പിച്ചിരിക്കുന്നത് രാജദൂതന്മാർ കണ്ടു. രണ്ടെണ്ണം തൊട്ടിലുകളുമായും ഒരെണ്ണം പങ്കയുമായും ബന്ധിച്ചിരിക്കുകയാണ്.

“ഇത് വളരെ കേമമായിരിക്കുന്നു.!” അവർ വിളിച്ചു പറഞ്ഞു. “നെയ്ത്തുകാരൻ ശരിക്കുമൊരു ബുദ്ധിശാലിതന്നെയാണ്. നമുക്കു വേണ്ടത് ഇയാളെയാണ്.! നെയ്ത്തുകാരാ, ഞങ്ങളോടൊപ്പം രാജാവിന്റെയടുത്തേക്കു വരൂ. ഒരു പക്ഷേ നിങ്ങൾക്ക് ഒരു പ്രശ്നത്തിന് ഉത്തരം കണ്ടുപിടിക്കാൻ കഴിഞ്ഞേക്കും”

“ആദ്യം തന്നെ അതെന്താണെന്ന് എന്നോടു പറയൂ.” നെയ്ത്തുകാരൻ പറഞ്ഞു.

മന്ത്രിമാർ പറഞ്ഞു.

"ഏതോ ഒരു നാട്ടിലെ രാജാവിന്റെ ദൂതൻ ഈയിടെ നമ്മുടെ രാജാവിന്റെയടുക്കൽ വന്നു. അയാൾ ഒരു ചോക്കെടുത്ത്സിംഹാസനത്തിനു ചുറ്റും ഒരു വട്ടം വരച്ചു. രാജാവിനോ അദ്ദേഹത്തിന്റെ പരിചരന്മാർക്കോ രാജസഭാംഗങ്ങൾക്കോ ആർക്കുംതന്നെ അതിന്റെ അർത്ഥമെന്താണെന്ന് ഊഹിക്കാൻ കഴിയുന്നില്ല. അതുകൊണ്ട് രാജകല്പനപ്രകാരം ഞങ്ങൾ ആ വരയുടെ അർത്ഥം വിശദീകരിക്കാൻ കഴിവുള്ള ഒരു ബുദ്ധിശാലിയെ അന്വേഷിച്ച് ഇറങ്ങിയിരിക്കുകയാണ്. നിങ്ങൾക്കതു കഴിയുമെങ്കിൽ രാജാവ് നിങ്ങൾക്ക് തക്കതായ പ്രതിഫലം തരും."

രാജദൂതന്മാർ പറഞ്ഞത് നെയ്ത്തുകാരൻ ശ്രദ്ധിച്ചുകേട്ടു. അയാൾ ചിന്തയിലാണ്ടു. പിന്നീട് കുട്ടികൾ സാധാരണ കളിക്കാനുപയോഗിക്കുന്ന തരത്തിലുള്ള രണ്ട് എല്ലിൻമുട്ടികളെടുത്ത് പോക്കറ്റിലിട്ടു. അടുത്തതായി മുറ്റത്തേക്കിറങ്ങി ഒരു കോഴിയെ പിടിച്ചു.

മന്ത്രിമാർ അമ്പരന്നു. അവരുടെ കണ്ണുകളടഞ്ഞു.

"നിങ്ങൾക്ക് കോഴിയെ എന്തിനാണ്? അവർ ചോദിച്ചു.

"എനിക്കാവശ്യം വരും." എന്നു പറഞ്ഞുകൊണ്ട് നെയ്ത്തുകാരൻ കോഴിയെ ഒരു കൂടയിലിട്ടു.

ഇത്രയും കഴിഞ്ഞ് അവർ രാജകൊട്ടാരത്തിലേക്കു തിരിച്ചു.

നെയ്ത്തുകാരൻ കൊട്ടാരത്തിൽ പ്രവേശിച്ച് രാജാവിനെ വന്ദിച്ചു. സിംഹാസനത്തിനു ചുറ്റുമുള്ള വര നോക്കി. പിന്നീട് അതു വരച്ചയാളേയും നോക്കി. എന്നിട്ട് ഒരു പുഞ്ചിരിയോടെ അയാളുടെ മുമ്പിലേക്ക് രണ്ടു എല്ലിൻ മുട്ടികൾ ഇട്ടു.

മറ്റേയാൾ ഒന്നും മിണ്ടാതെ പോക്കറ്റിൽ ഒരുപിടി ധാന്യമെടുത്ത് തറയിൽ വിതറി.

നെയ്ത്തുകാരൻ പൊട്ടിച്ചിരിച്ചു. അയാൾ കൂടയിൽനിന്നു കോഴിയെ പുറത്തെടുത്ത്, വിതറിയിട്ട ധാന്യത്തിന്റെ മുമ്പിൽ നിർത്തി. കോഴി ആർത്തിയോടെ അവ കൊത്തിത്തിന്നാൻ തുടങ്ങി. അല്പം കഴിഞ്ഞപ്പോൾ ഒരു മണി ധാന്യം പോലും തറയിൽ ശേഷിച്ചില്ല.

അപരിചിതൻ ഒരക്ഷരം മിണ്ടാതെ വേഗം സ്ഥലം വിട്ടു. രാജാവും പരിചരന്മാരും അപരിചിതന്റേയും നെയ്ത്തുകാരന്റേയും പ്രവൃത്തികൾ അധികമധികം അത്ഭുതത്തോടെ നോക്കിക്കൊണ്ടിരിക്കുകയായിരുന്നു. രണ്ടുപേരുടേയും മനസ്സിലുള്ളതെന്താണെന്ന് ആർക്കും

ഊഹിക്കാൻ കഴിഞ്ഞില്ല.

"ആ അപരിചിതന്റെ പ്രവൃത്തികളുടെ അർത്ഥമെന്തായിരുന്നു.?" രാജാവ് ചോദിച്ചു.

നെയ്ത്തുകാരൻ പറഞ്ഞു:

"തന്റെ നാട്ടിലെ രാജാവ് നമ്മുടെ നാട്ടിനെതിരായി യുദ്ധം പ്രഖ്യാപിക്കുന്നുവെന്നും നാലുപാടുനിന്നും നമ്മെ വളയാൻ ഉദ്ദേശിക്കുന്നുവെന്നും അങ്ങയെ ധരിപ്പിക്കാനാണ് അയാളാഗ്രഹിച്ചത്. അങ്ങ് യുദ്ധം ചെയ്യുമോ കീഴടങ്ങുമോ എന്ന് അറിയാനും അയാളാഗ്രഹിച്ചു. അങ്ങയുടെ സിംഹാസനത്തിനു ചുറ്റുമുള്ള വരയുടെ അർത്ഥം അതാണ്."

"ശരിയാണ്." രാജാവു പറഞ്ഞു. "ഇപ്പോൾ എനിക്കു മനസ്സിലായി. പക്ഷേ നിങ്ങൾ അയാളുടെ മുമ്പിലേക്ക് രണ്ട് എല്ലിൻമുട്ടികൾ എറിഞ്ഞതിന്റെ ഉദ്ദേശം എനിക്കിപ്പോഴും മനസ്സിലാകുന്നില്ല."

നെയ്ത്തുകാരൻ പറഞ്ഞു:

"നമുക്ക് അവരേക്കാൾ ശക്തിയുണ്ടെന്നും അവർക്കു നമ്മെ തോല്പിക്കാൻ സാദ്ധ്യമല്ലെന്നും അയാളെ അറിയിക്കാനാണ് ഞാൻ എല്ലിൽ മുട്ടികൾ എറിഞ്ഞത്. എന്റെ പ്രവൃത്തിയുടെ അർത്ഥം, ലളിതമായി പറഞ്ഞാൽ, ഇതായിരുന്നു: ഞങ്ങളെ അപേക്ഷിച്ച് നിങ്ങൾ വെറും കുട്ടികളാണ്. ഞങ്ങളോടു യുദ്ധത്തിനു വരുന്നതിനു പകരം വീട്ടിലിരുന്ന് എല്ലിൻമുട്ടികളെറിഞ്ഞു കളിക്കുകയാണു നല്ലത്."

"അതു ശരി!" രാജാവു പറഞ്ഞു."നിങ്ങൾ പറഞ്ഞപ്പോൾ എല്ലാം വ്യക്തമായി. പക്ഷേ ആ അപരിചിതൻ ഒരുപിടി ധാന്യമെടുത്ത് തറയിൽ വിതറിയതും നിങ്ങൾ കോഴിയെ കൂടയിൽനിന്നു പുറത്തു വിട്ടതും എന്തിനാണെന്ന് എനിക്കെന്നിട്ടും മനസ്സിലാകുന്നില്ല."

"അതും വിശദീകരിക്കാൻ പ്രയാസമില്ല," നെയ്ത്തുകാരൻ പറഞ്ഞു.

"തന്റെ രാജാവിന്റെ പട്ടാളം അസംഖ്യമാണെന്നു കാണിക്കാനാണ് അയാൾ ഒരുപിടി ധാന്യമെടുത്ത് തറയിൽ വിതറിയത്. അവർ നമുക്കെതിരായി യുദ്ധത്തിനു വന്നാൽ അവരുടെ ഒരൊറ്റ പോരാളിയും ജീവനോടെ രക്ഷപ്പെടുകയില്ലെന്നു കാണിക്കാനാണ് ഞാൻ ആ ധാന്യം മുഴുവൻ കൊത്തിത്തിന്നാൻ കോഴിയെ ഇറക്കി വിട്ടത്."

“നിങ്ങളുടെ ഉദ്ദേശം അയാൾക്കു മനസ്സിലായോ?”

“മനസ്സിലായിക്കാണും. കാരണം, അയാൾ വേഗം സ്ഥലം വിടുകയാണല്ലോ ചെയ്തത്.”

രാജാവ് നെയ്ത്തുകാരന് വിലപിടിച്ച പല സമ്മാനങ്ങളും നല്കി. അദ്ദേഹം പറഞ്ഞു:

“നെയ്ത്തുകാരാ, നിങ്ങൾ എന്റെ കൂടെ കൊട്ടാരത്തിൽ താമസിക്കൂ. ഞാൻ നിങ്ങളെ എന്റെ പ്രധാനമന്ത്രിയാക്കാം.”

“വേണ്ട,” നെയ്ത്തുകാരൻ പറഞ്ഞു. “അങ്ങയുടെ മന്ത്രിയാകാൻ എനിക്ക് ആഗ്രഹമില്ല. എനിക്ക് എന്റെ കാര്യം നോക്കണം.”

ഇത്രയും പറഞ്ഞുകൊണ്ട് അയാൾ അവിടം വിട്ടു.

അനയിത്

ഒരു അർമീനയൻ നാടോടിക്കഥ

I

വസന്തത്തിൽ ഒരു സുപ്രഭാതത്തിൽ വച്ചെ എന്ന രാജാവിന്റെ ഏകസന്താനമായ വച്ചഗാൻ ബാൽക്കണിയിൽ നിൽക്കുകയായിരുന്നു. തോട്ടത്തിൽ പലതരം കിളികൾ പാടുന്നുണ്ട്. പക്ഷേ ഏറ്റവും നന്നായി പാടിയത് രാക്കുയിലാണ്. അതു പാടാൻ തുടങ്ങിയ ഉടനെ മറ്റെല്ലാ പക്ഷികളും കൂജനം നിർത്തി അതിന്റെ പാട്ടു ശ്രദ്ധിച്ചു. ആ പാട്ടിന്റെ രഹസ്യം പഠിക്കാൻ ശ്രമിച്ചു. ഒരു പക്ഷി രാക്കുയിലിന്റെ വിറയാർന്ന സ്വരവും വേറൊരെണ്ണം അതിന്റെ ശ്രുതിമാധുര്യവും മൂന്നാമതൊരണ്ണം അതിന്റെ ചൂളം വിളിയും അനുകരിച്ചു. പിന്നീട് അവ മൂന്നും ചേർന്ന് തങ്ങൾ പഠിച്ച രാഗം ആവർത്തിച്ചു പാടി. പക്ഷേ വച്ചഗാൻ അതൊന്നും ശ്രദ്ധിച്ചില്ല. അയാളുടെ ഹൃദയം അസ്വസ്ഥമായിരുന്നു.

അയാളുടെ അമ്മ, അഷ്ഹെൻ രാജ്ഞി, അടുത്തുവന്ന് പറഞ്ഞു:

"മകനെ, നീ വ്യസനിക്കുന്നുണ്ടെന്നു എനിക്കു കാണാൻ കഴിയും. അത് മറച്ചുവെയ്ക്കാൻ ശ്രമിക്കാതെ നിന്റെ വ്യസനത്തിനുള്ള കാരണം പറയൂ."

"അമ്മേ, ജീവിതസുഖങ്ങൾ ഞാൻ കാര്യമാക്കുന്നില്ല." വച്ചഗാൻ പറഞ്ഞു.

"വല്ല ഏകാന്തസ്ഥലത്തേക്കും ഉദാഹരണത്തിന് അത്സിക് ഗ്രാമത്തിലേക്ക്, പോകാനാണ് ഞാൻ കൂടുതൽ ഇഷ്ടപ്പെടുന്നത്."

"അങ്ങനെയാണോ? അല്ലാതെ ബുദ്ധിമതിയായ നിന്റെ അനയിത് അത്സിക്കിൽ താമസിക്കുന്നതുകൊണ്ടല്ലേ നീ അങ്ങോട്ടുപോകാൻ ആഗ്രഹിക്കുന്നത്?"

"അമ്മേ, അമ്മ അവളുടെ പേര് എങ്ങനെ അറിഞ്ഞു?"

"നമ്മുടെ തോട്ടത്തിലെ രാക്കുയിലുകളാണ് എന്നോട് അവളെപ്പറ്റി പറഞ്ഞത്. പൊന്നു വച്ചഗാൻ, നീ അഫ്ഗാൻരാജാവിന്റെ മകനാണെന്ന കാര്യം മറക്കരുത്. ഒരു രാജകുമാരൻ വധുവായി സ്വീകരിക്കേണ്ടത് ഒരു രാജകുമാരിയേയോ പ്രഭുകുമാരിയേയോ ആണ്. അല്ലാതെ വെറുമൊരു സാധാരണ കർഷകബാലികയെയല്ല. ജോർജ്ജിയയിലെ രാജാവിന് മൂന്നു പുത്രിമാരുണ്ട്. നിനക്ക് അവരിലൊരാളെ തിരഞ്ഞെടുക്കാം. ഉഗാറിലെ ഇടപ്രഭുവിന് സുന്ദരിയായ ഒരു മകളുണ്ട്. അച്ഛന്റെ വമ്പിച്ച ഭൂസ്വത്തു മുഴുവൻ അവൾക്കുകിട്ടും. അത്രതന്നെ സുന്ദരിയാണ് സുനിക്കിലെ ഇടപ്രഭുവിന്റെ മകളും. അതുമല്ലെങ്കിൽ നമ്മുടെ പട്ടാളത്തലവന്റെ മകൾ വർസെനിക്കുണ്ട്. രാജാവും ഞാനുമാണ് അവളെ വളർത്തിയത്. നിന്റെ സ്നേഹം അവൾ അർഹിക്കുന്നില്ലെന്നാണോ?"

"അമ്മേ, എനിക്ക് അനയിത്തിനെ മാത്രം മതി!"

ഇത്രയും പറഞ്ഞുകൊണ്ട് വച്ചഗാൻ തോട്ടത്തിലേക്കോടി.

II

വച്ചഗാന് ഇരുപതുവയസ്സു കഴിഞ്ഞതേയുള്ളൂ. തീരെ ആരോഗ്യമില്ലാതെ വിളറിശോഷിച്ച ഒരു യുവാവായിരുന്നു.അയാൾ.

"മകനെ വച്ചഗാൻ," അച്ഛൻ അയാളോടു പറയും. "എന്റെ ആശ മുഴുവൻ നിന്നിലാണ്. നീ വിവാഹം ചെയ്യണം. അതാണ് ജീവിതത്തിന്റെ നിയമം."

പക്ഷേ രാജാവു പറഞ്ഞത് വച്ചഗാൻ ചെവിക്കൊണ്ടില്ല. അയാൾ അതിരാവിലെ നായാട്ടിന് മലയിലേക്കു പോകാം. പാതിരായ്ക്കേ തിരിച്ചുവരൂ. പല പ്രഭുകുമാരന്മാരും അയാളുടെ സ്നേഹം സമ്പാദിക്കാൻ ശ്രമിച്ചു. പക്ഷേ അയാൾ അവരിൽനിന്നും ഒഴിഞ്ഞുമാറി. ധീരനും വിശ്വസ്തനുമായ വഗിനാക്ക് എന്ന ഭൃത്യനേയും സങ്ങി എന്ന വിശ്വസ്തനായ വേട്ടപ്പട്ടിയേയും മാത്രമേ അയാൾ നായാട്ടിന് കൂടെ കൊണ്ടുപോയുള്ളൂ. നായാട്ടുസമയത്ത് അവരെ കാണുന്ന ആർക്കും തന്നെ അവരിൽ രാജകുമാരനേതാണ്, ഭൃത്യനേതാണ് എന്നു തിരിച്ചുപറയാൻ സാദ്ധ്യമല്ലായിരുന്നു. കാരണം രണ്ടുപേരും ഒരുപോലെ ലളിതമായ നായാട്ടുവേഷമാണ് ധരിക്കാറ്. ഒരു തോളിൽ അമ്പും വില്ലും തൂങ്ങിക്കിടപ്പുണ്ടാവും. വീതികൂടിയ ഒരു കഠാരി അരപ്പട്ടയിൽ തിരുകിയിട്ടുണ്ടാവും.

നാട്ടുമ്പുറത്ത് ഇങ്ങനെ ചുറ്റിത്തിരിയുന്നതുകൊണ്ട് വച്ചഗാന് ഗുണമാണുണ്ടായത്. അയാൾക്ക് കൂടുതൽ ശക്തിയും ആരോഗ്യവും പൗരുഷവും വച്ചു.

ഒരു ദിവസം വച്ചഗാനും വഗിനാക്കും ചുറ്റിത്തിരിഞ്ഞ് അത്സിക്ക് എന്ന ഗ്രാമത്തിലെത്തി. വിശ്രമിക്കാനായി ഒരു അരുവിയുടെ കരയിലിരുന്നു. ആ സമയത്ത് ഏതാനും ഗ്രാമീണബാലികമാർ വെള്ളമെടുക്കാൻ അരുവിയുടെ അടുത്തേക്കു വന്നു. ദാഹം തോന്നിയ വച്ചഗൻ കുടിക്കാൻ കുറച്ചു വെള്ളം ബാലികമാരോടു ചോദിച്ചു. അവരിൽ ഒരുവൾ ഒരു പാത്രത്തിൽ വെള്ളം നിറച്ച് അയാളുടെ നേരെ നീട്ടി. പക്ഷേ മറ്റൊരുവൾ അവളുടെ കയ്യിൽനിന്ന് പാത്രം പിടിച്ചുവാങ്ങി വെള്ളം ഒഴിച്ചുകളഞ്ഞു. അവൾ എന്നിട്ട് പാത്രത്തിൽ പിന്നെയും വെള്ളം നിറച്ചു. പക്ഷേ അതും ഒഴിച്ചുകളഞ്ഞു. വച്ചഗാന്റെ തൊണ്ട ദാഹം കൊണ്ടു വരണ്ടു. എന്നാൽ ആ ബാലിക അയാളെ കളിയാക്കുന്നതുപോലെ തോന്നി. കാരണം അവൾ പാത്രത്തിൽ വെള്ളം നിറയ്ക്കുകയും അതൊഴിച്ചുകളയുകയും ചെയ്തുകൊണ്ടിരുന്നു. ആറാമത്തെ തവണ പാത്രത്തിൽ വെള്ളം നിറച്ചപ്പോൾ മാത്രമാണ് അവളത് വച്ചഗാന്റെ നേരെ നീട്ടിയത്.

വച്ചഗാൻ ആർത്തിയോടെ വെള്ളം കുടിച്ചു.

"നീ എനിക്ക് ആദ്യത്തെ തവണ വെള്ളം തരാതിരുന്നതെന്താണ്?"

അയാൾ ബാലികയോടു ചോദിച്ചു. "നീ എന്നെ കളിയാക്കാനോ ദേഷ്യപ്പെടുത്താനോ നോക്കുകയായിരുന്നോ?"

"ഒരു അപരിചിതനെ കളിയാക്കുന്നത് ഞങ്ങളുടെ പതിവല്ല." ബാലിക പറഞ്ഞു. "നിങ്ങൾ തളർന്ന് ദേഹമാകെ ചൂടു പിടിച്ചിരിക്കുകയായിരുന്നു. തണുത്തവെള്ളം നിങ്ങൾക്ക് ദ്രോഹം ചെയ്തേനെ. ഞാൻ അതു നിങ്ങൾക്കു തരാൻ കുറെ കാത്തത് അതുകൊണ്ടാണ്."

ബാലികയുടെ മറുപടി വച്ചഗാനെ അത്ഭുതപ്പെടുത്തി. അവളുടെ സൗന്ദര്യം അയാളെ വശീകരിച്ചു.

"നിന്റെ പേരെന്താണ്?" അയാൾ ചോദിച്ചു.

"അനയിത്." ബാലിക പറഞ്ഞു.

"അച്ഛനാരാണ്?"

"എന്റെ അച്ഛൻ ഈ ഗ്രാമത്തിലെ ആട്ടിടയനാണ്. അറാൻ എന്നാണു പേര്. പക്ഷേ എന്തിനാണു ചോദിച്ചത്?

"ചോദിക്കുന്നതു പാപമാണോ?"

"പാപമല്ലെങ്കിൽ നിങ്ങളും പറയണം നിങ്ങൾ ആരെണെന്നും എവിടന്നു വരുന്നുവെന്നും."

"ഞാൻ കളവു പറയണോ നേരു പറയണോ?"

"ഏതാണ് കൂടുതൽ ഉചിതമെന്നു തോന്നുന്നുവോ അതുപോലെ ചെയ്യൂ."

"തീർച്ചയായും നേരു പറയുന്നതുതന്നെ. നേരു പറഞ്ഞാൽ, ഞാനൊരാരാണെന്ന് ഇപ്പോൾ പറയാൻ നിർവ്വഹമില്ല." പക്ഷേ അത് അടുത്തുതന്നെ പറയാമെന്നു വാക്കു തരുന്നു."

"ശരി, എന്നാൽ എന്റെ പാത്രം തിരിച്ചുതരൂ."

രാജകുമാരനോട് യാത്രപറഞ്ഞുകൊണ്ട് അനിയത് പാത്രവും വാങ്ങി അവിടുന്നു പോയി.

നായാട്ടുകാർ വീട്ടിൽ മടങ്ങിയെത്തിയപ്പോൾ വിശ്വസ്തഭൃത്യനായ വഗിനാക്ക് നടന്ന കാര്യങ്ങൾ മുഴുവൻ രാജ്ഞിയോടു പറഞ്ഞു. അങ്ങനെയാണ് വച്ചഗാന്റെ അമ്മ അയാളുടെ രഹസ്യം അറിഞ്ഞത്.

III

വച്ചഗാൻ അനയിത്തിനെ ഒഴിച്ച് മറ്റാരെയും വിവാഹം

ചെയ്യുകയില്ലെന്നു ശഠിച്ചു. അവസാനം രാജാവും രാജ്ഞിയും മകന്റെ അഭീഷ്ടത്തിനു വഴങ്ങി. വിവാഹം ഉറപ്പിക്കാനായി അവർ വഗിനാക്കിനേയും രണ്ടുപ്രഭുക്കന്മാരേയും അത്സിക്കിലേക്ക് അയച്ചു.

ആട്ടിടയനായ അറാൻ അവരെ സസന്തോഷം സ്വീകരിക്കുകയും അവർക്കിരിക്കാൻ ഒരു കമ്പളം വിരിക്കുകയും ചെയ്തു.

"എത്ര ഭംഗിയുള്ള കമ്പളം!" വഗിനാക്ക് പറഞ്ഞു. "ഇവിടുത്തെ ഗൃഹനായിക നെയ്തതായിരിക്കും, അല്ലേ?"

"എനിക്കു ഭാര്യയില്ല," അറാൻ പറഞ്ഞു. "അവൾ പത്തുവർഷം മുമ്പു മരിച്ചു. എന്റെ മകൾ അനയിത് സ്വന്തം കൈകൊണ്ടു നെയ്തതാണ് ഈ കമ്പളം."

"രാജകൊട്ടാരത്തിൽപോലും ഇത്ര സുന്ദരമായ ഒരു കമ്പളമില്ല. നിങ്ങളുടെ മകൾ ഇത്ര വിദഗ്ദ്ധയായ ഒരു നെയ്ത്തുകാരിയാണെന്നറിഞ്ഞതിൽ സന്തോഷമുണ്ട്." പ്രഭുക്കന്മാർ പറഞ്ഞു. "അവളുടെ പ്രശസ്തി രാജാവിന്റെ ചെവിയിൽ എത്തിയിരിക്കുന്നു. അദ്ദേഹത്തിനുവേണ്ടി ഒരു വിവാഹനിർദ്ദേശവുമായിട്ടാണ് ഞങ്ങൾ വന്നിരിക്കുന്നത്. അടുത്ത കിരീടവകാശിയായ അദ്ദേഹത്തിന്റെ ഏകസന്താനത്തിന് നിങ്ങളുടെ മകളെ വിവാഹം ചെയ്തുകൊടുക്കണം എന്നാണ് അദ്ദേഹം അഭിലഷിക്കുന്നത്."

അറാൻ അവിശ്വാസത്തോടെ തല കുലുക്കുകയോ സന്തോഷാധിക്യത്താൽ ചാടിയെഴുന്നേൽക്കുകയോ ചെയ്യുമെന്നായിരുന്നു. പ്രഭുക്കന്മാരുടെ പ്രതീക്ഷ. പക്ഷേ ആ ആട്ടിടയൻ ഇതുരണ്ടും ചെയ്തില്ല. അയാൾ തല കുനിച്ചിരുന്നുകൊണ്ട് കമ്പളത്തിലൂടെ വിരലോടിച്ചതേയുള്ളു.

വഗിനാക്ക് പറഞ്ഞു:

"സഹോദരാ, അറാൻ, നിങ്ങൾ എന്തിനു വ്യസനിക്കുന്നു? ഞങ്ങൾ നിങ്ങളെ അറിയിച്ചത് ഒരു സന്തോഷവർത്തമാനമാണ്, ദുഃഖ വർത്തമാനമല്ല. നിങ്ങളുടെ മകളെ ബലാൽക്കാരേണ കൊണ്ടുപോകണമെന്ന് ഞങ്ങൾക്ക് ആഗ്രഹമില്ല. അവളുടെ വിവാഹം നിങ്ങളുടെ അഭീഷ്ടത്തെ ആശ്രയിച്ചിരിക്കും."

"പ്രിയപ്പെട്ട അതിഥികളേ," അറാൻ പറഞ്ഞു. "ഞാൻ എന്റെ മകളെ നിർബ്ബന്ധിക്കുകയില്ല. രാജകുമാരനെ വിവാഹം ചെയ്യാൻ അവൾക്കു സമ്മതമാണെങ്കിൽ എനിക്ക് എതിർപ്പില്ല."

ആ സമയത്ത് അനയിത് ഒരു കൂട നിറയെ പഴുത്ത പഴങ്ങളുമായി പ്രവേശിച്ചു. അവൾ സന്ദർശകരെ വന്ദിച്ചശേഷം പഴങ്ങൾ ഒരു തട്ടത്തിലാക്കി അവരുടെ മുമ്പിൽ വച്ചു. പിന്നീട് ഒരു വസ്ത്രത്തിൽ ചിത്രവേല ചെയ്യാനിരുന്നു. അവളുടെ വിരലുകളുടെ വേഗത കണ്ട് അത്ഭുതാധീനരായ പ്രഭുക്കന്മാർ അവളെത്തന്നെ നോക്കിയിരുന്നു പോയി.

"അനയിത്. നീ എന്തുകൊണ്ടാണ് ഒറ്റയ്ക്കിരുന്നു നെയ്യുന്നത്?" വഗിനാക്ക് ചോദിച്ചു. "നിനക്ക് ധാരാളം ശിഷ്യകളുണ്ടെന്നു കേട്ടിട്ടുണ്ടല്ലോ."

"ശരിയാണ്." അനയിത് പറഞ്ഞു. "പക്ഷേ ഞാനവരെയെല്ലാവരേയും മുന്തിരി പറിക്കാൻ വിട്ടിരിക്കുകയാണ്."

"നീ നിന്റെ ശിഷ്യകളെ എഴുത്തും വായനയും പഠിപ്പിക്കുന്നുണ്ടെന്നും കേട്ടല്ലോ."

"ശരിയാണ്." അനയിത് വീണ്ടും പറഞ്ഞു. "ഇപ്പോൾ ഞങ്ങളുടെ ഇടയന്മാർപോലും പറ്റം മേയ്ക്കാൻ പോകുമ്പോൾ വായിക്കുകയും പരസ്പരം വായിക്കാൻ പഠിപ്പിക്കുകയും ചെയ്യുന്നുണ്ട്. ഞങ്ങളുടെ വനങ്ങളിലെ എല്ലാ വൃക്ഷങ്ങളുടേയും തടികളിൽ എഴുതിനിറച്ചിരിക്കുന്നതു കാണാം. കോട്ടമതിലുകളിന്മേലും പാറപ്പുറത്തും മലമഞ്ചരിവുകളിന്മേലും കരികൊണ്ട് എഴുതിവച്ചിട്ടുണ്ട്. ഒരാൾ ഒരു വാക്കെഴുതും വേറൊരാൾ വേറൊന്നെഴുതും. അതങ്ങിനെ പോകുന്നു. ഞങ്ങളുടെ മലകളിലും മലയിടുക്കുകളിലും എവിടെയും എഴുതിനിറച്ചിരിക്കുന്നതു കാണാം."

"ഞങ്ങൾ പഠിത്തത്തെ ഇത്രയേറെ വിലമതിക്കുന്നില്ല," വഗിനാക്ക് പറഞ്ഞു. "പട്ടണത്തിലുള്ളവർ അലസരാണ്. പക്ഷേ നീ ഞങ്ങളോടൊപ്പം വന്നു താമസിക്കുകയാണെങ്കിൽ എല്ലാവരേയും ശുഷ്കാന്തിയോടെ പ്രവർത്തിക്കാൻ പഠിപ്പിക്കും. അനയിത്, ഒരു നിമിഷം തയ്യൽ നിർത്തു. ഇതാ ഇങ്ങോട്ടു നോക്കു. രാജാവ് എത്ര നല്ല സമ്മാനങ്ങളാണ് നിനക്ക് കൊടുത്തയച്ചിരിക്കുന്നതെന്ന് നോക്കൂ!"

വിലപിടിച്ച പല രത്നങ്ങളും പട്ടുമേലങ്കികളും വഗിനാക്ക് പുറത്തെടുത്തു.

അനയിത് അവയെ അലക്ഷ്യമായിട്ടൊന്നു നോക്കി.

"രാജാവിന് എന്നോട് ഇത്രയേറെ ദയ തോന്നാൻ

കാരണമെന്താണ്?" അവൾ ചോദിച്ചു.

"രാജാവിന്റെ മകൻ വച്ചഗാൻ ഒരു അരുവിക്കടുത്തുവച്ചു നിന്നെ കാണുകയുണ്ടായി. നീ അദ്ദേഹത്തിന് കുടിക്കാൻ വെള്ളം കൊടുത്തു. അദ്ദേഹത്തിനു നിന്നെ ഇഷ്ടപ്പെട്ടു. വച്ചഗനെ വിവാഹം ചെയ്യാൻ നിന്നോട് അഭ്യർത്ഥിക്കണമെന്ന രാജകല്പനയുമായിട്ടാണ് ഞങ്ങ ളിപ്പോൾ വന്നിരിക്കുന്നത്. ഈ മോതിരവും മാലയും വളകളുമെല്ലാം നിനക്കാണ്."

"അപ്പോൾ ഞാൻ കണ്ട നായാട്ടുകാരൻ രാജകുമാരനായിരു ന്നോ?"

"അതെ"

"അദ്ദേഹം നല്ലൊരു ചെറുപ്പക്കാരനാണ്. പക്ഷേ അദ്ദേഹത്തിന് എന്തെങ്കിലും തൊഴിൽ അറിയാമോ?"

"അനയിത്, അദ്ദേഹം രാജാവിന്റെ മകനാണ്. രാജാവിന്റെ പ്രജകൾ മുഴുവൻ അദ്ദേഹത്തിന്റെ വരുതിയിലാണ്. അദ്ദേഹത്തിനു പിന്നെ തൊഴിൽകൊണ്ട് എന്തു കാര്യം?"

"ശരിയായിരിക്കാം. പക്ഷേ വിധി പല മറിമായങ്ങളും പ്രവർത്തി ക്കാറുണ്ട്. ഇന്നു യജമാനനായിരിക്കുന്നയാൾ നാളെ ഭൃത്യനായെന്നു വരും. രാജാവായാലും രാജകുമാരനായാലും സാധാരണക്കാരനായാ ലും എല്ലാവരും ഏതെങ്കിലും തൊഴിൽ അറിഞ്ഞിരിക്കണം."

അനയിത്തിന്റെ വാക്കുകൾ പ്രഭുക്കന്മാരെ അത്ഭുതപ്പെടുത്തിയെങ്കി ലും ആട്ടിടയനായ അറാന് മകളോടു സന്തോഷമാണു തോന്നിയത്.

"അപ്പോൾ രാജകുമാരന് തൊഴിലൊന്നും അറിഞ്ഞുകൂടെന്ന ഒറ്റക്കാരണത്താൽ നീ അദ്ദേഹത്തെ വിവാഹം ചെയ്യാൻ വിസമ്മ തിക്കുകയാണോ?" പ്രഭുക്കന്മാർ ചോദിച്ചു.

"അതെ, നിങ്ങൾ കൊണ്ടുവന്നതെല്ലാം തിരികെ കൊണ്ടുപോകൂ. എനിക്ക് രാജകുമാരനോട് ഇഷ്ടമാണെങ്കിലും ഞാനദ്ദേഹത്തോടു മാപ്പു ചോദിക്കുന്നുവെന്നു പറയണം. കാരണം തൊഴിലറിയാത്ത ഒരാളെ വിവാഹം ചെയ്യുകയില്ലെന്നു ഞാൻ ശപഥം ചെയ്തിരിക്കുക യാണ്."

അനിയത് അവളുടെ തീരുമാനത്തിൽ ഉറച്ചുനിൽക്കുന്നുവെന്നു കണ്ടതുകൊണ്ട് രാജദൂതന്മാർ അവളെ കൂടുതൽ നിർബന്ധിച്ചില്ല.

കൊട്ടാരത്തിൽ തിരിച്ചെത്തി അവർ നടന്ന കാര്യങ്ങൾ മുഴുവൻ രാജാവിനെ അറിയിച്ചു.

അനയിത്തിന്റെ തീരുമാനമറിഞ്ഞപ്പോൾ രാജാവിനും രാജ്ഞിക്കും സന്തോഷമായി. വച്ചഗാൻ ഇനി അവളെ വിവാഹം ചെയ്യണമെന്നു ശഠിക്കുകയില്ലല്ലോ. പക്ഷേ വച്ചഗാൻ പറഞ്ഞതിതാണ്;

"അനയിത് പറഞ്ഞതു ശരിയാണ്. മറ്റെല്ലാവരേയും പോലെ ഞാനും എന്തെങ്കിലും തൊഴിൽ പഠിച്ചേ തീരൂ."

രാജാവ് പ്രഭുക്കന്മാരുടെ സഭ വിളിച്ചുകൂട്ടി. ഒരു രാജകുമാരന് ഏറ്റവും പറ്റിയ കൈത്തൊഴിൽ കസവുപട്ടു നെയ്യലാണെന്ന് അവർ ഐകകണ്ഠ്യേന തീരുമാനിച്ചു.

ഒരു വിദഗ്ദനായ കരകൗശലക്കാരനെ ഉടൻതന്നെ പേർഷ്യയിൽ നിന്നു വരുത്തി. ഒരു വർഷത്തിനകം വച്ചഗാൻ നെയ്ത്തു പഠിച്ചു. നേർത്ത കസവു നൂൽക്കൊണ്ട് അദ്ദേഹം വിലപിടിച്ച ഒരു കസവുവസ്ത്രം നെയ്ത് വഗിനാക്കിന്റെ കൈവശം അനയിത്തിന് കൊട്ടുയച്ചു.

അതു വാങ്ങിക്കൊണ്ട് അനയിത് പറഞ്ഞു:

"ഒരു ചൊല്ലുള്ളതുപോലെ, വിധിയുടെ പരീക്ഷണങ്ങളെ അദ്ദേഹം നിർഭയം നേരിടും. കാരണം, തൊഴിലറിയാവുന്ന ഒരാളിൽനിന്നും ദാരിദ്ര്യം ഓടിയകലും. രാജകുമാരനെ വിവാഹം ചെയ്യാൻ എനിക്കു സമ്മതമാണെന്ന് അദ്ദേഹത്തോട് പറയൂ. എന്റെ സമ്മാനമായി ഈ കമ്പളം അദ്ദേഹത്തിനു കൊടുക്കൂ."

വിവാഹത്തിനുള്ള ഒരുക്കങ്ങൾ ഉടൻ ആരംഭിച്ചു. വിവാഹാഘോഷങ്ങൾ ഏഴു പകലും ഏഴു രാത്രിയും നീണ്ടുനിന്നു.

IV

പക്ഷേ വിവാഹം കഴിഞ്ഞ് അധികം താമസിയാതെ വച്ചഗാന്റെ വിശ്വസ്തസ്നേഹിതനായ വഗിനാക്ക് അപ്രത്യക്ഷനായി. അവർ വളരെക്കാലം അയാളെ അന്വേഷിച്ചു. അവസാനം അയാളെ കണ്ടെത്തുമെന്ന് എല്ലാ ആശയും വെടിഞ്ഞു. ഇതിനിടയിൽ രാജാവും രാജ്ഞിയും വളരെ വയസ്സായതിനുശേഷം നാടുനീങ്ങുകയും വച്ചഗാൻ രാജാവാകുകയും ചെയ്തു.

ഒരു ദിവസം അനയിത് ഭർത്താവിനോടു പറഞ്ഞു.

"പ്രഭോ, അങ്ങേയ്ക്ക് അങ്ങയുടെ രാജ്യത്തെക്കുറിച്ച് വളരെക്കുറച്ചു കാര്യങ്ങളേ അറിയാവൂ എന്നു ഞാൻ കാണുന്നു. ആളുകൾ അങ്ങയോട് സത്യം മുഴുവൻ പറയുന്നില്ല. എല്ലാം ഭംഗിയായി നടക്കുന്നുവെന്ന് അങ്ങയെ വിശ്വസിപ്പിക്കാൻ അവർ ആഗ്രഹിക്കുന്നു. ഒരുപക്ഷേ മുഴുവനും അങ്ങനെയല്ലെങ്കിലോ?

അങ്ങ് ഇടയ്ക്കിടെ ഒരു യാചകന്റേയോ വ്യാപാരിയുടേയോ വേഷത്തിൽ നാട്ടിലൂടെ സഞ്ചരിക്കുന്നതു കൊള്ളാം."

"നീ പറഞ്ഞത് ശരിയാണ്, അനയിത്." വച്ചഗാൻ പറഞ്ഞു. "നാട്ടുമ്പുറത്ത് വേട്ടയാടാൻ പൊയ്ക്കൊണ്ടിരുന്നപ്പോൾ എനിക്ക് ജനങ്ങളെ ഇന്നത്തേതിലും നന്നായി അറിയാമായിരുന്നു. പക്ഷേ ഞാനിപ്പോൾ എങ്ങനെ പോകും? എന്റെ അഭാവത്തിൽ ആര് രാജ്യം ഭരിക്കും?"

"ഞാൻ ഭരിച്ചുകൊള്ളാം," അനയിത് പറഞ്ഞു."അങ്ങ് ഇവിടെയില്ലെന്ന കാര്യം ആരും അറിയേണ്ട."

"എന്നാൽ അങ്ങനെയാകട്ടെ. ഞാൻ നാളെത്തന്നെ യാത്രതിരിക്കാം. ഇരുപതു ദിവസത്തിനകം മടങ്ങിവന്നില്ലെങ്കിൽ ഞാൻ അപായപ്പെട്ടെന്നോ എനിക്ക് എന്തെങ്കിലും ആപത്തു പിണഞ്ഞെന്നോ ധരിച്ചുകൊള്ളണം."

V

അങ്ങനെ ഒരു സാധാരണകൃഷിക്കാരന്റെ വേഷത്തിൽ രാജാവായ വച്ചഗാന്റെ തന്റെ രാജ്യത്തിലൂടെ അലഞ്ഞുനടന്നു. അദ്ദേഹം പലതും കണ്ടു. പലതും കേട്ടു. കുറെക്കഴിഞ്ഞ് അദ്ദേഹം പെറൊഷ് എന്ന പട്ടണത്തിലെത്തി.

പട്ടണത്തിന്റെ മദ്ധ്യത്തിൽ വലിയൊരു മൈതാനവും കമ്പോളവുമുണ്ട്. ചുറ്റിനും കൈവേലക്കാരുടേയും കച്ചവടക്കാരുടേയും കടകളാണ്.

ഒരു ദിവസം ആ മൈതാനത്തിരിക്കുമ്പോൾ ഒരു കൂട്ടം ആളുകൾ വളരെ പ്രായം ചെന്ന ഒരു വൃദ്ധന്റെ പുറകിൽ നടക്കുന്നത് വച്ചഗാൻ കണ്ടു. വൃദ്ധൻ സാവധാനത്തിലാണ് നടന്നത്. ആളുകൾ അയാളുടെ മുമ്പിലുള്ള വഴി വെടിപ്പാക്കുകയും ചവിട്ടാൻ കാലുകൾക്കടിയിൽ ഇഷ്ടികകൾ വയ്ക്കുകയും ചെയ്തു.

വൃദ്ധൻ ആരാണെന്ന് വച്ചഗാൻ ആ വഴിപോക്കനോടു ചോദിച്ചു.

"നിങ്ങൾക്കറിഞ്ഞുകൂടെന്നോ!" അയാൾ ആശ്ചര്യപ്പെട്ടു. "അദ്ദേഹം പ്രധാനപുരോഹിതനാണ്. ഏതെങ്കിലും പ്രാണിയെ ചവുട്ടിഞ്ഞെരിക്കുമോ എന്ന ഭയന്ന് നിലത്ത് കാൽകുത്തുകയില്ല. അത്രയ്ക്ക് ധർമ്മിഷ്ഠനാണ്. അദ്ദേഹം."

മൈതാനത്ത് ഒരു കമ്പളം വിരിക്കുകയും പ്രധാനപുരോഹിതൻ അതിൽ മുട്ടുകുത്തി നിന്ന് വിശ്രമിക്കുകയും ചെയ്തു. വൃദ്ധൻ പറയുന്നതു കേൾക്കാനായി വച്ചഗാൻ ആൾക്കൂട്ടത്തിനിടയിലൂടെ തിക്കിത്തള്ളി അയാളുടെ അടുത്തേക്കു ചെന്നു. സൂക്ഷ്മദൃഷ്ടിയുള്ള പ്രധാനപുരോഹിതൻ വച്ചഗാനെ കണ്ടയുടനെ ആൾ അന്നാട്ടുകാരനല്ലെന്നു മനസ്സിലാക്കി.

"നിങ്ങൾ ആരാണ്? ജീവിതം പോക്കാൻ എന്തു ചെയ്യുന്നു?" അയാൾ ചോദിച്ചു.

"ഞാൻ വളരെ ദൂരെനിന്നു വരുന്ന ഒരു പണിക്കാരനാണ്." വച്ചഗാൻ പറഞ്ഞു. "പണിയന്വേഷിച്ച് പട്ടണത്തിൽ വന്നതാണ്."

"കൊള്ളാം, എന്റെ കൂടെ വരൂ. ഞാൻ നിങ്ങൾക്കു പണി തരാം. നല്ല പ്രതിഫലവും തരാം."

വച്ചഗാൻ സമ്മതത്തോടെ തലയാട്ടി. പ്രധാനപുരോഹിതൻ തന്റെ സഹായികളോട് എന്തോ മന്ത്രിച്ചു. അവരും പുരോഹിതന്മാരായിരുന്നു. അവർ ഉടനെ പല വഴിക്കു പോയി.

കുറെക്കഴിഞ്ഞ് പലതരം സാമാനങ്ങൾ ചുമട്ടുകാരെക്കൊണ്ട് എടുപ്പിച്ചുകൊണ്ട് അവർ മടങ്ങിവന്നു. പ്രധാനപുരോഹിതൻ എഴുന്നേറ്റ് മൈതാനത്തു നിന്നിറങ്ങി. വച്ചഗാൻ നിശ്ശബ്ദം അയാളെ അനുഗമിച്ചു.

അവർ അങ്ങനെ നടന്ന് പട്ടണവാതുക്കൽ എത്തി.

അവിടെവച്ച് പ്രധാനപുരോഹിതൻ ജനങ്ങളെ അനുഗ്രഹിച്ചു. അവർ താമസിയാതെ പിരിഞ്ഞുപോയി. പുരോഹിതന്മാരും ചുമട്ടുകാരും വച്ചഗാനും മാത്രം അവശേഷിച്ചു.

പട്ടണം വിട്ട് കുറെ ചെന്നപ്പോൾ അവർ ഉയരം കൂടിയ ഒരു മതിലിനടുത്തെത്തി. അതിൽ ഒരു പടിവാതിലുണ്ടായിരുന്നു. പ്രധാനപുരോഹിതൻ വലിയൊരു താക്കോലെടുത്ത് പടിവാതിൽ തുറന്നു.

അകത്ത് വലിയൊരു അങ്കണമാണ്. ചുറ്റും അറകളോടുകൂടിയ ഒരു ദേവാലയം അതിന്റെ മദ്ധ്യത്തിൽ ഉയർന്നുനിൽക്കുന്നു. ചുമട്ടുകാർ

ച്ചുമടുകൾ ഇറക്കിവച്ചു. പ്രധാനപുരോഹിതൻ അവരേയും വച്ചഗാനേയും ദേവാലയത്തിന്റെ മറുവശത്തേക്ക് കൂട്ടിക്കൊണ്ടുപോയി. ഒരു ഇരുമ്പുവാതിൽ തുറന്നിട്ട് അയാൾ പറഞ്ഞു.

"അകത്തു പോകിൻ, നിങ്ങൾക്ക് അവിടെ ജോലി തരും"

സ്തബ്ധരായ അവർ നിശ്ശബ്ദം അകത്തു കയറി. ഭൂമിക്കടിയിലുള്ള ഒരു ഇരുട്ടറയായിരുന്നു അത്. പ്രധാനപുരോഹിതൻ അവരുടെ പിന്നിൽ വാതിലടച്ചു പൂട്ടി. തിരിച്ചുപോകാൻ മാർഗ്ഗമില്ലെന്നു മനസ്സിലാക്കിക്കൊണ്ട് അവർ മുന്നോട്ടു നടന്നു.

VI

അവർ വളരെ നേരം അങ്ങനെ നടന്നു. പെട്ടന്ന് ദൂരെ ഒരു അരണ്ട വെളിച്ചം കണ്ടു. അതിനെ ലക്ഷ്യമാക്കി നടന്ന് കുറെ ചെന്നപ്പോൾ അവർ കല്ലുകൊണ്ടുള്ള ഒരു ഗുഹയിലെത്തി. ഞരക്കങ്ങളും നിലവിളികളും അതിനകത്തുനിന്നു കേൾക്കാമായിരുന്നു. കൂടുതൽ കേൾക്കാനായി ചെവിയോർത്തുകൊണ്ട് അവർ അത്ഭുതത്തോടെ ചുറ്റും നോക്കി. ആ സമയത്ത് ഇരുട്ടിൽ നിഴൽപോലൊരു രൂപം പ്രത്യക്ഷപ്പെട്ടു. അടുത്തടുത്തു വന്നപ്പോൾ അതിനു ക്രമേണ ഒരു ആകൃതിയുണ്ടായി. വച്ചഗാൻ അതിന്റെനേരെ ചെന്നു.

"നീ ആരാണ്? മനുഷ്യനോ പിശാചോ?" അദ്ദേഹം ഉച്ചത്തിൽ വിളിച്ചുചോദിച്ചു. "മനുഷ്യനാണെങ്കിൽ, ഞങ്ങൾ ഇപ്പോൾ എവിടെയാണെന്നു പറയൂ."

ആ പ്രേതരൂപം കുറേക്കൂടി അടുത്തു വന്ന് അവരുടെ മുമ്പിൽ വിറച്ചുകൊണ്ടുനിന്നു. അതൊരു മനുഷ്യനായിരുന്നു. പക്ഷേ ഇത്ര ശോചനീയനായ ഒരു മനുഷ്യനെ സങ്കല്പിക്കാൻ സാദ്ധ്യമല്ല. കുഴിഞ്ഞ കണ്ണുകളോടും ഉന്തിയ കവിളെല്ലുകളോടും കൂടിയ അയാളുടെ മുഖം ഒരു പ്രേതത്തിന്റേതുപോലെ ഇരുന്നിരുന്നു. ദേഹത്തിലെ എല്ലുകൾ മുഴുവൻ പുറത്തു കാണാം. തേങ്ങിക്കൊണ്ട് അയാൾ വിക്കിവിക്കി പറഞ്ഞു:

"എന്റെകൂടെ വരൂ. ഞാൻ എല്ലാം കാണിച്ചുതരാം."

അവർ അയാളുടെ പിറകെ ഒരു ഇടുങ്ങിയ ഇടനാഴിയിലൂടെ നടന്ന് രണ്ടാമത്തെ ഗുഹയിലെത്തി. നഗ്നരായ അനേകം പേർ അവിടെക്കിടന്ന് മരണവെപ്രാളത്തോടെ പിടയ്ക്കുന്നുണ്ട്. മൂന്നാമത്തെ ഗുഹയിൽ കുറ്റൻ കുട്ടകങ്ങളിൽ ഭക്ഷണം പാകം ചെയ്യുകയാണെന്നു തോന്നി.

വച്ചഗാൻ അവയിൽ ഒന്നിന്റെ നേരെ കുനിഞ്ഞു നോക്കി. ഉടൻ ഭയന്നു പുറകോട്ടു മാറി. താൻ കണ്ടതിനെപ്പറ്റി മറ്റാരോടും ഒരക്ഷരവും മിണ്ടിയില്ല. പിന്നീടവർ മറ്റൊരു ഇടനാഴിയിലെത്തി. അവിടെ അരണ്ട വെളിച്ചത്തിൽ മൃതപ്രായരായ നൂറുകണക്കിനാളുകൾ പണിയെടുക്കുകയാണ്. ചിലർ ചിത്രവേല ചെയ്യുന്നു. ചിലർ തുന്നുന്നു. മറ്റു ചിലർ നെയ്യുന്നു.

പ്രേതം പോലെ തോന്നിച്ച മനുഷ്യൻ പറഞ്ഞു:

"നിങ്ങളെ സൂത്രത്തിൽ ഈ ഇരുട്ടറയിൽ അകപ്പെടുത്തിയ ആ ദുഷ്ടനായ പുരോഹിതൻ ഞങ്ങളേയും അതേപോലെ കുരുക്കിൽപ്പെടുത്തി. ഞാനിവിടെ എത്ര വർഷമായി കഴിയുന്നുവെന്ന് എനിക്കറിഞ്ഞുകൂടാ. കാരണം ഇവിടെ പകലും രാത്രിയുമില്ല, ഈ അവസാനിക്കാത്ത സന്ധ്യ മാത്രമേയുള്ളൂ. എന്നോടൊപ്പം ഇവിടെ വന്ന് സകലരും മരിച്ചുവെന്നുമാത്രം എനിക്കറിയാം. തൊഴിലറിയാവുന്നവരേയും അറിഞ്ഞുകൂടാത്തവരേയും പുരോഹിതർ ഇതിനകത്തേക്ക് വശീകരിച്ചു കൊണ്ടു വരുന്നു. ആദ്യത്തെ കൂട്ടരെ അവർ പണിയെടുപ്പിച്ചു കൊല്ലുന്നു. മറ്റുള്ളവരെ കൊണ്ടുപോയി കശാപ്പുചെയ്ത് നിങ്ങളിപ്പോൾ കണ്ട ആ ഭയങ്കരകുട്ടകളിലിട്ടു വേവിക്കുന്നു. ആ പിശാചായ പ്രധാന പുരോഹിതൻ ഒറ്റയ്ക്കല്ല. മറ്റെല്ലാ പുരോഹിതരും അയാളുടെ തുണയ്ക്കുണ്ട്."

തന്നോടു സംസാരിക്കുന്നയാളെ സൂക്ഷിച്ചുനോക്കിയപ്പോൾ അതു തന്റെ വിശ്വസ്തസേവകനായ വഗിനാക്കല്ലാതെ മറ്റാരുമല്ലെന്ന് വച്ചഗാനു മനസ്സിലായി. പക്ഷേ തങ്ങളുടെ പുനസ്സമാഗമത്തിന്റെ ആഹ്ലാദം വഗിനാക്കിനെ ജീവിതത്തോടു ബന്ധിച്ചിട്ടുള്ള നേരിയ ഇഴ പൊട്ടിച്ചുകളഞ്ഞാലോ എന്നു ഭയന്ന് അദ്ദേഹം ഒന്നും പറഞ്ഞില്ല.

VII

വഗിനാക്ക് പൊയ്ക്കഴിഞ്ഞ് വച്ചഗാൻ തന്റെ കൂടെയുള്ളവരോട് അവരാരൊക്കെയാണെന്നും അവർക്ക് എന്തെല്ലാം ജോലി അറിയാമെന്നും ചോദിച്ചു. ഒരാൾ ഒരു തയ്യൽക്കാരനാണെന്നു പറഞ്ഞു. മറ്റൊരാൾ നെയ്ത്തുകാരനാണെന്നു പറഞ്ഞു. മറ്റുള്ളവർക്ക് തൊഴിലൊന്നും അറിഞ്ഞുകൂടാ. എങ്കിലും അവർ തന്റെ സഹായികളാണെന്നു പറയാൻ തീരുമാനിച്ചു.

താമസിയാതെ അവർ കാൽപ്പെരുമാറ്റം കേട്ടു. ഒരു

സായുധസംഘവുമായി ഒരു പുരോഹിതൻ അവരുടെ മുമ്പിൽ പ്രത്യക്ഷപ്പെട്ടു. ദുഷ്ടതയും ക്രൗര്യവും ആ പുരോഹിതന്റെ മുഖത്ത് എഴുതിവച്ചിരുന്നു.

“നിങ്ങളാണോ പുതുതായി വന്നവർ?” പുരോഹിതൻ ചോദിച്ചു.

“അല്ലയോ ദയാപരനായ പുരോഹിതാ, അങ്ങയുടെ ഭൃത്യന്മാരായ ഞങ്ങളാണ് പുതുതായി വന്നവർ.” വച്ചഗാൻ പറഞ്ഞു.

“നിങ്ങളിലാർക്കെല്ലാം തൊഴിലറിയാം?”

“എല്ലാവർക്കും!” വച്ചഗാൻ പറഞ്ഞു. “പൊന്നിനേക്കാൾ നൂറുമടങ്ങ് വിലപിടിപ്പുള്ള കസവുപട്ടു നെയ്യാൻ ഞങ്ങൾക്കറിയാം.”

“വാസ്തവമോ?”

“ആണോയെന്ന് അങ്ങേയ്ക്കുതന്നെ മനസ്സിലാക്കാൻ കഴിയും.”

“ശരി, ഞാൻ മനസ്സിലാക്കിക്കൊള്ളാം. നിങ്ങൾക്ക് എന്തെല്ലാം പണിയായുധങ്ങളും സാമഗ്രികളും ആവശ്യമുണ്ടെന്നു പറയണം. എന്നിട്ട് പൊതു പണിശാലയിൽ പണി തുടങ്ങണം.”

“ഞങ്ങൾക്ക് അവിടെയിരുന്നു പണിയെടുക്കാൻ സാധിക്കുകയില്ല. ഞങ്ങൾ ഇവിടെയിരുന്ന് പണിയെടുത്തോളാം. ഞങ്ങളുടെ ഭക്ഷണത്തിന്റെ കാര്യം. ഞങ്ങളാരും മാംസം കഴിക്കുകയില്ലെന്നു മനസ്സിലാക്കണം. ഞങ്ങളെ അത് നിർബന്ധിച്ചു തീറ്റുകയാണെങ്കിൽ ഞങ്ങൾ മരിച്ചുപോകാനിടയുണ്ട്.”

“ശരി,” പുരോഹിതൻ പറഞ്ഞു. “നിങ്ങൾക്ക് റൊട്ടിയും പഴങ്ങളും തരും. പക്ഷേ നിങ്ങൾ എന്നെ പറഞ്ഞു ധരിപ്പിച്ചിരിക്കുന്നത്ര വില പിടിച്ചതല്ല നിങ്ങളുടെ പണി എന്നു തെളിഞ്ഞാൽ ഞാൻ നിങ്ങളെ കശാപ്പുശാലയിലയക്കും. മരിക്കുന്നതിനുമുമ്പ് നിങ്ങളെ ഭേദ്യം ചെയ്യും.”

പുരോഹിതൻ കുറെ പഴങ്ങളും റൊട്ടിയും അവർക്കു കൊടുത്തയച്ചു. അവരത് വഗിനാക്കും മറ്റു പലരുമായി പങ്കിട്ടു. വച്ചഗാൻ പണി തുടങ്ങി. അദ്ദേഹം വളരെ വേഗം അതിമനോഹരമായ ഒരു കസവുവസ്ത്രം നെയ്തെടുത്തു. താൻ അകപ്പെട്ട ഭയങ്കര ഇരുട്ടറയിലെ എല്ലാ ഭീകരതകളേയും വിവരിച്ചുകൊണ്ടുള്ള ഒരു സന്ദേശം അതിൽ തുന്നിച്ചേർത്തു. പക്ഷേ വളരെക്കുറച്ചുപേർക്കു മാത്രമേ അതു വായിക്കാൻ കഴിയുമായിരുന്നുള്ളൂ.

വച്ചഗാന്റെ കരകൗശലത്തിൽ പുരോഹിതൻ സന്തുഷ്ടനായി.

വച്ചഗാൻ പറഞ്ഞു:

"ഞങ്ങൾ നെയ്യുന്ന കസവുപട്ട് പൊന്നിനേക്കാൾ നൂറുമടങ്ങ് വിലപിടിച്ചതാണെന്ന ഞാൻ അങ്ങയോടു നേരത്തെ പറഞ്ഞില്ലെ. വാസ്തവത്തിൽ അതിന്റെയും ഇരട്ടി വിലയുണ്ട് ഇതിന്. കാരണം, ചിലരക്ഷകൾ ഇതിൽ തുന്നിച്ചേർത്തിട്ടുണ്ട്. നിർഭാഗ്യവശാൽ സാധാരണക്കാർക്ക് അവയുടെ വില അറിഞ്ഞുകൂടാ. സർവ്വജ്ഞയായ അനയിത് രാജ്ഞിക്കു മാത്രമേ അവയുടെ അർത്ഥം മനസ്സിലാകൂ"

ആർത്തിപൂണ്ട് പുരോഹിതൻ ഇതു കേട്ട് അത്ഭുതപ്പെട്ടു. കസവു വസ്ത്രം വിൽക്കാനും അതിന്റെ ആദായം മുഴുവൻ സ്വന്തമാക്കാനും അയാൾ തീരുമാനിച്ചു. അതുകൊണ്ട് പ്രധാനപുരോഹിതനെ കസവു വസ്ത്രം കാണിക്കുകയോ അയാളോട് അതേപ്പറ്റി ഒരക്ഷരം മിണ്ടുകയോ ചെയ്യാതെ അയാൾ അതുമെടുത്ത് വച്ചഗാന്റെ കൊട്ടാരത്തിലേക്കു പുറപ്പെട്ടു.

VIII

അനയിത് രാജ്യഭാരം ഭംഗിയായി നടത്തി. എല്ലാവരും സംതൃപ്തരായിരുന്നു. രാജാവ് സ്ഥലത്തില്ലെന്ന കാര്യം ആരും സംശയിച്ചില്ല. എന്നാൽ രാജ്ഞിക്ക് ഉൽകണ്ഠയായി. മടങ്ങിവരേണ്ട സമയം കഴിഞ്ഞ് പത്തുദിവസമായിട്ടും വച്ചഗാനെ കണ്ടില്ല. രാത്രി അനയിത് ദുസ്വപ്നങ്ങൾ കണ്ടു. പകൽ സമയത്ത് വിചിത്രഭ്രമതദർശനങ്ങളുണ്ടായി. വച്ചഗാന്റെ പട്ടി സങ്ങി നിർത്താതെ കരയുകയും മോങ്ങുകയും ചെയ്തു കൊണ്ടിരുന്നു. അദ്ദേഹത്തിന്റെ കുതിര, തീറ്റി തിന്നാതെ, തള്ളയെ നഷ്ടപ്പെട്ട കുതിരക്കുട്ടിയെപ്പോലെ ദയനീയമായി ചിനച്ചുകൊണ്ടിരുന്നു. കോഴിക്കുഞ്ഞുങ്ങൾ പൂവൻകോഴികളെപ്പോലെ കരഞ്ഞു. പൂവൻകോഴികൾ വാൻകോഴികളെപ്പോലെ നീട്ടിക്കൂവി. ആറ്റിലെ വെള്ളം ഇരമ്പുകയോ പതഞ്ഞുതെറിക്കുകയോ ചെയ്യാതെ പതിഞ്ഞ ശബ്ദത്തിൽ ഓളം തല്ലിക്കൊണ്ടിരുന്നു. പ്രകൃത്യാ നിർഭയയായിരുന്ന അനയിത്തിനു ഭീതി തോന്നി. സ്വന്തം നിഴൽപോലും അവളെ ഭയപ്പെടുത്തി.

ഒരു സുപ്രഭാതത്തിൽ വിലപിടിച്ച ചരക്കുകളുമായി ഒരു വ്യാപാരി വന്നിട്ടുള്ള വന്നിട്ടുള്ള വിവരം അവളറിഞ്ഞു.

അയാളെ വിളിച്ചുകൊണ്ടുവരാൻ അനയിത് കല്പിച്ചു.

ഹാജരായ മനുഷ്യന്റെ മുഖം ഭയങ്കരമായിരുന്നു. അയാൾ രാജ്ഞിയെ വന്ദിച്ചശേഷം കസവുവസ്ത്രം വച്ച ഒരു വെള്ളിത്തട്ടം അവളുടെ നേരെ നീട്ടി. അനയിത് അതിന്റെ നേരെ നോക്കിയെങ്കിലും അതിലെ ചിത്രവേലകൾ ശ്രദ്ധിച്ചില്ല.

"ഈ കസവുവസ്ത്രത്തിന് എന്താണു വില?" അവൾ ചോദിച്ചു.

"മഹാറാണി തിരുമനസ്സേ, കരകൗശലവും സാമഗ്രിയും മാത്രം കണക്കിലെടുത്താൻത്തന്നെ ഇത് സ്വർണ്ണത്തേക്കാൾ മുന്നൂറു മടങ്ങ് വിലപിടിച്ചതാണ്. ഇത് ഇവിടെ കൊണ്ടുവരാനുള്ള എന്റെ അദ്ധ്വാനത്തിന്റേയും ഉത്സാഹത്തിന്റേയും വില അവിടുന്നുതന്നെ തീരുമാനിച്ചാൽ മതി."

"എന്തുകൊണ്ടാണ് ഇത് ഇത്രയേറെ വിലപ്പെട്ടത്?"

"കരുണാധിനിയായ തിരുമനസ്സേ, വിലമതിക്കാനാവാത്ത ഒരു ശക്തി ഇതിനുണ്ട്. ഇതിലെ ചിത്രവേല നോക്കൂ. ഇതു വെറും രൂപങ്ങളല്ല, രക്ഷകളാണ്. ഈ കസവുവസ്ത്രം ധരിക്കുന്നയാൾ വിഷാദമോ ദുഃഖമോ അറിയുകയില്ല."

"വാസ്തവമോ?" അനിയത് ചോദിച്ചു. അവൾ കസവുവസ്ത്രം നിവർത്തി. അവൾ അതിൽ കണ്ടത്. രക്ഷകളല്ല. വളരെ കൗശലമായി തുന്നിച്ചേർത്ത അക്ഷരങ്ങളാണ്. അനയിത് നിശ്ശബ്ദം വായിച്ചു.

"എന്റെ നിരുപമയായ അനയിത്, ശരിക്കുമൊരു നകരത്തിൽ ഞാൻ തടവുകാരനായി കഴിയുകയാണ്. അതിന്റെ ദുഷ്ടരായ സൂക്ഷിപ്പുകാരിലൊരാളാണ് ഈ കസവു വസ്ത്രം കൊണ്ടുവന്നയാൾ. വഗിനാക്ക് എന്റെ കൂടെയുണ്ട്. പെറോഷിന്റെ കിഴക്കുഭാഗത്ത് ഉയർന്ന മതിലുകൾ ചുറ്റപ്പെട്ട ഒരു ദേവാലയത്തിന്റെ ഇരുട്ടറകളിൽ ഞങ്ങളെ അന്വേഷിക്കുക, നിന്റെ സഹായമില്ലാതെ ഞങ്ങൾ മരിച്ചുപോകും. വച്ചഗാൻ."

ഉൾക്കിടിലത്തോടെ അനയിത്, ചിത്രവേലയുടെ ഭംഗി ആസ്വദിക്കുകയാണെന്ന നാട്യത്തിൽ, ആ സന്ദേശം രണ്ടാമതും മൂന്നാമതും വായിച്ചു.

"നിങ്ങൾ പറഞ്ഞത് ശരിയാണ്." അവൾ പറഞ്ഞു. "ഈ രൂപങ്ങൾക്ക് മനസ്സിനെ ഉന്മേഷമാക്കാനുള്ള ശക്തിയുണ്ട്. ഇന്നു രാവിലെപ്പോലും ഞാൻ വിഷാദം പൂണ്ട് ഇരിക്കുകയായിരുന്നു. ഇപ്പോഴാകട്ടെ എനിക്ക് ഹൃദയലാഘവത്വവും ഉല്ലാസവും തോന്നുന്നു. നിങ്ങളുടെ

കസവുവസ്ത്രം വാസ്തവത്തിൽ വിലമതിക്കാനാവാത്തതാണ്. അതിനുവേണ്ടി എന്റെ രാജ്യത്തിന്റെ പകുതി കൈവെടിയുന്നതിൽപോലും എനിക്കു ഖേദമില്ല. പക്ഷേ ഒരു കലാശില്പവും അതിന്റെ നിർമ്മാതാവിനേക്കാൾ മഹത്തരമല്ലെന്നു നിങ്ങൾ മനസ്സിലാക്കണം.

'മഹാറാണി തിരുമനസ്സേ, ദൈവം അവിടുത്തേക്ക് ദീർഘായുസ്സ് നൽകട്ടെ. അവിടുന്നു പറഞ്ഞത് നേരാണ്."

"അങ്ങനെയാണെങ്കിൽ ഈ കസവു വസ്ത്രം നെയ്ത്തയാളിനെ നിങ്ങൾ എന്റെ മുമ്പിൽ കൊണ്ടുവരണം. നിങ്ങളോടൊപ്പം അയാൾക്കും തക്കതായ പ്രതിഫലം നൽകാൻ ഞാനാഗ്രഹിക്കുന്നു."

"ദയാപരയായയ മഹാറാണിതിരുമനസ്സേ." ആർത്തിപൂണ്ട പുരോഹിതൻ പറഞ്ഞു. "അയാളാരെന്ന് എനിക്കറിഞ്ഞുകൂടാ. ഞാൻ ഈ കസവുവസ്ത്രം ഇന്ത്യയിൽവച്ച് ഒരു ജൂതനിൽനിന്നു വാങ്ങിയതാണ്. അയാളതു വാങ്ങിയത് ഒരു അറബിയിൽനിന്നാണ്. ആ അറബിക്ക് അത് എവിടന്നു കിട്ടിയെന്ന് ആർക്കറിയാം!"

"പക്ഷേ പണിക്കും സാമഗ്രികൾക്കുമായി വളരെയേറെ പണച്ചെലവുണ്ടെന്ന് നിങ്ങൾതന്നെയല്ലേ എന്നോട് കുറച്ചു മുമ്പു പറഞ്ഞത്. അതിനർഥം നിങ്ങൾ ഈ കസവുവസ്ത്രം വാങ്ങിയതല്ല പറഞ്ഞുചെയ്യിച്ചു എന്നാണ്."

"ദയാപരമായ മഹാറാണിതിരുമനസ്സേ, ഇന്ത്യയിൽവച്ച് എന്നോടു പറഞ്ഞത് അങ്ങനെയാണ്, ഞാൻ..."

"വായ് മൂട്!" അനയിത് ക്രോധത്തോടെ വിളിച്ചുപറഞ്ഞു. "നിങ്ങളാരാണെന്ന് എനിക്കറിയാം. ആരവിടെ? ഇയാളെ പിടിച്ച് ഇരുട്ടറയിലെറിയിൻ!"

IX

തന്റെ ആജ്ഞ നിറവേറ്റിക്കഴിഞ്ഞപ്പോൾ പെരുമ്പറ മുഴക്കി ആപൽ സൂചന നൽകാൻ അനയിത് കല്പനകൊടുത്തു. ഉൽകണ്ഠയോടെ പരസ്പരം മന്ത്രിച്ചുകൊണ്ട് നഗരവാസികൾ കൊട്ടാരത്തിനു മുമ്പിൽ തടിച്ചുകൂടി. സംഭവിച്ചതെന്താണെന്ന് ആർക്കും അറിഞ്ഞുകൂടായിരുന്നു.

അടിമുടി ആയുധമണിഞ്ഞുകൊണ്ട് അനയിത് ബാൽക്കണിയിലേക്കു ഇറങ്ങിവന്നു.

"നഗരവാസികളേ, ഞാൻ പറയുന്നതു കേൾക്കൂ." അവൾ പറഞ്ഞു. "നിങ്ങളുടെ രാജാവിന്റെ ജീവൻ അപകടത്തിലാണ്. അദ്ദേഹത്തെ സ്നേഹിക്കുകയും അദ്ദേഹത്തിന്റെ ജീവനെ വിലമതിക്കുകയും ചെയ്യുന്നവരെല്ലാം എന്റെ പിന്നാലെ വരൂ! ഉച്ചയ്ക്കുമുമ്പ് നമുക്ക് പെറോഷിലെത്തണം."

ഒരു മണിക്കൂറിനുള്ളിൽ എല്ലാവരും ആയുധം ധരിച്ചു. അനയിത് നല്ല ചുറുചുറുക്കുള്ള ഒരു കുതിരയുടെ പുറത്തു കയറി. "മുന്നോട്ട്! എന്റെ പിന്നാലെ വരിൻ!" എന്നു വിളിച്ചു പറഞ്ഞുകൊണ്ട് പെറോഷിന്റെ നേരെ കുതിരയെ കുതിച്ചോടിച്ചു. വഴിക്കെങ്ങും അവൾ നിന്നില്ല. പെറോഷിലെ പ്രധാന മൈതാനത്തെത്തിയപ്പോൾമാത്രമാണ് അവൾ ആവി പറക്കുന്ന കുതിരയുടെ കടിഞ്ഞാൺ വലിച്ചത്. ആകാശത്തുനിന്ന് ഇറങ്ങിവന്ന ഒരു ദേവതയാണെന്നു കരുതി പെറോഷിലെ ജനങ്ങൾ അവളുടെ മുമ്പിൽ സാഷ്ടാംഗം സമസ്കരിച്ചു.

"ഈ പട്ടണത്തിന്റെ തലവൻ എവിടെ?" അനയിത് ആധികാരികസ്വരത്തിൽ ചോദിച്ചു.

"തിരുമനസ്സേ, അവിടുത്തെ ദാസനായ ഞാനാണ് തലവൻ," ഗവർണ്ണർ മുന്നോട്ടു നീങ്ങിനിന്നുകൊണ്ടു പറഞ്ഞു.

"നിങ്ങൾക്കു തീരെ ശ്രദ്ധയില്ല. നിങ്ങളുടെ ദേവാലയത്തിൽ നടക്കുന്നതെന്താണെന്ന് നിങ്ങൾക്കറിഞ്ഞുകൂടാ."

"തിരുമനസ്സേ, എനിക്കു സത്യത്തിൽ അറിഞ്ഞുകൂടാ." അയാൾ വന്ദിച്ചുകൊണ്ടു പറഞ്ഞു.

"ദേവാലയം എവിടെയാണെന്നെങ്കിലും അറിയുമോ?"

"തിരുമനസ്സേ, അവിടുന്ന് നേരമ്പോക്കു പറയുകയാണ്. എനിക്കു തീർച്ചയായും അറിയാം."

"എന്നാൽ എന്നെ അങ്ങോട്ടു കൊണ്ടുപോകൂ."

പട്ടണത്തലവൻ അനയിത്തിനെ ദേവാലയത്തിലേക്കു കൂട്ടിക്കൊണ്ടുപോയി. നഗരവാസികൾ കൂട്ടത്തോടെ അവരെ പിന്തുടർന്നു.

തീർത്ഥാടകർ വന്നിരിക്കുകയാണെന്നു കരുതി പുരോഹിതന്മാർ പുറത്തെ ഇരുമ്പു വാതിൽ തുറന്നു. അനയിത് തൽക്ഷണം തന്നെ അകത്തെ അങ്കണത്തിലേക്ക് കുതിരയോടിച്ചു കയറി ദേവാലയത്തിന്റെ അല്ലാ വാതിലുകളും തുറക്കാൻ ആജ്ഞാപിച്ചു. നടന്നതെന്താണാണെന്ന് അപ്പോൾ മാത്രമാണ് പുരോഹിതന്മാർക്ക് മനസ്സിലായത്.

പ്രധാനപുരോഹിതൻ കുതിരപ്പുറത്തിരിക്കുന്ന രാജ്ഞിയുടെനേരെ പാഞ്ഞടുത്തു. പക്ഷേ അനയിത്തിന്റെ സമർത്ഥനായ കുതിര അയാളെ കുളമ്പുകൾകൊണ്ട് ചവട്ടിക്കൊന്നു.

അപ്പോഴേക്കും അനയിത്തിന്റെ പോരാളികളെത്തി വേഗം തന്നെ ശേഷമുള്ള പുരോഹിതന്മാരുടെ കഥ കഴിച്ചു. ആളുകൾ ഭയത്തോടും അമ്പരപ്പോടും നോക്കിനിന്നു.

"അടുത്തു വരിൻ!" അനയിത് വിളിച്ചു പറഞ്ഞു. "നിങ്ങളുടെ ദേവന്മാരുടെ പവിത്രസന്നിധിയിൽ എന്താണ് ഒളിച്ചുവച്ചിരിക്കുന്നതെന്നു നോക്കിൻ!"

ദേവാലയത്തിന്റെ കതകുകൾ വേഗം തല്ലിപ്പൊളിച്ചു തുറന്നു. ഒരു ഭയങ്കര കാഴ്ചയാണ് ജനങ്ങളുടെ കണ്ണിൽ പെട്ടത്.

പ്രേതങ്ങളെപ്പോലെ തോന്നിച്ച മനുഷ്യർ ഇരുട്ടറകളിൽനിന്ന് ഇഴഞ്ഞിറങ്ങിവരാൻ തുടങ്ങി. ചിലർ മരണത്തിന്റെ വക്കത്തെത്തിയിരുന്നു. അവർക്ക് എഴുന്നേറ്റുനിൽക്കാൻ ശേഷിയില്ലായിരുന്നു. പകൽ വെളിച്ചം തട്ടി കണ്ണു കാണാൻ വയ്യാതെ മറ്റു ചിലർ കാലൊടിഞ്ഞ ഉറുമ്പുകളെപ്പോലെ വേച്ചു വേച്ചു നടന്നു. അവസാനം ഇറങ്ങിവന്നത് വച്ചഗാനും വഗിനാക്കുമാണ്. ശക്തിയായ വെളിച്ചം തങ്ങളെ അന്ധരാക്കുമോ എന്നു ഭയന്നു കണ്ണടച്ചുകൊണ്ടാണ് അവർ നടന്നത്.

പോരാളികൾ ഇരുട്ടറകളിലേക്കു പാഞ്ഞുകയറി മൃതശരീരങ്ങളും ദണ്ഡനായുധങ്ങളും പുറത്തെടുത്തു. ലജ്ജിതരായ നഗരവാസികൾ അവരെ സഹായിച്ചു.

വച്ചഗാനും വഗിനാക്കും ഒരു കൂടാരത്തിൽ അനയിത്തിനെ കാത്തിരിക്കുകയായിരുന്നു. അവൾ അങ്ങോട്ടു ചെന്നു. ആ കൂടാരം അവർക്കു വേണ്ടി ധ്രുതിയിൽ ഒരുക്കിയതാണ്. ആ ദമ്പതികൾ അടുത്തിരുന്ന് ദീർഘനേരം പരസ്പരം നോക്കി. വഗിനാക്ക് കരഞ്ഞുകൊണ്ട് അനയിത്തിന്റെ കയ്യിൽ ചുണ്ടമർത്തി.

"നിരുപമയായ മഹാറാണിതിരുമനസ്സേ, ഇന്ന് അവിടുന്നാണ് ഞങ്ങളുടെ ജീവൻ രക്ഷിച്ചത്!" അയാൾ പറഞ്ഞു.

"അങ്ങനെയല്ല, വഗിനാക്ക്," വച്ചഗൻ അയാളോടു പറഞ്ഞു. "വളരെക്കാലം മുമ്പ് നിന്റെ രാജാവിന്റെ മകന് തൊഴിലറിയാമോ എന്ന് അനയിത് ചോദിച്ചില്ലേ. അന്നാണ് അവൾ നമ്മെ രക്ഷിച്ചത്. നീ ആ ചോദ്യം കേട്ട് ചിരിച്ചത് ഓർമ്മിക്കുന്നില്ലേ?"

X

വച്ചഗാൻ രാജാവിന്റെ വീരപരാക്രമത്തെക്കുറിച്ചുള്ള വാർത്ത എല്ലാ നഗരങ്ങളിലും ഗ്രാമങ്ങളിലും പരന്നു. അന്യനാട്ടുകളിൽപോലും ആ വാർത്ത എത്തി. എല്ലാവരും വച്ചഗാനേയും അനയിത്തിനേയും പ്രശംസിച്ചു. ഗായകകവികൾ അവരെക്കുറിച്ചു പാട്ടുകളുണ്ടാക്കി. കഷ്ടം! ആ പാട്ടുകൾ നഷ്ടപ്പെട്ടിരിക്കുന്നു. എങ്കിലും വച്ചഗാന്റേയും അനയിത്തീന്റേയും കഥ ഭാഗ്യവശാൽ ശേഷിച്ചിട്ടുണ്ട്.

സിംഹവും മുയലും

ഒരു ജോർജ്ജിയൻ നാടോടിക്കഥ

ഒരു കാട്ടിൽ പല മൃഗങ്ങളും ഒന്നിച്ചുകൂടുക പതിവായിരുന്നു. പക്ഷേ ഓരോ തവണയും സിംഹം വന്ന് അവരിൽ ആരുടെയെങ്കിലും മീതെ ചാടിവീണ് അവനെ അവിടെവച്ചുതന്നെ അകത്താക്കും. അതുകാരണം ആ ദുഃഖിതരായ മൃഗങ്ങൾ സദാ ഭയപ്പെട്ടു കഴിഞ്ഞു.

ഒരു ദിവസം അവരെല്ലാവരും പതിവുപോലെ കാട്ടിൽ ഒന്നിച്ചുകൂടി. തങ്ങളെ സദാ അലട്ടുന്ന ഭീതിയിൽനിന്നും എങ്ങനെ വിടുതിനേടാമെന്നതിനെപ്പറ്റി അവർ ചർച്ച തുടങ്ങി. അവർ ഒന്നിച്ചുകൂടിയാലോചിക്കുകയും പല വഴികളേയും പറ്റി വളരെനേരം ചർച്ച ചെയ്യുകയും ചെയ്തു. അവസാനം സിംഹത്തിന് ആജീവനാന്തം കപ്പംകൊടുക്കാനും അവർതന്നെ അത്സിംഹത്തെ ഏല്പിക്കാനും പകരമായി തങ്ങളെ സദാ അലട്ടുന്ന ആപൽഭയത്തിൽനിന്നു തങ്ങൾക്കു വിടുതി നൽകണമെന്ന് അപേക്ഷിക്കാനും അവർ തീരുമാനിച്ചു. ഇങ്ങനെ തീരുമാനിച്ചശേഷം അവർ വിവരം സിംഹത്തെ അറിയിച്ചു.

ഒരു നിമിഷംപോലും വൈകാതെ നിശ്ചിതസമയത്ത് കപ്പം തന്നെ ഏല്പിക്കണമെന്ന വ്യവസ്ഥയിൽ സിംഹം ആ നിർദ്ദേശത്തോടു യോജിച്ചു.

“ഇല്ലെങ്കിൽ ഞാൻ നിങ്ങളെ എല്ലാവരേയും കൊല്ലും.” അവൻ പറഞ്ഞു.

അന്നു മുതൽ മൃഗങ്ങൾ തങ്ങളിലൊരാളെ ഭക്ഷണത്തിനായി സിംഹത്തെ ഏല്പിച്ചുതുടങ്ങി.

ഒരു ദിവസം സിംഹത്തിന്റെ അടുക്കൽ പോകാൻ മുയലിന്റെ മുറ വന്നു.

“ഇന്ന് എന്റെ മുറയാണ്, അതേപ്പറ്റി വിഷമിച്ചിട്ടു കാര്യമില്ല.” മുയൽ പറഞ്ഞു. “ദയവുചെയ്ത് ഒറ്റയ്ക്ക് സിംഹത്തിന്റെ അടുക്കൽ പോകാൻ എന്നെ അനുവദിക്കണം. ഞാൻ അവനെ വകവരുത്താൻ ശ്രമിക്കാം. ചിലപ്പോൾ എനിക്കു മരണത്തിൽനിന്നു രക്ഷനേടാനും നിങ്ങളെ ഈ കെടുതിയിൽ നിന്നു മോചിപ്പിക്കാനും കഴിഞ്ഞേക്കും.”

മൃഗങ്ങൾ പൊട്ടിച്ചിരിച്ചു. ഭീരുവായ ഈ കോങ്കണ്ണൻ മുയലിന്റെ വീമ്പിളക്കൽ കേട്ടില്ലേ!

സിംഹം ഗുഹയിൽ കിടക്കുകയാണ്. അവനു കലശലായി വിശക്കുന്നുണ്ടായിരുന്നു. തീ പാറുന്ന കണ്ണുകളോടെ, പല്ലു കടിച്ചുകൊണ്ട്, അവൻ തന്റെ ഇരയുടെ വരവു കാത്തിരുന്നു. ഇറങ്ങിച്ചെന്ന് എല്ലാ മൃഗങ്ങളേയും വകവരുത്താൻ ആലോചിക്കുമ്പോഴാണ് മുയൽ വന്നത്. അവർ വൈകിവന്നത് മനപ്പൂർവ്വമാണ്.

മുയലിനെ രൂക്ഷമായി നോക്കിക്കൊണ്ട് സിംഹം പറഞ്ഞു:

“നീ ഇത്ര വൈകിവരാൻ എങ്ങനെ ധൈര്യപ്പെട്ടു!”

“തിരുമനസ്സേ,” മുയൽ വിനീതമായി പറഞ്ഞു. “ഒരു മുയലിനെ അങ്ങയുടെ ഭക്ഷണത്തിനുവേണ്ടി കൊണ്ടുവരാൻ എന്നെ നിയോഗിച്ചതാണ്. ഞാൻ അവനേയും കൊണ്ട് വരുമ്പോൾ വഴിക്ക് മറ്റൊരു സിംഹം ഞങ്ങളെ ആക്രമിച്ചു. അവൻ മറ്റേ മുയലിനെ പിടിച്ച് ഒരു

ആഴമുള്ള ഗുഹയിലേക്ക് വലിച്ചിഴച്ചുകൊണ്ടുപോയി."

"എവിടെ അവൻ എന്നു കാണിച്ചുതാ! " സിംഹം അലറി.

മുയൽ സിംഹത്തെ ഒരു കിണറ്റിനടുത്തേക്കു കൂട്ടിക്കൊണ്ടുപോയി.

"തിരുമനസ്സേ, അവൻ ഇതിനകത്തുണ്ട്." അവൻ പറഞ്ഞു. "എനിക്ക് ഒറ്റയ്ക്ക് അവനെ നോക്കാൻ ഭയമാണ്. അങ്ങ് കൈപ്പത്തികൾകൊണ്ട് എന്നെ എടുത്തുപൊക്കൂ. ഞാൻ അവനെ കാണിച്ചുതരാം."

സിംഹം മുയലിനെ കൈപ്പത്തികളിലെടുത്തു പൊക്കി. അവൻ കിണറ്റിൽ നോക്കിയപ്പോൾ അടിയിൽ അവരുടെ പ്രതിബിംബം കണ്ടു: ഒരു സിംഹം ഒരു മുയലിനെ കൈപ്പത്തികൾക്കുള്ളിലാക്കി അവരുടെനേരെ നോക്കുകയാണ്.

കുപിതനായ സിംഹം മുയലിനെ ദൂരെ എറിഞ്ഞിട്ട് തന്റെ പ്രതിയോഗിയെ ശിക്ഷിക്കാനും തന്റെ ഇരയെ കൈക്കലാക്കാനും വേണ്ടി കിണറ്റിലേക്ക് എടുത്തുചാടി. പക്ഷേ കിണറ്റിന് വളരെയേറെ ആഴമുണ്ടായിരുന്നു. ആ ക്രൂരനായ സിംഹം മുങ്ങിച്ചത്തു.

ക്രൂരനായ ശത്രുവിൽനിന്ന് വിടുതി ലഭിച്ചതിൽ മൃഗങ്ങൾ സന്തോഷിച്ചു. അവർ മുയലിനോട് ഹൃദയംഗമമായി കൃതജ്ഞത പ്രകാശിപ്പിച്ചു.

കരടി വിവേകം പഠിപ്പിച്ചതെങ്ങിനെ

ഒരു ജോർജ്ജിയൻ നാടോടിക്കഥ

ഒരിക്കൽ ഒരു കരടിയും ചെന്നായും കുറുക്കനും കണ്ടുമുട്ടി. വളരെനേരം വിശന്നിരിക്കേണ്ടിവരുന്നതുകൊണ്ട് തങ്ങൾക്കു വയറ്റിൽ കൊളുത്തു വീഴുന്നുവെന്ന് അവർ അന്യോന്യം ആവലാതിപ്പെട്ടു. അവർ തങ്ങളുടെ ദുർവിധിയെ പഴിക്കുകയും അവസാനം സഹോദരന്മാരായി കഴിയാൻ തീരുമാനിക്കുകയും ചെയ്തു. ഇന്നുമുതൽ എന്ത് ആഹാരം കിട്ടിയാലും നമ്മൾ അത് പങ്കിട്ടെടുക്കും, അവർ പറഞ്ഞു. അങ്ങനെ തീരുമാനിച്ച് അവർ സഹോദരബോധത്തോടെ ആശ്ലേഷിക്കുകയും പരസ്പരം കൂറു പുലർത്തുമെന്നു ശപഥം ചെയ്യുകയും ചെയ്തു. അവർ ഒരുമിച്ച് ഇരതേടാൻ ഇറങ്ങി.

അവർ നടന്ന് കുറെ ചെന്നപ്പോൾ ഒരു മാൻ പരുക്കേറ്റു കിടക്കുന്നത് കണ്ടു. അതിനെ അപ്പോൾത്തന്നെ കൊന്നിട്ട് അവർ പുൽപ്പുറത്ത് ഒരു മരത്തണലിൽ ഇരുന്ന് ഇര പങ്കിടാൻ തുടങ്ങി.

വിശന്നു പല്ലു ഞെരിച്ചുകൊണ്ടിരുന്ന ചെന്നായോട് കരടി പറഞ്ഞു:

"ചെന്നായേ, മാനിനെ പങ്കിടുന്നതു നീയാകട്ടെ"

"ശരി," ചെന്നായ് പറഞ്ഞു. "കരടി, അങ്ങ് ഞങ്ങളുടെ നാഥനും യജമാനനുമായതുകൊണ്ട് തല അങ്ങേക്കാണ്. ഉടൽ എനിക്ക്. കുറുക്കന്റെ കാലുകൾക്ക് നല്ല വേഗതയുള്ളത്കൊണ്ട് കാലുകൾ അവനുള്ളതാണ്."

പക്ഷേ ചെന്നായ് ഇതു പറഞ്ഞുതീരും മുമ്പ് കരടി കൈപ്പത്തി വീശി അവന്റെ തലയ്ക്ക് ആഞ്ഞൊരടി കൊടുത്തു. അതിന്റെ ശബ്ദം മലകളിൽ മാറ്റൊലിക്കൊണ്ടു ചെന്നായ് വേദനകൊണ്ട് നിലവിളിച്ച് നിലത്തേക്കു വീണു. കുറുക്കന്റെ നേരെ തിരിഞ്ഞ് കരടി പറഞ്ഞു:

"കുറുക്കാ, മാനിനെ നീ പങ്കിട്."

സൂത്രക്കാരനായ കറുക്കൻ എഴുന്നേറ്റിട്ട് കരടിയെ സ്തുതിച്ചു കൊണ്ടു പറഞ്ഞു:

"കരടി, മാനിന്റെ തല അങ്ങേയ്ക്ക് അവകാശപ്പെട്ടതാണ്; കാരണം, അങ്ങാണ് ഞങ്ങളുടെ നാഥനും യജമാനനും. മാനിന്റെ ഉടലും അങ്ങേയ്ക്കുള്ളതാണ്; കാരണം, അങ്ങ് എപ്പോഴും ഒരച്ഛനെപ്പോലെയാണ് ഞങ്ങളെ നോക്കി വരുന്നത്. മാനിന്റെ കാലുകളും അങ്ങേയ്ക്കാണ്. കാരണം, ഞങ്ങൾക്കുവേണ്ടി അങ്ങ് എപ്പോഴും മുന്നോട്ടുവരുന്നുണ്ട്."

"കുറുക്കാ, നീ വലിയ ബുദ്ധിമാനാണല്ലോ. കരടി പറഞ്ഞു. "ഇത്ര ബുദ്ധിയോടും വിവേകത്തോടും ഇര പങ്കിടാൻ നിന്നെ ആരാണു പഠിപ്പിച്ചത്?"

"പ്രഭോ, ഞാൻ എങ്ങനെ വിവേകം പഠിക്കാതിരിക്കും." കുറുക്കൻ പറഞ്ഞു. "അങ്ങ് ചെന്നായെ വിവേകം പഠിപ്പിച്ചതു ഞാൻ കണ്ടതല്ലേ."

അൾത്തീൻ-സക്കാ അഥവാ സ്വർണ്ണ എല്ലിൻമുട്ടി

ഒരു ബഷ്കീർ നാടോടിക്കഥ

പണ്ടൊരിക്കൽ ഒരിടത്ത് ഒരു വൃദ്ധനും വൃദ്ധയുമുണ്ടായിരുന്നു. അവർക്ക് ഒരു മകനേ ഉണ്ടായിരുന്നുള്ളൂ. ആളുകൾ അവനെ അൾത്തീൻ-സക്കാ അഥവാ സ്വർണ്ണ എല്ലിൻമുട്ടി എന്നു വിളിച്ചുവന്നു. കാരണം അവന് സ്വർണ്ണം കൊണ്ടുണ്ടാക്കിയ ഒരു എല്ലിൻമുട്ടി ഉണ്ടായിരുന്നു. അൾത്തീൻ-സക്കാ മറ്റാരേക്കാളും നന്നായി എല്ലിൻമുട്ടി എറിഞ്ഞു കളിക്കുമായിരുന്നു. ആർക്കും അവനെ ആ കളിയിൽ തോല്പിക്കാൻ കഴിഞ്ഞില്ല.

ഒരു ദിവസം കുതിരകൾക്കു വെള്ളം കൊടുക്കാൻ വൃദ്ധൻ തടാകത്തിന്റെ അടുത്തേക്കു പോയി. അയാൾ കുതിരപ്പറ്റത്തെ വെള്ളത്തിനടുത്തേക്കു കൊണ്ടു പോയി. പക്ഷേ തടാകത്തിനടുത്തുനിന്നും പുറകോട്ടു പോകാൻ ശാഠ്യം പിടിച്ചുകൊണ്ട് കുതിരകൾ കുഞ്ചിരോമവും വാലുമാട്ടുകയും കുളമ്പുകൾക്കൊണ്ട് തറമാന്തുകയും പേടിച്ചു ചിനയ്ക്കുകയുമാണ് ചെയ്തത്. ആരോ അവയെ വെള്ളം കുടിക്കാൻ അനുവദിക്കാതെ അവയുടെ കുഞ്ചിരോമത്തിൽ പിടിച്ചുവലിക്കുകയും വായ് പുറകോട്ടു മാറ്റുകയും ചെയ്യുന്നുണ്ടെന്നു തോന്നി.

“ഇതെന്തായിരിക്കും? ഞാൻ പോയി നോക്കട്ടെ.”വൃദ്ധൻ തന്നത്താൻ പറഞ്ഞു.

പക്ഷേ അയാൾ വെള്ളത്തിലേക്കു കുനിയാത്ത താമസം, ആരോ പെട്ടന്ന് അയാളുടെ താടിയിൽ കടന്നുപിടിച്ചു. വൃദ്ധൻ കുതറിമാറാൻ

നോക്കി. പക്ഷേ കഴിഞ്ഞില്ല.

നോക്കിയപ്പോൾ വൃദ്ധമന്ത്രവാദിനിയായ ഉബീറാണ് തന്റെ താടിക്കു പിടിച്ചിരിക്കുന്നതെന്ന് അയാൾ കണ്ടു.

"ഉബീർ, എന്റെ താടിക്കു പിടിക്കല്ലെ, എന്നെ വിടൂ," വൃദ്ധൻ പറഞ്ഞു. "എന്നെ വിട്ടാൽ നിനക്ക് ഒരു പറ്റം ആടുകളെ തരാം."

"എനിക്കു നിങ്ങളുടെ ആടുകളെ വേണ്ട." ഉബീർ പറഞ്ഞു.

"ഒരു പറ്റം കുതിരകളെ തരാം."

"എനിക്കു നിങ്ങളുടെ കിഴട്ടു കുതിരകളെ വേണ്ട."

"പിന്നെന്താണു ഞാൻ തരേണ്ടത്?"

"നിങ്ങളുടെ യൂർത്ത*[1]യിൽ നിങ്ങൾക്ക് ഒരെണ്ണം മാത്രമായിട്ടെന്തുണ്ടോ അതെനിക്കു തരണം."

തനിക്ക് ഒരെണ്ണം മാത്രമായിട്ടുള്ളത് എന്താണെന്ന് പരിഭ്രമത്തിനിടയിൽ വൃദ്ധൻ ആലോചിച്ചില്ല.

"ശരി, തന്നേക്കാം." അയാൾ പറഞ്ഞു. "എന്നെ വിടൂ"

പിടി വിട്ടു കൊണ്ട് ഉബീർ പറഞ്ഞു:

"നിങ്ങൾ എവിടെപ്പോയാലും ഞാൻ കണ്ടുപിടിക്കുമെന്ന് ഓർത്തു കൊള്ളുക. എന്റെ കണ്ണുവെട്ടിക്കാൻ ആർക്കും സാദ്ധ്യമല്ല."

വൃദ്ധൻ വീട്ടിൽ വന്നു. അപ്പോൾ മാത്രമാണ് ഉബീർ തന്നോട് ആവശ്യപ്പെട്ടത് എന്താണെന്ന് അയാൾക്കു മനസ്സിലായത്. തന്റെ മകനെ-തന്റെ പ്രിയപ്പെട്ട അൽത്തീൻ-സക്കായെ-ഉദ്ദേശിച്ചാണ്

1 *യൂർത്ത- കട്ടിയുള്ള കമ്പിളിത്തുണിയടിച്ച കൂടാരം - എഡി.

അവളത്ര പറഞ്ഞത്. കാരണം അയാൾക്ക് ആകെ ഒരു മകനേ ഉണ്ടായിരുന്നുള്ളു.

വൃദ്ധൻ ധർമ്മസങ്കടത്തിലായി. പക്ഷേ അയാൾ ഭാര്യയോടോ മകനോടോ അതേപ്പറ്റി ഒന്നും പറഞ്ഞില്ല.

"നമുക്കു വേറെ മേച്ചിൽസ്ഥലത്തേക്കു മാറാം. ഇവിടെ ഭൂമി മോശമാണ്." - ഇത്രമാത്രമേ അയാൾ പറഞ്ഞുള്ളു.

അങ്ങനെ അവർ പുതിയ താവളത്തിലേക്കു മാറി കൂടാരമടിച്ചു. പക്ഷേ പിറ്റേന്നു തന്നെ അൽത്തീൻ-സക്കായുടെ സ്വർണ്ണ എല്ലിൻ മുട്ടി കാണാതായി.

"എന്റെ സ്വർണ്ണ എല്ലിൻമുട്ടി എവിടെ?" അവൻ ചോദിച്ചു.

വൃദ്ധൻ പറഞ്ഞു:

"നമ്മൾ അത് പഴയ താവളത്തിൽ ഇട്ടേച്ചു പോന്നു കാണും. പക്ഷേ നീ അവിടെ പോകരുത്, കാരണം ഉബീർ നിന്നെ പിടികൂടും."

തടാകതീരത്തു തനിക്കു സംഭവിച്ച കാര്യങ്ങളെല്ലാം അയാൾ അൽത്തീൻ- സക്കായോടു പറഞ്ഞു.

അച്ഛൻ പറഞ്ഞതു ശ്രദ്ധിച്ചു കേട്ട ശേഷം അൽത്തീൻ-സാക്കപ റഞ്ഞു:

"എനിക്ക് ഉബീറിനെ പേടിയില്ല! അവൾ എന്നെ ഒരിക്കലും പിടിക്കുകയില്ല. ഞാൻ അങ്ങോട്ടു പോവുകയാണ്. ഞാൻ ഏതു കുതിരയുടെ പുറത്തു പോകണമെന്നുമാത്രം പറഞ്ഞാൽ മതി."

മകനെ പിന്തിരിപ്പിക്കാൻ അച്ഛൻ കഴിവതു ശ്രമിച്ചു. പക്ഷേ അൽത്തീൻ -സക്കാ തന്റെ നിശ്ചയത്തിൽ ഉറച്ചുനിന്നു. അവന് ഉബീറിനെ പേടിയില്ല. അവൻ പോകുകതന്നെ ചെയ്യും. അവൻ തീരുമാനിച്ച കാര്യത്തിൽനിന്ന് അവനെ പിന്തിരിപ്പിക്കാൻ സാദ്ധ്യമല്ലായിരുന്നു.

അച്ഛൻ പറഞ്ഞു:

"ശരി, എന്നാൽ നിന്റെ ഇഷ്ടംപോലെ. കുതിരപ്പറ്റത്തിന്റെ അടുത്തു പോയി നിന്റെ കൊറോക്ക്*[2] വീശുകയും കടിഞ്ഞാൺ കിലുക്കുകയും ചെയ്യ്. നിന്റെ അടുത്തേക്ക് ഓടിവരുന്ന കുതിര ഏതാണെന്നുവെച്ചാൻ

---

2 * കൊറോക്ക് -അറ്റത്ത് കതകുകയറോടുകൂടിയ, ഘനം കുറഞ്ഞ നീണ്ട വടി. - എഡി.

അതിന്റെ പുറത്താണ് നീ പോകേണ്ടത്."

അൾത്തീൻ-സക്കാ കുതിരകൾ മേയുന്ന സ്ഥലത്തു പോയി കൊറോക്ക് വീശുകയും കടിഞ്ഞാൺ കിലുക്കുകയും ചെയ്തു. ഉടൻതന്നെ പരുപരുത്ത തൊലിയോടുകൂടിയ ഒരു മെലിഞ്ഞ കുതിരക്കുട്ടി അവന്റെ അടുത്തേക്ക് ഓടിവന്നു.

അൾത്തീൻ-സക്കാ അവനെ വിരട്ടിയോടിച്ചശേഷം അച്ഛന്റെയടുത്തു ചെന്നു ചോദിച്ചു:

"ഞാൻ ഏതു കുതിരയുടെ പുറത്താണു പോകേണ്ടതെന്നു പറയാമോ, അച്ഛാ?"

"നീ കൊറൊക്ക് വീശുകയും കടിഞ്ഞാൺ കിലുക്കുകയും ചെയ്യണമെന്നു പറഞ്ഞില്ലേ?"

അച്ഛൻ പറഞ്ഞു.

അൾത്തീൻ-സക്കാ വീണ്ടും കുതിരകൾ മേയുന്ന സ്ഥലത്തു പോയി കൊറൊക്ക് വീശുകയും കടിഞ്ഞാൺ കിലുക്കുകയും ചെയ്തു. നേരത്തെ ഓടിവന്ന അതേ കുതിരക്കുട്ടി വീണ്ടും അവന്റെ അടുത്തേക്ക് ഓടിവന്നു.

"ഞാൻ ഈ കുതിരക്കുട്ടിയുടെ പുറത്തു കയറി പോകണമെന്നു തോന്നുന്നു."

അൾത്തീൻ -സക്കാ പറഞ്ഞു.

അവൻ കുതിരക്കുട്ടിയുടെ കഴുത്തിൽ തൊട്ടു. അത്ഭുതം! രോമം കെട്ടിപ്പിണഞ്ഞ് അഴുക്കുപിടിച്ച് ഇരുന്നിരുന്ന അതിന്റെ തോലി ഊരിപ്പോയി. അവൻ അതിന് കടിഞ്ഞാണിട്ടു. കുതിരക്കുട്ടി ശക്തനും സുന്ദരനുമായിത്തീർന്നു. അവൻ അതിനെ വളപ്പിൽനിന്നു പുറത്തേക്കു കൊണ്ടുവന്നു. ഉടൻ ആ കുതിരക്കുട്ടി നല്ല ഉയരമുള്ള ഒരു ഒത്ത കുതിരയായിത്തീർന്നു. അവൻ അതിനു ജീനികെട്ടി. അതോടെ അത് ആ പറ്റത്തിലെ ഏറ്റവും നല്ല, ഏറ്റവും സുന്ദരനായി കുതിരയായിത്തീർന്നു.

കുതിര അൾത്തീൻ-സക്കായോടു ചോദിച്ചു:

"അൾത്തീൻ-സക്കാ, നീ എവിടെ പോകുന്നു?"

"എന്റെ സ്വർണ്ണ എല്ലിൻമുട്ടി എടുക്കാൻ ഞങ്ങളുടെ പഴയ താവളത്തിൽ പോവുകയാണ്." അൾത്തീൻ-സക്കാ പറഞ്ഞു.

"ഉബീർ നിന്നെയും കാത്ത് അവിടെ ഇരിപ്പുണ്ട്." കുതിര പറഞ്ഞു

“എന്റെ പുറത്തുനിന്നു താഴെയിറങ്ങി എല്ലിൻമുട്ടി എടുത്തുകൊള്ളാൻ അവൾ പറയും. പക്ഷേ അവൾ പറയുന്നത് ചെവിക്കൊള്ളരുത്. കാരണം, നീ എന്റെ പുറത്തുനിന്നു താഴെ ഇറങ്ങിയാൽ അവൾ നിന്നെ പിടിച്ചു തിന്നും. ഒരു പരുന്തിനേക്കാൾ വേഗത്തിൽ കുനിഞ്ഞ് നിന്റെ സ്വർണ്ണ എല്ലിൻ മുട്ടി കയ്യിലെടുക്കുകയാണ് വേണ്ടത്.”

അൾത്തീൻ-സക്കാ കുതിരപ്പുറത്തേക്കു ചാടിക്കയറി പഴയ താവളത്തിലേക്ക് ഓടിച്ചുപോയി. നോക്കിയപ്പോൾ ഉബീർ തീകൂട്ടി കൈ ചൂടാക്കിക്കൊണ്ടിരിക്കുന്നതു കണ്ടു.

അൾത്തീൻ-സക്കാ പറഞ്ഞു:

“അമ്മൂമ്മേ, എനിക്ക് എന്റെ സ്വർണ്ണ എല്ലിൻമുട്ടി തിരികെ തരു.”

“മകനേ, നിന്റെ എല്ലിൽമുട്ടി നിലത്തു കിടപ്പുണ്ട്.” ഉബീർ പറഞ്ഞു.

“നീ കുതിരപ്പുറത്തുനിന്നു താഴെയിറങ്ങി അതെടുത്തോ. നടുവേദനിക്കുന്നതു കാരണം എനിക്ക് എഴുന്നേൽക്കാൻ വയ്യ.”

അൾത്തീൻ-സക്കായുടെ കുതിര താഴോട്ടു കുനിഞ്ഞു. അൾത്തീൻ-സക്കാ സ്വർണ്ണ എല്ലിൻമുട്ടി കയ്യിലെടുത്ത് കുതിച്ചോടിച്ചുപോയി. ഉബീർ കോപാട്ടഹാസത്തോടെ ചാടി എഴുന്നേറ്റു. അവൾ ഒരു തവണ തുപ്പിയപ്പോൾ കറുത്ത ഒരു കുറ്റൻകുതിര അവളുടെ അരികിൽ പ്രത്യേക്ഷപ്പെട്ടു. രണ്ടാമതു തുപ്പിയപ്പോൾ കടിഞ്ഞാണുകൾ വന്നു. ഉബീർ ആ കുതിരയുടെ പുറത്തേക്കു ചാടിക്കയറി അൾത്തീൻ-സക്കായുടെ പുറകെ പാഞ്ഞുചെന്നു.

അവർ വായുവേഗത്തിൽ സഞ്ചരിച്ചു-അൾത്തീൻ -സക്കാ ചെമ്പൻ കുതിരയുടെ പുറത്തും. അവൾ അവന്റെ വളരെയടുത്തെത്തി. പിടികിട്ടാറായപ്പോൾ പെട്ടന്ന് അവളുടെ കുതിരയുടെ കാലിടറി. അത് ഉറക്കെ മുക്രയിട്ടുകൊണ്ട് മുടന്തി മുടന്തി ഓടി. അത് പിന്നിലായി.

ഉബീർ കടിഞ്ഞാൺ വലിക്കുകയും കുതിരയുടെ പള്ളകളിൽ ഉപ്പൂറ്റി അമർത്തുകയും ചെയ്തു. പക്ഷേ അതിന്റെ വേഗത കുറഞ്ഞു കുറഞ്ഞു വന്നു. ഉബീറിന് കലശലായ ക്ഷോഭം തോന്നി. കോപം സഹിക്കവയ്യാതെ അവൾ ആ കുതിരയെ പിടിച്ചു തിന്നു. എന്നിട്ട് വെറും കാലിൽ അൾത്തീൻ-സക്കായുടെ പുറകെ ഓടി.

വേഗത കൂട്ടാൻ വേണ്ടി പുറത്തും പള്ളയ്ക്കും തന്നത്താൻ മുഷ്ടിചുരുട്ടി ഇടിച്ചു കൊണ്ട് ഉബീർ ഓടിയോടി ചെമ്പൻകുതിരയുടെ ഒപ്പമെത്തി. അവൾ അവന്റെ വലതുകാലിൽ കടിച്ചു. പക്ഷേ അവൻ മൂന്നു

കാലുകളിൽ കുതിച്ചോടിക്കൊണ്ടിരുന്നു. ഉബീർ വിട്ടുകൊടുത്തില്ല. അവൾ വീണ്ടും ചെമ്പന്റെ ഒപ്പമെത്തി അവന്റെ ഇടതുകാലിൽ കടിച്ചു. ശേഷിച്ച ശക്തി മുഴുവൻ സംഭരിച്ച് കുതിര അൽത്തീൻ-സക്കായേയും വഹിച്ചുകൊണ്ട് മുന്നോട്ടു കുതിച്ചു. പക്ഷേ അവന്റെ ശക്തി തീരാറായിരുന്നു. ഒരു തടാകത്തിന്റെ കരയിലേക്കു കുതിച്ചെത്തിക്കൊണ്ട് അവൻ പറഞ്ഞു:

"എനിക്കിനി ഓടാൻ വയ്യ. ഉബീർ കാണാതെ ഞാൻ ഈ തടാകത്തിൽ ഒളിച്ചിരുന്നുകൊള്ളാം. നീ ഓടിപ്പോയി അക്കാണുന്ന ഓക്കു മരത്തിൽ കയറിയിരിക്കണം. എന്റെ കാലുകൾ സുഖപ്പെട്ടുമ്പോൾ ഞാൻ നിന്നെ വീണ്ടും കൊണ്ടുപോകാം."

ഇത്രയും പറഞ്ഞുകൊണ്ട് കുതിര തടാകത്തിനകത്തേക്കു ചാടി. അൽത്തീൻ -സക്കാ വേഗം ഓക്കുമരത്തിൽ കയറി തലപ്പത്ത് കൊമ്പുകൾക്കിടയിൽ ഒളിച്ചിരുന്നു.

ഉബീർ ഓടിയെത്തി. അൽത്തീ-സക്കാ ഓക്കുമരത്തിൽ കയറിയിരിക്കുന്നതു കണ്ട് അവൾ പറഞ്ഞു:

"എനിക്കു നിന്നെ കിട്ടിപ്പോയി! ഞാൻ നിന്നെ വലിച്ചിറക്കിപിടിച്ചു തിന്നും!

അവൾ ഒരു തവണ തുപ്പിയപ്പോൾ ഒരു കോടാലി പ്രത്യക്ഷപ്പെട്ടു. ഒരു പല്ല് പിഴുതെടുത്തിട്ട് അവൾ അതിൽ കോടാലിയുടെ വായ് തേച്ച് മൂർച്ചപ്പെടുത്തി. എന്നിട്ട് ഓക്കുമരം വെട്ടാൻ തുടങ്ങി. മരപ്പൂളുകൾ നാലുപാടും ചിതറി.

ഒച്ചകേട്ട് ഒരു കുറുക്കൻ ഓടിവന്നു.

"അമ്മൂമ്മേ, എന്തിനാണ് ഓക്കുമരം വെട്ടുന്നത്? കുറുക്കൻ ചോദിച്ചു.

"അതിൽ ഇരിക്കുന്നത് ആരാണെന്നു കണ്ടില്ലേ?" ഉബീർ ചോദിച്ചു.

"ഞാൻ ഓക്കുമരം വെട്ടിയിട്ട് അൽത്തീൻ-സക്കായെ പിടിച്ചുതിന്നും."

കുറുക്കൻ മുകളിലോട്ടു നോക്കിയപ്പോൾ മരത്തിന്റെ തലപ്പത്ത് സുമുഖനായ ഒരു ബാലൻ ഇരിക്കുന്നതു കണ്ടു. അവന് കുമാരനോട് ദയ തോന്നി. അവൻ പറഞ്ഞു. "ഉബീർ, നിങ്ങൾക്കു വയസ്സായി. ഇങ്ങനെ പാടുപെടാൻ പാടില്ല. ഈ മരം ഞാൻ വെട്ടിത്തരാം."

“വേണ്ട വേണ്ട!” ഉബീർ പറഞ്ഞു. “ഇതു ഞാൻ തന്നെ വെട്ടിക്കൊള്ളാം, എന്നിട്ട് ഞാൻ അൽത്തീൻ-സക്കായെ തിന്നും.” പക്ഷേ കുറുക്കൻ വിട്ടുകൊടുത്തില്ല. അവൻ പറഞ്ഞു: “ഞാൻ ഓക്കുമരം വെട്ടിയിടാം. നിങ്ങൾ അൽത്തീൻ-സക്കായെ തിന്നോളൂ.”

ഉബീർ കുറുക്കന്റെ കയ്യിൽ കോടാലി കൊടുത്തിട്ട് ഓക്കുമരത്തിന്റെ ചുവട്ടിൽ കിടന്നു. തൽക്ഷണം ഉറങ്ങുകയും ചെയ്തു. അവൾ ഉറക്കത്തിൽ കൂർക്കം വലിച്ചു. അവളുടെ മൂക്കിൽനിന്നും വായിൽ നിന്നും തീപ്പൊരികളും പുകച്ചുരുളുകളും ഉയർന്നു. ഉബീർ ഉറങ്ങുന്ന സമയത്ത് കുറുക്കൻ കോടാലിയും ചാണക്കല്ലായി ഉപയോഗിച്ച അവളുടെ പല്ലും തടാകത്തിലേക്ക് എറിഞ്ഞു. മരപ്പൂളുകളെല്ലാം പെറുക്കിയെടുത്ത്, ഉബീർ കോടാലികൊണ്ട് മരത്തിൽ വെട്ടിമുറിച്ച ഭാഗങ്ങളിൽ ചേർത്തുവച്ചു. കുറുക്കൻ ആ ഭാഗങ്ങളിൽ തുപ്പുകയും നക്കുകയും ചെയ്തു. ഉടനെ പൂളുകൾ മരത്തിൽ ഒട്ടിച്ചേർന്നിരുന്നു. മരം വീണ്ടും പഴയപടിയായി.

കുറുക്കൻ അൽത്തീൻ-സക്കായോടു വിടവാങ്ങിക്കൊണ്ട് ഓടിപ്പോയി.

ഉബീർ ഉണർന്ന് ഓക്കുമരത്തിൽ നോക്കി. അവൾ പറഞ്ഞു:

“ഞാൻ എന്താണു കാണുന്നത്! ഞാൻ തൊട്ടിട്ടില്ലെന്ന മട്ടിൽ ഓക്കുമരം മുഴുവനോടെ അതേപടി നില്ക്കുകയാണല്ലോ!”

അവൾ കുറുക്കനെ പ്രാകാനും മനസ്സിൽ തോന്നിയ ചീത്ത മുഴുവൻ വിളിക്കാനും തുടങ്ങി. അവൾ ഒരു തവണ തുപ്പിയപ്പോൾ ഒരു കോടാലി പ്രത്യക്ഷപ്പെട്ടു. ഒരു പല്ലുകൂടി പറിച്ചെടുത്ത് അവൾ അതിന്മേൽ കോടാലി മൂർച്ചപ്പെടുത്താൻ തുടങ്ങി. ഇടയ്ക്കിടെ അവൾ അൽത്തീൻ-സക്കായെ നോക്കിക്കൊണ്ട് പറയും:

“ഞാൻ ഓക്കുമരം വെട്ടിയിട്ട് നിന്നെ പിടിച്ചുതിന്നും.”

കേടാലിക്കു മൂർച്ച വച്ചപ്പോൾ ഉബീർ വീണ്ടും ഓക്കുമരം വെട്ടാൻ തുടങ്ങി. പൂളുകൾ നാലുപാടും ചിതറി. മരം കുലുങ്ങിവിറച്ചു. ഒരൊറ്റ വെട്ടുകൂടി മതി, അതു താഴെ വീഴും!

പെട്ടന്ന് വേറൊരു കുറുക്കൻ ഓടിവന്നു.

“അമ്മൂമ്മേ, എന്താണു ചെയ്യുന്നത്? അവൾ ഉബീറിനോടു ചോദിച്ചു.

“ഓക്കുമരം വെട്ടുകയാണ്?”

“എന്തിനാണ്?”

“എനിക്ക് ഇതിന്റെ മുകളിലിരിക്കുന്ന അൾത്തീൻ-സക്കായെ പിടിച്ചു തിന്നണം.”

കുറുക്കൻ പറഞ്ഞു:

“അമ്മൂമ്മ ഇത്രയധികം പാടുപെടരുത്. ഞാൻ വെട്ടിത്തരാം ഓക്കുമരം.”

“വേണ്ടവേണ്ട.” ഉബീർ മുറുമുറുത്തു, “ഞാൻ തന്നെ ചെയ്തോളാം. അൾത്തീൻ-സക്കായെ എനിക്കുതന്നെ തിന്നണം.”

“അങ്ങനെതന്നെ ആയിക്കോളൂ.” കുറുക്കൻ പറഞ്ഞു. “ഞാൻ ഓക്കുമരം വെട്ടുകമാത്രമേയുള്ളൂ.”

“വേണ്ട!” ഉബീർ പറഞ്ഞു. “ഞാൻ നിനക്ക് കോടാലി തരികയില്ല. എന്നെ സഹായിക്കാമെന്നും പറഞ്ഞ് വേറൊരു കുറുക്കൻ ഇവിടെ വന്നിരുന്നു. അവൻ എന്നെ പറ്റിക്കുകയാണു ചെയ്തത്.”

“ആ കുറുക്കന്റെ നിറമെന്തായിരുന്നു?” കുറുക്കൻ ചോദിച്ചു.

“ചുവപ്പ്.”

“അമ്മൂമ്മേ, ചുവന്ന കുറുക്കന്മാരെ ഒരിക്കലും വിശ്വസിക്കരുത്.” കുറുക്കൻ പറഞ്ഞു. “ചുവന്ന കുറുക്കന്മാരെല്ലാം കള്ളന്മാരാണ്. കറുത്ത കുറുക്കന്മാരായ ഞങ്ങളെ മാത്രമേ വിശ്വസിക്കാവൂ.”

ഉബീർ നോക്കിയപ്പോൾ, ശരിയാണ്. ഈ കുറുക്കൻ കറുത്തതാണ്. അതുകൊണ്ട് കുറുക്കനെ കോടാലി ഏല്പിച്ചിട്ട് അവൾ കിടന്നു. ഉടൻ തന്നെ കൂർക്കംവലിച്ചു തുടങ്ങി. അവളുടെ വായിൽനിന്നു മൂക്കിൽ നിന്നും പുകയും തീപ്പൊരികളും പാറി.

കറുത്ത കുറുക്കൻ ഉബീറിന്റെ കോടാലിയും പല്ലും തടാകത്തിലേക്കെറിഞ്ഞു പൂളുകൾ വീണ്ടും മരത്തിൽ ചേർത്തുവച്ചു. അവയിൽ തുപ്പുകയും നക്കുകയും ചെയ്തു, അത്ഭുതം! അവ മരത്തോട് ഒട്ടിയിരുന്നു. മരം വീണ്ടും ഒന്നായി.

അൾത്തീൻ- സക്കായോട് യാത്ര പറഞ്ഞിട്ട് കുറുക്കൻ ഓടിപ്പോയി.

കുറച്ചുകഴിഞ്ഞപ്പോൾ ഉബീർ ഉറക്കമുണർന്നു. ഓക്കുമരത്തിലേക്കു നോക്കിക്കൊണ്ട് അവൾ വിളിച്ചുപറഞ്ഞു: “എന്ത്? എന്തൊരത്ഭുതം!... ഓക്കുമരം വീണ്ടും ഒന്നായിരിക്കുന്നു!”

ഉബീർ തുപ്പിയപ്പോൾ ഒരു കോടാലി പ്രത്യക്ഷപ്പെട്ടു. അവൾ വായിൽ നിന്നു മൂന്നാമത്തെ പല്ല് പറിച്ചെടുത്തിട്ട് കോടാലി മൂർച്ചപ്പെടുത്താൻ തുടങ്ങി. നല്ല മൂർച്ചയായപ്പോൾ വീണ്ടും ഓക്കുമരം വെട്ടാൻ തുടങ്ങി. മരം വെട്ടുമ്പോൾ അവൾ അൾത്തീൻ-സക്കായേയും കുറുക്കനേയും പ്രാകുകയും മനസ്സിൽ തോന്നിയ ഏറ്റവും ചീത്ത വാക്കുകൾ വിളിക്കുകയും ചെയ്തു.

അവസാനം ഓക്കുമരം പകുതി വെട്ടിക്കഴിഞ്ഞു. ആൾത്തീൻ-സക്കാ താഴോട്ടു നോക്കി വിചാരിച്ചു:

"ഇത്തവണ ഉബീർ എന്നെ പിടിക്കും."

പെട്ടന്ന് ഒരു വെളുത്ത കുറുക്കൻ ഓക്കുമരത്തിന്റെ അടുത്തേക്ക് ഓടിവന്നിട്ട് ഉബീറിനോടു പറഞ്ഞു:

"അമ്മൂമ്മേ, ഓക്കുമരം വെട്ടാൻ ഞാൻ സഹായിക്കാം."

"നിനക്ക് ജീവൻ വേണമെങ്കിൽ ഉടൻ സ്ഥലം വിട്ടോ!" ഉബീർ വിളിച്ചുപറഞ്ഞു. "രണ്ടുപ്രാവശ്യമായി കുറുക്കന്മാർ എന്നെ പറ്റിച്ചിട്ട് ഓടിപ്പോകുന്നു."

"അമ്മൂമ്മേ, അവരുടെ നിറമെന്തായിരുന്നു.?" കുറുക്കൻ ചോദിച്ചു.

"ഒന്നു ചുവപ്പും മറ്റേതു കറുപ്പും," ഉബീർ പറഞ്ഞു.

"അമ്മൂമ്മേ, ചുവന്ന കുറുക്കന്മാരേയും കറുത്ത കുറുക്കന്മാരേയും ഒരിക്കലും വിശ്വസിച്ചുകൂടാ." കുറുക്കൻ പറഞ്ഞു. "അവർ ഭയങ്കര കള്ളന്മാരാണ്. വെളുത്ത കുറുക്കന്മാരായ ഞങ്ങളെ മാത്രമേ വിശ്വസിക്കാവൂ. ഞാൻ നിങ്ങളെ പറ്റിക്കുകയില്ല. സഹായിക്കാം."

കുറുക്കൻ പറഞ്ഞത് ഉബീർ വിശ്വസിച്ചു. കോടാലി ഏല്പിച്ചിട്ട് അവൾ കിടന്നുറങ്ങി. കോടാലിയും ചാണക്കല്ലായി ഉബീർ ഉപയോഗിച്ച പല്ലും തടാകത്തിലേക്കെറിഞ്ഞശേഷം കുറുക്കൻ വേഗം പൂളുകൾ പെറുക്കിയെടുത്ത് മരത്തിൽ ചേർത്തുവച്ചു. അവൻ അവയിൽ തുപ്പുകയും നക്കുകയും ചെയ്തപ്പോൾ അവ മരത്തിൽ ഒട്ടിപ്പിടിച്ചിരുന്നു.

കുറുക്കൻ അൾത്തീൻ-സക്കായോടു പറഞ്ഞു:

"അൾത്തീൻ-സക്കാ, ഞാൻ നിന്നെ മൂന്നു തവണ സഹായിച്ചു. ഉബീർ തിരിച്ചറിയാതിരിക്കാൻ വേണ്ടി ഞാൻ എന്റെ ദേഹത്ത് കരിയും പിന്നീട് വെളുത്ത കളിമണ്ണും പുരട്ടി. കൂടുതലായി നിന്നെ സഹായിക്കാൻ എനിക്കു സാദ്ധ്യമല്ല."

അവനോടു യാത്രപറഞ്ഞുകൊണ്ട് കുറുക്കൻ ഓടിപ്പായി.

താമസിയാതെ ഉബീർ ഉറക്കമുണർന്നു.

"ഞാൻ എന്താണ് ഇക്കാണുന്നത്!" അവൾ വിളിച്ചുപറഞ്ഞു. "ഞാൻ ഈ മരം തൊട്ടിട്ടേയില്ലെന്നു തോന്നുമല്ലോ."

അവൾ തുപ്പിയപ്പോൾ ഒരു കോടാലി മൂർച്ചപ്പെടുത്താൻ തുടങ്ങി. കോടാലിക്കു മൂർച്ച വച്ചപ്പോൾ അവൾ ഓക്കുമരം വെട്ടിത്തുടങ്ങി. ആ സമയത്തെല്ലാം അവൾ പിറുപുറുത്തുകൊണ്ടിരുന്നു:

"ഞാൻ ഇനി ആരുടെ സഹായവും സ്വീകരിക്കുകയില്ല. ഞാൻ തന്നെ വെട്ടിക്കോളാം."

പൂളുകൾ നാലുപാടും ചിതറി. ഓക്കുമരം ആടുകയും കിറുകിറുശബ്ദം പുറപ്പെടുവിക്കുകയും ചെയ്തു. അത് ഏതു നിമിഷവും താഴെ വീഴുമെന്നായി.

അൽത്തീൻ-സക്കാ മുകളിൽ ഇരിക്കുകയാണ്. ഇത്തവണ ഉബീർ തന്നെ പിടിക്കുമെന്ന് അവനു മനസ്സിലായി. "ഞാൻ എന്താണു ചെയ്യുക?" അവൻ വിചാരിച്ചു.

പെട്ടന്ന് ഒരു വലിയ കാക്ക പറന്നുവന്ന് മരത്തിന്റെ തലപ്പത്ത് ഇരുന്നു.

"കാക്കേ, എന്റെ പൊന്നുസ്നേഹിതാ, ഞാൻ പറയുന്നതു കേൾക്കു." അൽത്തീൻ-സക്കാ പറഞ്ഞു. "നീ എല്ലായിടത്തും പറക്കാറുണ്ട്. എല്ലായിടത്തും പോകാറുണ്ട്. നീ ദയവു ചെയ്ത് ഞങ്ങളുടെ പുതിയ താവളത്തിലേക്കു പറന്നു ചെന്ന് അക്കലാക് എന്നും അക്തിർനാക് എന്നും പേരുള്ള എന്റെ രണ്ടുപട്ടികളെ കണ്ടുപിടിച്ച് അവരോട് വേഗം ഇവിടെ വരാൻ പറയൂ. കാരണം, എനിക്ക് അവരുടെ സഹായം കൂടിയേ കഴിയൂ."

"ഞാൻ പോവുകയില്ല!" കാക്ക പറഞ്ഞു. "ഉബീർ നിന്നെ പിടിക്കുമെന്നു ഞാൻ ആശിക്കുന്നു. അപ്പോൾ എനിക്കും ഒരു വീതം കിട്ടുമല്ലോ."

ഒരു മരക്കൊമ്പിൽ സുഖമായി ഇരുന്നുകൊണ്ട് അവൻ അതിനുവേണ്ടികാത്തു.

അൽത്തീൻ- സക്കാ സഹായത്തിനുവേണ്ടി നാലുപാടും നോക്കി. പെട്ടന്ന് ഒരു കുയിൽ പറന്നുവന്നു.

അൾത്തീൻ -സക്കാ പറഞ്ഞു:

"കുയിലേ, പൊന്നുചങ്ങാതി, ഞാൻ പറയുന്നതു കേൾക്കൂ! നീ എല്ലായിടത്തും പറക്കാറുണ്ട്, എല്ലായിടത്തും പോകാറുണ്ട്. നീ ദയവു ചെയ്തു ഞങ്ങളുടെ പുതിയ താവളത്തിലേക്കു പറന്നുചെന്ന് അക്കലാക് എന്നും അക്തിർ നാക് എന്നും പേരുള്ള എന്റെ രണ്ടുപട്ടികളെ കണ്ടു പിടിച്ച് അവരോട് വേഗം ഇവിടെ വരാൻ പറയൂ. എനിക്ക് അവരുടെ സഹായം കൂടിയേ കഴിയൂ."

"ഞാൻ പോവുകയില്ല!" കുയിൽ പറഞ്ഞു. "ഉബീർ നിന്നെ പിടിക്കുമെന്നു ഞാൻ ആശിക്കുന്നു. അപ്പോൾ എനിക്കും ചെറിയൊരു വീതം കിട്ടുമല്ലോ."

അൾത്തീൻ-സക്കായുടെ മനസ്സിടിഞ്ഞു. അവൻ വളരെ ദുഃഖിച്ചു.

"എന്റെ അവസാനം അടുത്തു" അവൻ വിചാരിച്ചു.

പെട്ടന്ന് ഒരു കുരുവിക്കൂട്ടം അവന്റെ തലയ്ക്കു തൊട്ടു മീതേക്കൂടി പറന്നു.

അൾത്തീൻ-സക്ക പറഞ്ഞു:

"കുരുവികളേ, എന്റെ പൊന്നുചങ്ങാതികളേ, ഞാൻ പറയുന്നതു കേൾക്കൂ! ദയവു ചെയ്ത് ഞങ്ങളുടെ പുതിയ താവളത്തിലേക്കു പറന്നു ചെന്ന് അക്കലാക്ക് എന്നും അക്തീർനാക് എന്നും പേരുള്ള എന്റെ രണ്ടുപട്ടികളെ കണ്ടുപിടിച്ച്, വൃദ്ധമന്ത്രവാദിനിയായ ഉബീർ അവരുടെ യജമാനെ പിടിച്ചുതിന്നാൽ ശ്രമിക്കുന്നുവെന്നു പറയൂ"

"ഞങ്ങൾ അവരെ കണ്ടുപിടിക്കാം! ഞങ്ങൾ അവരെ കണ്ടുപിടിക്കാം!

ഞങ്ങൾ അവരോടു പറയാം! ഞങ്ങൾ അവരോടു പറയാം!" എന്നിങ്ങനെ ചിലച്ചുകൊണ്ട് കുരുവികൾ അൾത്തീൻ-സാക്കയുടെ താവളത്തിന്റെനേരെ അതിവേഗം പറന്നു.

താവളത്തിൽ എത്തിയപ്പോൾ അൾത്തീൻ-സക്കായുടെ രണ്ടു പട്ടികൾ ഗാഢനിദ്രയിലാണ്ടിരിക്കുന്നതാണ് അവർ കണ്ടത്. ആ പട്ടികൾ തങ്ങളുടെ യജമാനനെ തിരക്കി ഓടിനടക്കുകയായിരുന്നു. അതുകാരണം അവർ തളർന്ന്, വെട്ടിയിട്ട മരംപോലെ കിടന്നുറങ്ങുകയാണ്. പട്ടികളെ ഉണർത്താനുള്ള ശ്രമത്തിൽ കുരുവികൾ അവരുടെ ചെവികളിൽ കൊത്തുകയും നിർത്താതെ ഉറക്കെ ചിലയ്ക്കുകയും

ചിറകിട്ടടിക്കുകയും ചെയ്തു.

"എണീക്ക്, അക്കലാക്ക്! എണീക്ക്, അക്തിർനാക്!' അവർ ചിലച്ചു. "വേഗം തടാകതീരത്തു നിൽക്കുന്ന വലിയ ഓക്കുമരത്തിന്റെ അടുത്തേക്ക് ഓടിച്ചെന്ന് നിങ്ങളുടെ യജമാനനെ രക്ഷിക്കാൻ! ഉബീർ അവനെ പിടിച്ചു തിന്നാൻ ശ്രമിക്കുകയാണ്."

അക്കലാകും അക്തിർനാകും ചാടിയെഴുന്നേറ്റ് തടാകത്തിന്റെ നേരെ പാഞ്ഞു. കുരുവികൾ റോഡിന്റെ മീതേക്കൂടി പറന്നു. പട്ടികൾ പൊടിപടലം ഉയർത്തിക്കൊണ്ട് അവരെ പിന്തുടർന്നു.

പൊടിപടലം കണ്ട് ഉബീർ അൾത്തീൻ-സക്കായോടു പറഞ്ഞു:

"നോക്ക്, അൾത്തീൻ-സക്കാ, നോക്ക്! റോഡിൽ പൊടിപടലം കാണുന്നതെന്താണ്?"

"അതുകൊണ്ട് എനിക്ക് ഗുണവും നിനക്കു ദോഷവുമാണ് ഉണ്ടാകാൻ പോകുന്നത്." അൾത്തീൻ-സക്കാ പറഞ്ഞു.

പട്ടികൾ ഓടിവരുന്ന ശബ്ദം കേട്ട് ഉബീർ ചോദിച്ചു:

"അൾത്തീൻ-സക്കാ, നീ അതു കേട്ടോ? എന്താണ് ആ ഇടിമുഴക്കം?"

"അതുകൊണ്ട് എനിക്കു ഗുണവും നിനക്കു ദോഷവുമാണ് ഉണ്ടാകാൻ പോകുന്നത്." അൾത്തീൻ-സക്കാ പറഞ്ഞു.

അപ്പോഴേക്കും അക്കലാകും അക്തിൽനാകും ഓടിയെത്തി. അവർ ഉബീറിന്റെ നേരെ പാഞ്ഞുചെന്ന് അവളെ കടിക്കുകയും മാന്തുകയും ചെയ്തു.

ഉബീർ പേടിച്ച് കോടാലി തടാകത്തിലേക്കു വലിച്ചെറിഞ്ഞു. പുറകെ അവളും എടുത്തുചാടി.

പട്ടികൾ അൾത്തീൻ-സക്കായോടു പറഞ്ഞു.

"ഞങ്ങൾ ഉബീറിന്റെ പിന്നാലെ എടുത്തുചാടാൻ പോവുകയാണ്. യജമാനൻ, ഇവിടെയാണ് വെള്ളം നോക്കണം. ഞങ്ങൾ ഉബീറിനെ കൊല്ലുകയാണെങ്കിൽ തടാകത്തിലെ വെള്ളം കറുപ്പാകും. ഉബീർ ഞങ്ങളെ കൊല്ലുകയാണെങ്കിൽ അത് ചുവപ്പാകും."

ഇത്രയും പറഞ്ഞുകൊണ്ട് അവർ തടാകത്തിലേക്കു എടുത്തുചാടി.

വെള്ളം കലങ്ങിമറിയാൻ തുടങ്ങി.

അൾത്തീൻ-സക്കാ നോക്കിയപ്പോൾ അത് ചുവപ്പായിത്തുട ങ്ങുന്നതു കണ്ടു.

"ഉബീർ എന്റെ പട്ടികളെ കൊന്നു!" അവൻ സ്വയം പറഞ്ഞു.

അവൻ വീണ്ടും നോക്കി. അത്ഭുതം! വെള്ളം ഇപ്പോൾ കറുപ്പാണ്.!

അൾത്തീൻ-സക്കാ അത്യന്തം സന്തോഷിച്ചു. ആഹ്ലാദത്തോടെ പൊട്ടിച്ചിരിച്ചുകൊണ്ട് അവൻ മരത്തിൽനിന്നു താഴെയിറങ്ങി. അക്കലാകും അക്തിർനാകും വെള്ളത്തിൽ നിന്നു കയറി ദേഹം കുടഞ്ഞു.

"തടാകത്തിലെ വെള്ളം ആദ്യം ചുവപ്പായത് എന്തുകൊണ്ടാണ്?" അൾത്തീൻ-സക്കാ ചോദിച്ചു.

അക്തിർനാക് പറഞ്ഞു:

"കാരണം, ഉബീർ ഞങ്ങളെ കീഴടക്കാൻ തുടങ്ങി. അവൾ എന്റെ ഒരു ചെവി കടിച്ചെടുക്കുകപോലും ചെയ്തു. എങ്കിലും വേഗംതന്നെ ഞങ്ങൾ അവളെ വകവരുത്തി."

പട്ടികളുടെ പുറകെ ചെമ്പൻ കുതിരയും തടാകത്തിൽനിന്നു കയറിവന്നു.

"അൾത്തീൻ-സകാ, വരൂ" അവൻ പറഞ്ഞു. "എന്റെ പുറത്ത് ചാടിക്കയറി ഇരുന്നോളൂ. ഞാൻ നിന്നെ വീട്ടിൽ കൊണ്ടാക്കാം."

അങ്ങനെ അൾത്തീൻ-സക്കാ സുഖമായും ഭദ്രമായും താവളത്തി ലെത്തി. അവന്റെ അച്ഛനും അമ്മയ്ക്കും വലിയ സന്തോഷമായി. ബന്ധു മിത്രാദികളെ എല്ലാവരേയും വിളിച്ച് അവർ വലിയൊരു വിരുന്നു നടത്തി. ഒമ്പതു ദിവസം മുഴുവൻ അവർ തിന്നും കുടിച്ചും ആഹ്ലാദിച്ചു.

ത്സർക്കിൻ ഖാനും വില്ലാളിയും

ഒരു കൽമിക്ക് നാടോടിക്കഥ

പണ്ട് പണ്ട് ത്സർക്കിൻ ഖാന്റെ രാജ്യത്ത് സുമുഖനും ബലവാനും ധീരനുമായ ഒരു വില്ലാളിയുണ്ടായിരുന്നു. ഒരു ദിവസം അയാൾ കാട്ടുകോഴികളെ വേട്ടയാടാൻവേണ്ടി ഒരു താടാകത്തിന്റെ കരയിലേക്കു പോയി. അവിടെ അയാൾ മഞ്ഞത്തലയുള്ള മൂന്ന് അരയന്നങ്ങളെ കണ്ടു. വില്ലാളി ഉടൻ തറപറ്റികിടന്ന് കുറ്റിച്ചെടികൾക്കിടയിൽ ഒളിച്ചിരുന്നു.

മഞ്ഞത്തലയുള്ള മൂന്ന് അരയന്നങ്ങൾ തടാകതീരത്തേക്കു പറന്നുവന്ന് തൂവലുകൾ അഴിച്ചുമാറ്റി. അപ്പോൾ അവർ മൂന്നു യുവസുന്ദരികളായി മാറി.

അവർ ഉടനെ കുളിക്കാൻ വെള്ളത്തിലേക്കിറങ്ങി.

വില്ലാളി ഇഴഞ്ഞുചെന്ന് ഒരു അരയന്നത്തിന്റെ തൂവലുകൾ കയ്യിലാക്കി വീണ്ടും കുറ്റിച്ചെടികൾക്കിടയിൽ ഒളിച്ചിരുന്നു.

അരയന്നപ്പെൺകിടാങ്ങൾ കുളി കഴിഞ്ഞ് വെള്ളത്തിൽനിന്നു കയറിവന്നു. രണ്ടുപേർ ഉടനെ അവരുടെ തൂവലുകളണിഞ്ഞു. പക്ഷേ മൂന്നാമത്തവളുടെ തൂവലുകൾ കണ്ടില്ല. രണ്ട് അരയന്നങ്ങൾ മുകളിലോട്ടു പറന്ന് തങ്ങളുടെ സഹോദരിയുടെ തൂവലുകൾ തിരഞ്ഞു. പക്ഷേ ഒരിടത്തും കണ്ടില്ല.

"സഹോദരി, ഇത് വിധിവിഹിതമാണ്.!" എന്നു പറഞ്ഞുകൊണ്ട് അവർ പറന്നുപോയി.

അരയന്നപ്പെൺകിടാവ് ഒറ്റയ്ക്കായി. സങ്കടം സഹിക്കവയ്യാതെ പൊട്ടിക്കരഞ്ഞുകൊണ്ട് തടാകത്തീരത്തുകൂടി അങ്ങോട്ടുമിങ്ങോട്ടും ഓടിനടക്കുകയായിരുന്നു.

ആ സമയത്ത് വില്ലാളി കുറ്റിച്ചെടികളുടെ പിന്നിൽനിന്നു പുറത്തേക്കു വന്നുകൊണ്ടു പറഞ്ഞു:

"അരയന്നപ്പെൺകിടാവേ, സങ്കടപ്പെടാതെ, അടുത്തു വരൂ. നിന്റെ തൂവലുകൾ എന്റെ പക്കലുണ്ട്."

തന്റെ തൂവലുകൾ സുന്ദരനായ വില്ലാളിയുടെ കയ്യിലിരിക്കുന്നതു കണ്ട് അരയന്നപ്പെൺകിടാവ് സന്തോഷിച്ചു. അവൾ ലജ്ജയോടെ അയാളുടെ അടുത്തേക്കു നടന്നു ചെന്നു.

"സഹോദരാ." അവൾ പറഞ്ഞു. "നിങ്ങൾ എന്റെ തൂവലുകൾ കണ്ടു പിടിച്ചത് ഉപകാരമായി. ഒരു ഉപകാരം കൂടി ചെയ്യണം. ആ തൂവലുകൾ എനിക്കു തിരിച്ചു തരൂ. പകരം നിങ്ങൾക്ക് എന്തു വേണമെങ്കിലും ചോദിക്കാം. നിങ്ങളുടെ ഏതാഗ്രഹവും ഞാൻ സാധിച്ചുതരാം."

"എനിക്ക് പ്രിയങ്കരയായ നിന്നെ മാത്രം മതി", വില്ലാളി പറഞ്ഞു. "നീ എന്റെ ഭാര്യയാകാമോ?"

അരയന്നപ്പെൺകിടാവ് വില്ലാളിയെ നോക്കി. നല്ല ഉയരമുള്ള ഒരു യുവസുഭഗനാണ് അയാൾ എന്ന് അവൾ കണ്ടു.

"ഭാര്യയാകാം." അവൾ മൃദുവായി പറഞ്ഞു.

വില്ലാളി അവളെ കൈയ്ക്കുപിടിച്ച് അയാൾ താമസിക്കുന്ന നാടോടിത്തവളത്തിലേക്കു കൂട്ടിക്കൊണ്ടു പോയി. അവിടെവച്ച് അവളെ വിവാഹം ചെയ്തു. വീടായിട്ട് അവർക്ക് വില്ലാളിയുടെ ദരിദ്രക്കുടാരം മാത്രമേയുണ്ടായിരുന്നുള്ളൂ. എങ്കിലും അവർ പരസ്പരം അങ്ങേയറ്റം സ്നേഹത്തിൽ കഴിഞ്ഞു. നിമിഷനേരത്തേക്കുപോലും വിട്ടുപിരിഞ്ഞിരിക്കുന്നത് അവർക്കു സങ്കടകരമായിരുന്നു.

കുറച്ചു കാലം കഴിഞ്ഞു. തന്റെ വില്ലാളി അസാധാരണതേജസ്സുള്ള ഒരു അതിസുന്ദരിയെ വിവാഹം ചെയ്തിരിക്കുന്ന വിവരം ത്സർക്കിൻ ഖാന്റെ ചെവിയിലെത്തി. താൻ കേട്ടതു വാസ്തവമാണോ എന്നറിയാൻ വേണ്ടി ഖാൻ തന്നെ വില്ലാളിയുടെ കൂടാരത്തിൽ പോയി. അയാളുടെ ഭാര്യയെക്കുറിച്ചു താൻ കേട്ടത് അല്പംപോലും അതിശയോക്തിയല്ലെന്ന് ഖാനു മനസ്സിലായി. ഇത്രയ്ക്കു സൗന്ദര്യമുള്ള ഒരു സ്ത്രീയെ അയാൾ കണ്ടിട്ടേയില്ല. സൂര്യപുത്രിയെപ്പോലെ സുന്ദരിയാണവൾ. അവളെ എത്ര നോക്കിയാലും മതിവരില്ല. തന്റെ രാജ്യത്തുള്ള ഒരൊറ്റ സ്ത്രീപോലും അവളോടു കിടപിടിക്കുകയില്ല.

അരയന്നപ്പെൺകിടാവിന്റെ സൗന്ദര്യം കൺകുളിർക്കെ കണ്ടശേഷം ത്സർക്കിൻ ഖാൻ കൊട്ടാരത്തിലേക്കു മടങ്ങി. ഉടൻ തന്നെ തന്റെ മന്ത്രിമാരേയും ഉപദേഷ്ടാക്കളേയും വിളിച്ചുകൂട്ടി. അവരെ വിഭവസമൃദ്ധമായി സല്ക്കരിച്ചശേഷം അയാൾ പറഞ്ഞു:

"ഞാൻ ജീവനു തുല്യം സ്നേഹിക്കുന്ന അല്ലയോ മന്ത്രിമാരേ, ഞാൻ നിങ്ങളുടെ ഉപദേശം തേടുകയാണ്."

"അല്ലയോ ഖാൻ, അങ്ങേയ്ക്ക് അതു ലഭിക്കുന്നതാണ്!" മന്ത്രിമാർ ഏകസ്വരത്തിൽ പറഞ്ഞു.

ത്സർക്കിൻ ഖാൻ പറഞ്ഞു.

"എന്റെ വില്ലാളികളിൽ ഒരുവന് ഈ ഭൂമുഖത്ത് ഒരിക്കലും കാണാത്ത്ര സൗന്ദര്യമുള്ള ഒരു ഭാര്യയുണ്ട്. അവളോട് കിടപിടിക്കാൻ ആരുമില്ല. അവളെപ്പോലെ ഒരുവളെ കാണാൻ സാദ്ധ്യമല്ല. അവൾ സർവ്വരേയും വെല്ലുന്നു.!"

വില്ലാളിയുടെ യുവപത്നിയുടെ പ്രൗഢമായ പെരുമാറ്റത്തേയും ശബ്ദമാധുര്യത്തേയും അഴകുറ്റ നടത്തത്തേയും അവളുടെ കണ്ണുകളേയും പിന്നിയിട്ട നീണ്ട മുടിയേയുമെല്ലാം കുറിച്ച് ത്സർക്കിൻ ഖാൻ വിവരിച്ചുകേൾപ്പിച്ചു.

"സൂര്യരശ്മികളെപ്പോലെ അനിതരസാധാരണമായ

സൗന്ദര്യമുള്ള ഈ സ്ത്രീ കേവലം ഒരു വില്ലാളിയുടെ ഭാര്യയാണ്." അയാൾ അവസാനം പറഞ്ഞു.

"എന്നെ ഉപദേശിക്കൂ. എനിക്ക് അവളെ എങ്ങനെ സ്വന്തമാക്കാനൊക്കുമെന്നു പറഞ്ഞുതരൂ."

മന്ത്രിമാരിൽ ചിലർ ആലോചിച്ചശേഷം പറഞ്ഞു:

"അവളെ വീട്ടിൽനിന്നു തട്ടിക്കൊണ്ടുവന്ന് കൊട്ടാരത്തിൽ രഹസ്യമായി സൂക്ഷിക്കൂ."

മറ്റുള്ളവർ ഗാഢമായി ആലോചിച്ചശേഷം പറഞ്ഞു:

"വില്ലാളിയെ വധിച്ചിട്ട് അവളെ വിവാഹം ചെയ്യൂ."

വേറെ ചിലർ പറഞ്ഞു:

"വില്ലാളിയെ വധിക്കേണ്ട. അയാളെ നാടുകടത്തിയാൽ മതി, അപ്പോൾ അങ്ങേയ്ക്ക് പ്രയാസമൊന്നുമില്ലാതെ അയാളുടെ ഭാര്യയെ കൊണ്ടുവരാൻ കഴിയും."

മറ്റെല്ലാവരും സംസാരിച്ചുതീർന്നപ്പോൾ ഖാന്റെ വലതുവശത്ത് ഇരുന്നിരുന്ന പ്രധാനമന്ത്രി എഴുന്നേറ്റു.

" ഈ ഉപദേശങ്ങളൊന്നും ബുദ്ധിപൂർവ്വമല്ല" അയാൾ പറഞ്ഞു. "ഒരു സ്ത്രീയെ അവളുടെ വീട്ടിൽനിന്നു തട്ടിക്കൊണ്ടുവന്ന് ഖാന്റെ കൊട്ടാരത്തിൽ രഹസ്യമായി സൂക്ഷിക്കുന്നത് അവിവേകമായിരിക്കും. കാരണം, ആളുകൾ എന്നെങ്കിലും അതറിയും. വില്ലാളിയെ വധിച്ച് വിധവയെ വിവാഹം ചെയ്യുന്നത് അപകടകരമാണ്. കാരണം, ആളുകൾ കലാപം നടത്തിയെന്നു വരും. അവസാനിക്കാത്ത വൈഷമ്യങ്ങളായിരിക്കും അതുകൊണ്ടുണ്ടാവുക. വില്ലാളിയെ നാടുകടത്തുന്നത് ബുദ്ധിശൂന്യമായിരിക്കും. കാരണം, അയാൾ രഹസ്യമായി മടങ്ങിവന്ന് ഭാര്യയെ കൊണ്ടുപോകും. നാം പ്രയോഗിക്കേണ്ടത് കൗശലമാണ്."

"എന്താണ് നിങ്ങളുടെ ഉപദേശം?" ത്സർക്കിൻ ഖാൻ ചോദിച്ചു.

പ്രധാനമന്ത്രി പറഞ്ഞു:

"സൂര്യൻ അസ്തമിക്കുന്ന നാട്ടിൽ വീതിയേറിയ ഒരു നദിയുടെ ചെങ്കുത്തായ കരയിൽ ഒരു പെൺകടുവയും കുട്ടികളുമുണ്ടെന്നു ഞാൻ കേട്ടിട്ടുണ്ട്. ഭൂമിയിലെ മറ്റേതു മൃഗത്തേക്കാളും ക്രൗര്യവും ആ കടുവയ്ക്കുണ്ടത്രെ. അല്ലയോ ഖാൻ, ആ കടുവയുടെ പാൽ കറച്ചു കൊണ്ടുവരാൻ അങ്ങ് വില്ലാളിയോട് കല്പിക്കണം. അയാൾ മടങ്ങിവരികയില്ല. കടുവ

അയാളെ പിച്ചിച്ചീന്തുമെന്ന തീർച്ചയാണ്. അപ്പോൾ അയാളുടെ സുന്ദരിയായ ഭാര്യയെ അങ്ങേയ്ക്ക് എളുപ്പത്തിൽ സ്വന്തമാക്കാൻ കഴിയും. വില്ലാളിയെ ഈ ദൗത്യത്തിന് അയയ്ക്കാൻ ബുദ്ധിമുട്ടുണ്ടാവില്ല. തന്റെ ഖാന്റെ ആജ്ഞയെ ധിക്കരിക്കാൻ അയാൾ ധൈര്യപ്പെടുകയില്ല."

പ്രധാനമന്ത്രിയുടെ കൗശലപൂർവ്വമായ ഈ പദ്ധതിയെ ത്സർക്കിൻ ഖാനും ഉപദേഷ്ടാക്കളും അനുകൂലിച്ചു.

"ബുദ്ധിപൂർവ്വമായ ഒരു പദ്ധതിയാണിത്." അവർ പറഞ്ഞു.

ത്സർക്കിൻ ഖാൻ തന്റെ മന്ത്രിയുടെ ഉപദേശപ്രകാരം പ്രവർത്തിച്ചു. ഗുരുതരമായ രോഗം നടിച്ചു കിടന്നുകൊണ്ട് അയാൾ വില്ലാളിക്ക് ആളയച്ചു. വില്ലാളി വന്നു. ഉറക്കെ ഞരങ്ങുകയും നെടുവീർപ്പിടുകയും ചെയ്തുകൊണ്ട് ഖാൻ അയാളോടു പറഞ്ഞു:

"എനിക്ക് ഗുരുതരവും മാരകമായ ഒരു രോഗം പിടിപെട്ടിരിക്കുകയാണെന്നു നിനക്കുതന്നെ കാണാമല്ലോ. എന്റെ ഈ രോഗം മാറ്റാനുള്ള ഔഷധം സൂര്യൻ അസ്തമിക്കുന്ന നാട്ടിലുണ്ട്. അവിടെ, വിശാലമായ ഒരു നദിയുടെ ചെങ്കുത്തായ കരയിൽ ഒരു കൂറ്റൻ പെൺകടുവ അതിന്റെ കുട്ടികളുമായി താമസിക്കുന്നുണ്ട്. ആ കടുവയുടെ പാൽ കുടിച്ചാൽ മാത്രമേ എനിക്ക് ആരോഗ്യവും ശക്തിയും വീണ്ടെടുക്കാൻ കഴിയൂ. നീ ഉടൻ പോയി ആ പാൽ കുറച്ചു കൊണ്ടുവരണം."

ത്സർക്കിൻ ഖാൻ കൂടുതൽ ഉച്ചത്തിൽ മോങ്ങുകയും വേദനകൊണ്ടെന്നവണ്ണം ഞെരിപിരിക്കൊള്ളുകയും ചെയ്തു.

വില്ലാളി കുടാരത്തിൽ മടങ്ങിവന്ന് ഒരു ദീർഘയാത്രയ്ക്ക് തയ്യാറെടുത്തു. അയാൾ ഏറ്റവും നല്ല വസ്ത്രങ്ങളും ഏറ്റവും നല്ല ആയുധങ്ങളും ധരിച്ചു.

"എവിടെ പോകുന്നു?" ഭാര്യ ചോദിച്ചു.

"ഖാന് രോഗം കലശലാണ്. സൂര്യൻ അസ്തമിക്കുന്ന നാട്ടിൽ വിശാലമായൊരു നദിയുടെ കുത്തനെയുള്ള കരയിൽ പാർക്കുന്ന പെൺകടുവയുടെ പാൽ കുടിച്ചാൽ മാത്രമേ അദ്ദേഹത്തിന്റെ രോഗം മാറ്റാൻ കഴിയൂ. അങ്ങോട്ട് ഉടൻ തിരിക്കാൻ അദ്ദേഹം എന്നോടു കല്പിച്ചിരിക്കുകയാണ്. എനിക്കു പോകാനിഷ്ടമില്ല. പക്ഷേ ആജ്ഞ ധിക്കരിക്കാൻ സാദ്ധ്യമല്ലല്ലോ."

ത്സർക്കിൻ ഖാൻ തന്റെ ഭർത്താവിനെ കടുവപ്പാലിനുവേണ്ടി

അയയ്ക്കുന്നതിന്റെ പിന്നിൽ എന്തോ ഗൂഢോദ്ദേശമുണ്ടെന്നും ഏതോ ദുഷ്ടബുദ്ധി അയാളുടെ മനസ്സിലുണ്ടെന്നും വില്ലാളിയുടെ ഭാര്യയ്ക്കു മനസ്സിലായി. മഞ്ഞപ്പൂക്കളുള്ള തന്റെ തൂവാല ഭർത്താവിനു കൊടുത്തിട്ട് അവൾ പറഞ്ഞു:

"ഈ തൂവാല എപ്പോഴും കയ്യിൽ കാണണം. ഇത് അങ്ങയെ മരണത്തിൽ നിന്നു രക്ഷിക്കും. കടുവ അങ്ങയുടെ നേരെ ചാടാൻ തുടങ്ങുമ്പോൾ ഇതു വലിച്ചെടുത്തത് വീശണം. അവൾ ഉടനെ വണക്കവും ഇണക്കവുമുള്ളവളായിത്തീരും. അങ്ങയെ പാൽ കറക്കുവാൻ സമ്മതിക്കും. അവൾക്ക് എന്നെ അറിയാം. എന്റെ കൂടെ താമസിച്ചിട്ടുണ്ട്,"

വില്ലാളി മഞ്ഞപ്പൂക്കളുള്ള തൂവാല എടുത്തു. കുതിരയ്ക്കു ജീനി കെട്ടി. തന്റെ യുവപത്നിയോടു യാത്രപറഞ്ഞുകൊണ്ട് അയാൾ സൂര്യൻ അസ്തമിക്കുന്ന നാട്ടിലേക്കു കുതിരയെ കുതിച്ചോടിച്ചു പോയി.

മേഘങ്ങൾക്കു കീഴെ, നാടോടിക്കൂടാരങ്ങളുടെ മീതേക്കൂടി, കുന്നുകളും താഴ്‌വരകളും ലവണജലതടാകങ്ങളും മണൽച്ചുഴികളും പിന്നിട്ടു കൊണ്ട്, അയാൾ കുതിച്ചു പാഞ്ഞു. ഖാന്റെ കല്പന നിറവേറ്റി ഭാര്യയുടെ അടുത്തു മടങ്ങിയെത്താനുള്ള തിടുക്കത്തിൽ അയാൾ പകൽസമയത്ത് ഭക്ഷണം കഴിക്കാനോ രാത്രി ഉറങ്ങാനോ നിന്നില്ല. ദിനരാത്രങ്ങൾ എണ്ണാൻപോലും അയാൾ മറന്നു.

അങ്ങനെ ദീർഘനാൾ സഞ്ചരിച്ചശേഷം അയാൾ അവസാനം കടൽ പോലെ വിശാലമായ ഒരു നദിയുടെ ചെങ്കുത്തായ കരയിലെത്തി. കൂറ്റൻ കടുവയും കുട്ടികളും പാർക്കുന്നതവിടെയാണ്.

വില്ലാളി അവിടെ എത്തുന്നതിന് ഒരു ദിവസം മുമ്പു തന്നെ കടുവ അയാളെ കണ്ടിരിക്കുന്നു. ചെവി പൊട്ടുമാറ് ഉച്ചത്തിൽ ഗർജ്ജിച്ചു കൊണ്ട്, അയാളെ തുണ്ടും തുണ്ടമായി പിച്ചിച്ചീന്താൻ അവൾ മുന്നോട്ടു കുതിച്ചു. പക്ഷേ വില്ലാളി മിന്നൽ വേഗത്തിൽ ഭാര്യ കൊടുത്ത മഞ്ഞപ്പൂക്കളുള്ള തൂവാല വലിച്ചെടുത്തു വീശി. കടുവ നിന്നിടത്ത് അനങ്ങാതെ നിന്നു. ഗർജ്ജനം നിർത്തി.

"വില്ലാളിവീരാ. നിനക്ക് ആ തൂവാല എവിടന്നു കിട്ടിയെന്നു പറയൂ." അവൾ പറഞ്ഞു.

"എന്റെ ഭാര്യ തന്നതാണ്." വില്ലാളി പറഞ്ഞു.

"നീ ഇവിടെ വന്നത് എന്തിനാണ്?" കടുവ അടുത്തതായി ചോദിച്ചു.

“എന്റെ ഖാന് കലശലായ രോഗമാണ്.” വില്ലാളി പറഞ്ഞു. “നിന്റെ പാൽ കറച്ച് കൊണ്ടു ചെല്ലാൻ അദ്ദേഹം എന്നോട് ആജ്ഞാപിച്ചു.” “അങ്ങനെയാണെങ്കിൽ വേഗം കുതിരപ്പുറത്തുനിന്ന് ഇറങ്ങി വരൂ.” കടുവ പറഞ്ഞു.

പാൽ കറക്കാൻ ഞാൻ സമ്മതിക്കാം. നിന്റെ ബൊർത്താഗൊ*[1] നിറച്ച് പാൽ കറന്നെടുത്തുകൊള്ളൂ”

വില്ലാളി താഴെയിറങ്ങി കടുവയുടെ പാൽ കറന്നു. ബൊർത്താഗൊ നിറഞ്ഞപ്പോൾ അയാൾ അത് ജീനിയോടു ചേർത്ത് അമർത്തിക്കെട്ടി. അയാൾ കടുവയോട് നന്ദി പറയുകയും അവൾക്ക് ആയുരാരോഗ്യങ്ങൾ നേരുകയും ചെയ്തു.

“നിനക്കും ആയുരാരോഗ്യങ്ങൾ നേരുന്നു.” കടുവ പറഞ്ഞു. “ഭാര്യയുടെ അടുത്തേക്കു ചെല്ലൂ. നിന്റെ ഖാന്റെ രോഗം മാറ്റൂ. ഭാഗ്യദേവത നിന്നെ എപ്പോഴും കടാക്ഷിക്കട്ടെ.”

ഇത്രയും പറഞ്ഞുകൊണ്ട് കടുവ കുട്ടികളുടെ അടുത്തേക്ക് മടങ്ങിപ്പോയി. വില്ലാളി കുതിരപ്പുറത്തു ചാടിക്കയറി വീട്ടിലേക്കു തിരിച്ചു.

വീട്ടിലെത്തിയ ഉടനെ അയാൾ ബൊർഗൊയുമായി ഖാനെ കണ്ടു. ത്സർക്കിൻ ഖാന് എന്തു ചെയ്യാൻ കഴിയും? പാൽ ലേശം രുചിച്ചു നോക്കിയിട്ട് അയാൾ പറഞ്ഞു:

“എന്റെ രോഗമെല്ലാം മാറി.”

വില്ലാളിയോട് പൊയ്ക്കൊള്ളാൻ പറഞ്ഞിട്ട് അയാൾ ഉടനെ വീണ്ടും മന്ത്രിമാരെ വിളിച്ചു കൂട്ടി.

“എന്റെ പ്രധാനമന്ത്രിയുടെ ഉപദേശം ബുദ്ധിപൂർവ്വമായിരുന്നു,” അയാൾ പറഞ്ഞു. “പക്ഷേ അതുകൊണ്ട് പ്രയോജനമൊന്നും ഉണ്ടായില്ല. കടുവ വില്ലാളിയെ പിച്ചിച്ചീന്തേണ്ടതായിരുന്നു. പക്ഷേ അയാൾ സുരക്ഷിതമായി മടങ്ങിവന്നിരിക്കുന്നു. അയാൾ ഒരിക്കലും മടങ്ങിവരാതിരിക്കത്തക്കവണ്ണം ഏതു ദൗത്യത്തിനാണ് അയാളെ അയയ്ക്കാവുന്നത്?”

മന്ത്രിമാർ വീണ്ടും ആലോചന തുടങ്ങി. പക്ഷേ എത്ര തലപുകഞ്ഞാലോചിച്ചിട്ടും അവർ ഒരു പോംവഴി കണ്ടില്ല. ബുദ്ധിപൂർവ്വമായി ഒരു വാക്കുപോലും അവർ പറഞ്ഞില്ല.

അപ്പോൾ ഖാന്റെ ഇടതുവശത്ത് ഇരുന്നിരുന്ന പ്രധാനമന്ത്രി എഴുന്നേറ്റു പറഞ്ഞു.

---

1 * ബൊർത്താഗൊ- തുകൽക്കൊണ്ടുള്ള ഒരു പരന്ന പാത്രം. എഡി.

“വില്ലാളി കൊല്ലപ്പെട്ടുമെന്നു കരുതി നാം അയാളെ ഒരിടത്തേക്ക് അയച്ചു. പക്ഷേ അതു സംഭവിച്ചില്ല. അയാളെ ഒഴിവാക്കാനുള്ള യാതൊരു മാർഗ്ഗവും നമുക്ക് അറിഞ്ഞുകൂടെന്നാണ് അതിനർത്ഥം. ഇനി നമുക്കു ചെയ്യാൻ ഒന്നേയുള്ളുവെന്നാണ് എനിക്കു തോന്നുന്നത്: നാട്ടിലുള്ള ഏറ്റവും കൊള്ളരുതാത്ത തെമ്മാടികളേയും റൗഡികളേയും വിളിച്ചുകൂട്ടി മൂക്കറ്റം മദ്യവും വിഭവസമൃദ്ധമായ ഭക്ഷണവും കൊടുക്കുക. വില്ലാളിയെ കൊലപ്പെടുത്താനും അങ്ങനെ ഖാന് എന്നെന്നേക്കുമായി അയാളെ ഒഴിവായിക്കിട്ടാനും എന്തെങ്കിലും മാർഗ്ഗം അവർക്കറിയമോ എന്നു കണ്ടുപിടിക്കാൻ ശ്രമിക്കുക.”

“പ്രധാമന്ത്രി പറഞ്ഞതു വാസ്തവമാണ്. അതാണ് നാം ചെയ്യേണ്ടത്.” എല്ലാവരും യോജിച്ചു.

നിശ്ചിത ദിവസം ത്സർക്കിൻ ഖാനും മന്ത്രിമാരും സർവ്വവിധ പോക്കിരികളേയും തെമ്മാടികളേയും മോഷ്ടാക്കളേയും തട്ടിപ്പുകാരേയും കൊട്ടാരത്തിലേക്കു രഹസ്യമായി ക്ഷണിച്ചു. അവർക്കു മൂക്കറ്റം മദ്യവും വിഭവസമൃദ്ധമായ ഭക്ഷണവും കൊടുത്തു. ഖാന് തന്റെ വില്ലാളിയെ ഒഴിവായിക്കിട്ടാൻ അവരിൽ ആരെങ്കിലും വിചാരിച്ചാൽ കഴിയുമോ എന്നറിയാനുള്ള ശ്രമം തുടങ്ങി.

“ഖാനെ സഹായിക്കാൻ നിങ്ങൾക്കാർക്കും കഴിഞ്ഞില്ലെങ്കിൽ, ഒരു പക്ഷേ വില്ലാളിയെ രഹസ്യമായി വകവരുത്താൻ തയ്യാറുള്ള ആരെയെങ്കിലും നിങ്ങൾക്കറിയാമായിരിക്കുമോ?” അവർ ചോദിച്ചു.

ഇങ്ങനെ ചോദിച്ചുകൊണ്ട് ത്സർക്കിൻ ഖാനും മന്ത്രിമാരും ആ സങ്കര സമൂഹത്തിനിടയിലൂടെ അങ്ങോട്ടുമിങ്ങോട്ടും നടക്കാൻ തുടങ്ങി. ആ തെമ്മാടികൾക്കും പോക്കിരികൾക്കും മറുപടിയായി പറയാനുള്ളതെന്താണെന്നു കേൾക്കാൻ അവർ കാത്തു. പക്ഷേ മറുപടിയൊന്നുമുണ്ടായില്ല. തെമ്മാടികളും പോക്കിരികളും വാപൂട്ടിയിരുന്നു. അവർ തിന്നുകൊണ്ടിരുന്ന മാംസം അവരുടെ വാനിറച്ചിരിക്കുകയാണെന്നു തോന്നി. മന്ത്രിമാർ ചോദ്യം ആവർത്തിച്ചു. വീണ്ടും ആ തെമ്മാടികളും പോക്കിരികളും മൗനം പൂണ്ടു. പെട്ടന്ന് അവരിലൊരാൾ- സൂത്രശാലിയായ ഒരു ഒറ്റക്കണ്ണൻ- ഇരുന്നിടത്തു നിന്ന് ചാടിയെണീറ്റു. മേലങ്കി തുറന്നുകൊണ്ട് അയാൾ മുഷ്ടി ചുരുട്ടി നെഞ്ചത്തിടിച്ച് വിളിച്ചു പറഞ്ഞു:

“എന്തു ചെയ്യണമെന്ന് എനിക്കറിയാം.!”

ത്സർക്കിൻ ഖാന് സന്തോഷമായി. അയാൾ ഉറക്കെ പറഞ്ഞു:

"എന്തു ചെയ്യണമെന്നു പറയൂ!"

ഒറ്റക്കണ്ണൻ പറഞ്ഞു:

"ആർക്കുമറിഞ്ഞുകൂടാത്ത സ്ഥലത്തുപോയി ആർക്കുമറിഞ്ഞുകൂടാത്ത സാധനം കൊണ്ടുവരാൻ അങ്ങ് വില്ലാളിയോട് കല്പിക്കണം. ആകൃതിയോ രൂപമോ ഇടമോ ഇല്ലാത്ത സാധനം തേടി അയാൾ പോകും. അതു കണ്ടുപിടിക്കാൻ കഴിയാത്തതുകൊണ്ട് അയാൾ തിരിച്ചുവരാൻ ധൈര്യപ്പെട്ടില്ല.

ഒറ്റക്കണ്ണന്റെ നിർദേശം ത്സർക്കിൻ ഖാനേയും മന്ത്രിമാരേയും അതീവ സന്തുഷ്ടരാക്കി. വിലപിടിച്ച സമ്മാനങ്ങൾ നൽകിക്കൊണ്ട് അവർ അയാളെ പറഞ്ഞയച്ചു.

പുതിയ കല്പനയ്ക്കുള്ള ഒഴികഴിവെന്ന നിലയ്ക്ക് ത്സർക്കിൻ ഖാൻ വീണ്ടും കലശലായ രോഗം നടിച്ച് കിടന്നു. വില്ലാളിയെ വിളിച്ചുവരുത്തി.. വളരെ മോങ്ങുകയും ഞരങ്ങുകയും ചെയ്തു കൊണ്ട് അയാൾ പറഞ്ഞു:

"എനിക്ക് വീണ്ടും രോഗം കലശലായിരിക്കുകയാണ്. നീ ആർക്കുമറിഞ്ഞുകൂടാത്ത സ്ഥലത്തു പോയി ആർക്കുമറിഞ്ഞുകൂടാത്ത സാധനം കൊണ്ടുവന്നാൽ മാത്രമേ എന്റെ രോഗം സുഖപ്പെടൂ. നിങ്ങൾക്കു മാത്രമേ അതു സാധിക്കൂ. നീ ഉടൻ പോയി ആകൃതിയോ രൂപമോ ഇടമോ ഇല്ലാത്ത സാധനം കൊണ്ടുവരൂ."

"പക്ഷേ ഞാൻ എവിടെയാണു പോകേണ്ടത്? എന്താണു കൊണ്ടുവരേണ്ടത്?" വില്ലാളി ചോദിച്ചു.

"എനിക്കറിഞ്ഞുകൂടാ" ത്സർക്കിൻ ഖാൻ പറഞ്ഞു. "നിന്നെക്കൊണ്ടേ അതു സാധിക്കൂ എന്നുമാത്രം എനിക്കറിയാം. നീ അതു കൊണ്ടുവന്നില്ലെങ്കിൽ ഞാൻ മരിച്ചുപോകും."

അയാൾ കൂടുതൽ ഉച്ചത്തിൽ മോങ്ങാനും വേദനകൊണ്ടെന്നവണ്ണം ഞെരിപിരിക്കൊള്ളാനും തുടങ്ങി.

വില്ലാളി കൂടാരത്തിലേക്കു മടങ്ങി. എന്തു ചെയ്യണമെന്നായിരുന്നു അയാളുടെ ആലോചന. മൂന്നു പകലും രാത്രിയും അയാൾ ആലോചിച്ചു. പകൽസമയത്ത് അയാൾ ഒരു കുന്നിന്റെ മുകളിൽ പോയി ഇരിക്കും. രാത്രി അയാൾക്ക് ഉറക്കം വന്നില്ല. കട്ടിയുള്ള കമ്പിളിമെത്തയിൽ തിരിഞ്ഞും മറിഞ്ഞും കിടന്നതേയുള്ളൂ. അയാൾ ദീർഘനേരം, തലപുകഞ്ഞ് ആലോചിച്ചു. പക്ഷേ പോം വഴിയൊന്നും കണ്ടില്ല.

എങ്കിലും ഭാര്യയ്ക്ക് മനോവൈഷമ്യമുണ്ടാകുമോയെന്ന ഭയന്ന് അയാൾ അവളോട് അതേപ്പറ്റി ഒരക്ഷരം മിണ്ടിയില്ല.

മൂന്നുദിവസം കഴിഞ്ഞപ്പോൾ വില്ലാളി കുതിരയ്ക്ക് ജീനികെട്ടി.

"ഒരു പക്ഷേ ഞാൻ എങ്ങോട്ടെന്നില്ലാതെ പോവുകയാണെങ്കിൽ ഖാൻ ഉദ്ദേശിക്കുന്ന സ്ഥലത്ത് എത്തുമായിരിക്കും." അയാൾ സ്വയം പറഞ്ഞു. കുതിരപ്പുറത്ത് ചാടിക്കയറിക്കൊണ്ട് അയാൾ യാത്രപറയാനായി ഭാര്യയെ വിളിച്ചു.

"എവിടെ പോകുന്നു?" അവൾ ചോദിച്ചു.

"ഖാന് വീണ്ടും രോഗം കലശലാണ്." വില്ലാളി പറഞ്ഞു. "ആർക്കുമറിഞ്ഞുകൂടാത്ത സ്ഥലത്തു പോയി ആർക്കുമറിഞ്ഞുകൂടാത്ത സാധനം കൊണ്ടുവരാൻ അദ്ദേഹം എന്നോട് കല്പിച്ചിരിക്കുകയാണ്."

അതു കേട്ടപ്പോൾ വില്ലാളിയുടെ ഭാര്യ പറഞ്ഞു:

"അങ്ങ് കുതിരപ്പുറത്തു പോയാൽ അവിടെ എത്തുകയില്ല. നടന്നു പോയാൽ മതി. ഈ ഉണ്ടനൂൽ എടുത്തോളൂ. മൂന്നു ചുവടു വച്ചശേഷം അതു താഴോട്ടിടണം. അത് ഉരുണ്ടുപോകുന്ന വഴി പോകണം. ഈ സ്വർണ്ണച്ചീപ്പും എടുത്തോളൂ. എന്നും രാവിലെ ഇതുകൊണ്ടു വേണം തല ചീകാൻ."

വില്ലാളി തന്റെ യുവപത്നിയോടു വിടവാങ്ങി. മൂന്നു ചുവടു വച്ചശേഷം ഉണ്ടനൂൽ താഴോട്ടിട്ടു. അത് അതിവേഗം ഉരുണ്ടുപോകാൻ തുടങ്ങി. വില്ലാളി പുറകേ പോയി.

അയാൾ അതിന്റെ പുറകെ ചതുപ്പുനിലങ്ങളും മണൽച്ചുഴികളും ഉയരമുള്ള കുന്നുകളും ആഴമുള്ള ഇടുക്കുകളും മേച്ചിൽത്താവളങ്ങളും ഇടതൂർന്നു നിൽക്കുന്ന കുറ്റിക്കാടുകളും കടന്ന് മുന്നോട്ടു നടന്നു. അയാൾ പകൽസമയം ഭക്ഷണം കഴിക്കാൻ നിന്നില്ല. രാത്രി ഉറങ്ങിയില്ല. എത്ര ദിവസങ്ങളും ആഴ്ചകളും മാസങ്ങളും കടന്നുപോയെന്ന് അയാൾക്കു തിട്ടമില്ലാതായി. അവസാനം ഉണ്ടനൂൽ ഇരുളടഞ്ഞ ഒരു കൊടും കാട്ടിലേക്ക് ഉരുണ്ടുപോയി. വില്ലാളി കാട്ടിലേക്കു കയറി അതിനെ പിന്തുടർന്നു. വിശ്രമവും ഉറക്കവുമില്ലാതെ അനേകം രാപകലുകൾ അയാൾ നടന്നു. ഉണ്ടനൂൽ ഉരുണ്ടുപോയ്ക്കൊണ്ടേയിരുന്നു. ഒടുവിൽ അത് കമ്പിളിത്തുണിയടിച്ച ചെറിയൊരു കൂടാരത്തിന്റെ മുമ്പിലെത്തി. അപ്പോൾത്തന്നെ അപ്രത്യക്ഷമാവുകയും ചെയ്തു. അത് വായുവിൽ അലിഞ്ഞുപോയതു പോലെ തോന്നി.

“ഇനി എന്താണ ചെയ്യുക?” വില്ലാളി സ്വയം ചോദിച്ചു.”അകത്തു കയറുകതന്നെ.”

കട്ടിയുള്ള കമ്പിളിത്തുണികൊണ്ടുള്ള മറ പൊക്കി അയാൾ കൂടാരത്തിനകത്തു കടന്നു. അവിടെ അതിസുന്ദരിയായ ഒരു ചെറിയ സുന്ദരിയെ കണ്ടു.

“നിങ്ങൾ ആരാണ്? എവിടന്നു വന്നു? എങ്ങോട്ടു പോകുന്നു? അവർ ചോദിച്ചു..

“ഞാൻ ഖാന്റെ വില്ലാളിയാണ്.” അയാൾ പറഞ്ഞു. “ആർക്കു മറിഞ്ഞുകൂടാത്ത സാധനം അന്വേഷിച്ച് ആർക്കുമറിഞ്ഞുകൂടാത്ത സ്ഥലത്തേക്കു പോവുകയാണ്.”

ചെറിയ സ്ത്രീ കൂടുതലൊന്നും ചോദിച്ചില്ല. അവൾ അയാളുടെ മുമ്പിൽ ആഹാരം കൊണ്ടുവയ്ക്കുകയും അതു കഴിഞ്ഞ് അയാൾക്ക് ഉറങ്ങാനുള്ള സൗകര്യമുണ്ടാക്കിക്കൊടുക്കുകയും ചെയ്തു. കിടന്നയുടൻ വില്ലാളി ഉറങ്ങിപ്പോയി.

രാവിലെ എഴുന്നേറ്റ് കയ്യും മുഖവും കഴുകി അയാൾ സ്വർണ്ണച്ചീപ്പെടുത്ത് മുടി ചീകാൻ തുടങ്ങി. ആ ചെറിയ കൂടാരത്തിന്റെ ഉടമസ്ഥയായ ചെറിയ സ്ത്രീ അതു കണ്ട് ചോദിച്ചു:

“നിങ്ങൾക്ക് ഈ സ്വർണ്ണച്ചീപ്പ് എവിടന്നു കിട്ടി.?”

“എന്റെ ഭാര്യ തന്നതാണ്.” വില്ലാളി പറഞ്ഞു.

ചെറിയ സ്ത്രീക്ക് വലിയ സന്തോഷമായി.

“അപ്പോൾ നിങ്ങൾ എന്റെ ചാർച്ചക്കാരനാണ്.” അവൾ പറഞ്ഞു.

“കാരണം നിങ്ങളുടെ ഭാര്യ എന്റെ അനുജത്തിയാണ്. ഇക്കാര്യം ഇന്നലെ പറയാതിരുന്നതെന്ത്?”

രുചികരമായ പലതരം ഭക്ഷണവിഭവങ്ങളും പാനീയങ്ങളും അയാളുടെ മുമ്പിൽ വച്ചുകൊണ്ട് അവൾ പറഞ്ഞു:

“ക്ലേശകരമായ ഈ ദീർഘയാത്ര കഴിഞ്ഞ് നിങ്ങളുടെ തളർന്ന കാലുകൾക്ക് വിശ്രമം കൊടുക്കു. എന്റെകൂടെ മൂന്നു ദിവസം കൂടി താമസിക്കൂ”

വില്ലാളി സസന്തോഷം സമ്മതിച്ചു. അയാൾ മൂന്നു ദിവസം കൂടി ചെറിയ സ്ത്രീയുടെ കൂടാരത്തിൽ പാർത്തു.

വില്ലാളി വേണ്ടത്ര വിശ്രമിച്ചുകഴിഞ്ഞശേഷം മൂന്നാംദിവസം

ചെറിയ സ്ത്രീ പറഞ്ഞു:

"എവിടെ എന്തിന പോകുന്നുവെന്ന് എന്നോട് ഇനി പറയൂ."

വില്ലാളി പറഞ്ഞു:

"എന്റെ ഖാൻ കലശലായ രോഗം പിടിപെട്ട് കിടക്കുകയാണ്. ആർക്കുമറിഞ്ഞുകൂടാത്ത സ്ഥലത്തു പോയി ആർക്കുമറിഞ്ഞുകൂടാത്ത സാധനം കൊണ്ടുവരണമെന്ന് അദ്ദേഹം എന്നോട് ആജ്ഞാപിച്ചിരിക്കുന്നു. അതെന്താണെന്ന് എനിക്കറിഞ്ഞുകൂടാ. നിന്റെ അനുജത്തിയായ എന്റെ ഭാര്യ എനിക്ക് ഒരു ഉണ്ടനൂൽ തന്ന് അതിന്റെ പുറകേ പോകാൻ പറഞ്ഞു. അത് എന്നെ ഇവിടെക്കൊണ്ടെത്തിച്ചു. പക്ഷേ ഇനി എങ്ങോട്ടു പോകണമെന്ന് എനിക്ക് അറിഞ്ഞുകൂടാ. ആ ഉണ്ടനൂൽ അപ്രത്യക്ഷമായി."

ഇതു കേട്ട് ആ ചെറിയ കൂടാരത്തിന്റെ ഉടമസ്ഥയായ ചെറിയ സ്ത്രീ വില്ലാളിക്ക് പട്ടുനൂലിന്റെ ഒരു ഉണ്ട കൊടുത്തിട്ട് പറഞ്ഞു:

"ഈ ഉണ്ടനൂലിനെ പിന്തുടരുക. അത് നിങ്ങളെ എന്റെ ചേച്ചിയുടെ അടുത്തെത്തിക്കും. ആകൃതിയും രൂപവും ഇടവുമില്ലാത്ത സാധനം എവിടെച്ചെന്നു കണ്ടുപിടിക്കാമെന്ന് ഒരുപക്ഷേ ചേച്ചി പറഞ്ഞുതരുമായിരിക്കും."

അങ്ങനെ വില്ലാളി വീണ്ടും ആ ഉണ്ടനൂലിന്റെ പുറകെ പോയി. വിശ്രമിക്കാൻ നിൽക്കാതെ അയാൾ അനേകം പകലുകളും രാത്രികളും നടന്നു. ഇരുൾമൂടിയ കൊട്ടുംകാടിനെ പിന്നിട്ടുകൊണ്ട് അയാൾ ഒരു പുൽപ്രദേശത്തുകൂടി മുപ്പതു പകലും രാത്രിയും നടന്നു. അവസാനം ആദ്യത്തെപ്പോലെതന്നെ ഇരുൾ മൂടിയ മറ്റൊരു കൊട്ടുംകാട്ടിലെത്തി.

ഉണ്ടനൂൽ മരങ്ങളുടേയും കുറ്റിച്ചെടികളുടേയും ഇടയിലൂടെ വളഞ്ഞുതിരിഞ്ഞു പൊയ്ക്കൊണ്ടിരുന്നു. മരക്കൊമ്പുകൾ തട്ടി വില്ലാളിയുടെ കൈകളും ദേഹവും പോറി. അവ അയാളുടെ മുഖത്തടിച്ചു. പക്ഷേ അയാൾ ഒരിടത്തും നിൽക്കാതെ നടപ്പു തുടർന്നു.

അവസാനം ഉണ്ടനൂൽ. കാടിന്റെ നടുവിൽ നിന്നിരുന്ന, കമ്പിളിത്തുണി കൊണ്ടുള്ള തീരെച്ചെറിയ ഒരു കൂടാരത്തിന്റെ വാതുക്കലേക്ക് ഉരുണ്ടു ചെല്ലുകയും അപ്പോൾത്തന്നെ അപ്രത്യക്ഷമാവുകയും ചെയ്തു.

അതിസുന്ദരിയായ ഒരു തീരെച്ചെറിയ സ്ത്രീ കൂടാരത്തിൽനിന്ന് ഇറങ്ങിവന്നു.

“നിങ്ങൾ ആരാണ്? എവിടുന്നു വരുന്നു? എങ്ങോട്ടു പോകുന്നു? അവർ വില്ലാളിയോടു ചോദിച്ചു.

“ഞാൻ ഒരു വഴിപോക്കനാണ്.” വില്ലാളിപറഞ്ഞു. “വളരെ അകലെ നിന്നാണു വരുന്നത്. വളരെ ദൂരം പോകാനുണ്ട്.”

ആ തീരെച്ചെറിയ കൂടാരത്തിന്റെ ഉടമസ്ഥയായ തീരെച്ചെറിയ സ്ത്രീകൂടുതലൊന്നും ചോദിച്ചില്ല. അവൾ അയാളെ അകത്തേക്കു ക്ഷണിക്കുകയും ഭക്ഷണം നൽകി ഉറങ്ങാനുള്ള സൗകര്യമുണ്ടാക്കിക്കൊടുക്കുകയും ചെയ്തു.

വില്ലാളി രാവിലെ എഴുന്നേറ്റ് കയ്യും മുഖവും കഴുകി സ്വർണ്ണച്ചീപ്പെടുത്ത മുടി ചീകാൻ തുടങ്ങി. അതു കണ്ട് ആ തീരെച്ചെറിയ കൂടാരത്തിന്റെ ഉടമസ്ഥയായ തീരെച്ചെറിയ സ്ത്രീ ചോദിച്ചു.

“നിങ്ങൾക്ക് ഈ സ്വർണ്ണച്ചീപ്പ് എവിടന്നു കിട്ടി?”

“എന്റെ ഭാര്യ തന്നെയാണ്.” വില്ലാളി പറഞ്ഞു.

“അപ്പോൾ നിങ്ങൾ എന്റെ ചാർച്ചക്കാരനാണ്. നിങ്ങളുടെ ഭാര്യ എന്റെ ഏറ്റവും ഇളയ സഹോദരിയാണ്. ഇക്കാര്യം നേരത്തെതന്നെ പറയാഞ്ഞതെന്ത്?”

അവൾ വീട്ടിലുള്ള സർവ്വതും-ഏറ്റവും നല്ല ഭക്ഷണവിഭവങ്ങളും പാനീയങ്ങളും-കൊണ്ടുവന്ന് വില്ലാളിയെ സൽക്കരിക്കാൻ തുടങ്ങി.

“നിങ്ങൾ നിങ്ങളുടെ തളർന്ന കാലുകൾക്ക് ദീർഘമായ വിശ്രമം കൊടുക്കണം. എന്റെ കൂടെ കുറച്ചു ദിവസം താമസിക്കൂ,”

അങ്ങനെ വില്ലാളി ആ തീരെച്ചെറിയ സ്ത്രീയുടെ കൂടാരത്തിൽ മൂന്നു പകലും രാത്രിയും കഴിച്ചുകൂട്ടി. നാലാം ദിവസം, അയാൾ എങ്ങോട്ട് എന്തിന് പോകുന്നുവെന്ന് അവൾ ചോദിച്ചു.

“ഒന്നും ഒളിച്ചുവയ്ക്കണ്ട.,” അവൾ പറഞ്ഞു.

എങ്ങോട്ടു പോകുന്നുവെന്നും എന്തിനു പോകുന്നുവെന്നുള്ള കാര്യങ്ങളെല്ലാം വില്ലാളി തീരെച്ചെറിയ സ്ത്രീയോടു പറഞ്ഞു. അവൾ അതു കേട്ട് തല കുലുക്കിയശേഷം പറഞ്ഞു:

“നിങ്ങൾ പോകേണ്ടയിടം എവിടെയാണെന്ന് എനിക്കറിഞ്ഞുകൂടാ. ഞാൻ എന്റെ സഹായികളോടു ചോദിക്കാം.”

അവൾ തന്റെ സ്വർണ്ണക്കുഴലെടുത്ത് കൂടാരത്തിനു പുറത്തേക്കിറങ്ങി ഉറക്കെ ഊതി.

നൂറ്റെട്ടു ശോകസ്വരങ്ങളും അറുപത്തിരണ്ട് ആഹ്ലാദസ്വരങ്ങളും മുഴങ്ങി. ഉടനെ പുൽപ്രദേശത്തും കാട്ടിലുമുള്ള വന്യമൃഗങ്ങളും ആകാശത്തെ പറവകളും ഭൂമിക്കടിയിൽനിന്നു പുഴുക്കളുമെന്നുവേണ്ട ജീവജാലം മുഴുവനും പാഞ്ഞും പറന്നും ഇഴഞ്ഞും ചാടിയും അവിടെ എത്തി. അവർ വന്ന്, തീരെച്ചെറിയ കൂടാരത്തിന്റെ ഉടമസ്ഥയായ തീരെച്ചെറിയ സ്ത്രീയുടെ ചുറ്റും വട്ടത്തിൽ നിന്നു.

തീരെച്ചെറിയ സ്ത്രീ പറഞ്ഞു:

"എല്ലായിടത്തും പോവുകയും പാഞ്ഞു പറന്നും വളരെ ദൂരം എത്തുകയും എല്ലാ അറിയുകയും എല്ലാം കേൾക്കുകയും ചെയ്യുന്ന അല്ലയോ പക്ഷിമൃഗാദികളേ, ആകൃതിയും രൂപവും ഇടവുമില്ലാത്ത സാധനം എവിടെയാണെന്ന് നിങ്ങളിൽ ആർക്കെങ്കിലും അറിയാമോ? അറിയാവുന്നയാൾ മുന്നോട്ടു വന്ന് 'എനിക്കറിയാം' എന്നു പറയണം. അറിഞ്ഞുകൂടാത്തവർ 'ഞങ്ങൾക്ക് അറിഞ്ഞുകൂടാ' എന്നു പറയണം. അതു കഴിഞ്ഞ് എല്ലാവർക്കും തിരിച്ചുപോകാം."

"ഞങ്ങൾക്ക് അറിഞ്ഞുകൂടാ" എന്നു പറഞ്ഞുകൊണ്ട് പക്ഷികൾ പറന്നു പോയി.

"ഞങ്ങൾക്ക് അറിഞ്ഞുകൂടാ" എന്നു പറഞ്ഞുകൊണ്ട് മൃഗങ്ങൾ പുൽപ്രദേശങ്ങളിലേക്കും കാടുകളിലേക്കും ഓടിപ്പോയി.

"ഞങ്ങൾക്ക് അറിഞ്ഞുകൂടാ" എന്നു പറഞ്ഞുകൊണ്ട് പുഴുക്കളും പ്രാണികളും ഇഴഞ്ഞുപോയി.

അപ്പോൾ തീരെച്ചെറിയ സ്ത്രീ കുഴലെടുത്ത് ഒന്നുകൂടി ഊതി. നൂറ്റെട്ട് ശോകസ്വരങ്ങളും അറുപത്തിരണ്ട് ആഹ്ലാദസ്വരങ്ങളും മുഴങ്ങി. ഉടനെ മത്സ്യങ്ങൾ, ആമകൾ, തവളകൾ, പാമ്പുകൾ, ഞണ്ടുകൾ, കൊഞ്ചുകൾ തുടങ്ങിയ എല്ലാ ജലജന്തുക്കളും അവളുടെ ചുറ്റും കൂടി.

തീരെച്ചെറിയ കൂടാരത്തിന്റെ ഉടമസ്ഥയായ തീരെച്ചെറിയ സ്ത്രീ പറഞ്ഞു:

"എല്ലായിടത്തും പോവുകയും വിദൂരജലാശയങ്ങളിൽ നീന്തി നടക്കുകയും എല്ലാം അറിയുകയും എല്ലാം കേൾക്കുകയും ചെയ്യുന്ന പാമ്പുകളെ, മത്സ്യങ്ങളേ, എന്നോടു പറയൂ: ആകൃതിയും രൂപവും ഇടവുമില്ലാത്ത സാധനം എവിടെക്കാണുമെന്ന് നിങ്ങളിലാർക്കെങ്കിലും അറിയാമോ? അറിയാവുന്നയാൾ മുന്നോട്ടു വന്ന്, 'എനിക്കറിയാം," എന്നു പറയണം, അറിഞ്ഞുകൂടാത്തവർ 'ഞങ്ങൾക്ക് അറിഞ്ഞുകൂടാ' എന്നു പറയണം. അതു കഴിഞ്ഞ് എല്ലാവർക്കും മടങ്ങിപ്പോകാം."

"ഞങ്ങൾക്ക് അറിഞ്ഞുകൂടാ! ഞങ്ങൾക്ക് അറിഞ്ഞുകൂടാ! ഞങ്ങൾക്ക് അറിഞ്ഞുകൂടാ!" എന്നു വിളിച്ചു പറഞ്ഞുകൊണ്ട് മത്സ്യങ്ങളും ആമകളും പാമ്പുകളും തവളകളും ഞണ്ടുകളും കൊഞ്ചുകളുമെല്ലാം അവരുടെ തടാകങ്ങളിലേക്കും നദികളിലേക്കും ചതുപ്പുനിലങ്ങളിലേക്കും മടങ്ങിപ്പോയി.

ഒരു വലിയ ഞണ്ടു മാത്രം പോയില്ല. അവൻ ആദ്യം വെള്ളത്തിനടുത്തേക്ക് ഇഴഞ്ഞുപോയി. ഉടനെ കൂടാരത്തിലേക്കു തിരിച്ചുവന്നു. വീണ്ടും വെള്ളത്തിനടുത്തേക്ക് ഇഴഞ്ഞുപോയി.

ഞണ്ട് സംശയിച്ചു നിൽക്കുന്നത് കണ്ട് തീരെച്ചെറിയ കൂടാരത്തിന്റെ ഉടമസ്ഥയായ തീരെച്ചെറിയ സ്ത്രീ പറഞ്ഞു:

"നീ ഞണ്ടുകളുടെ രാജാവാണ്. അല്ലേ?"

"അതെ," ഞണ്ടു പറഞ്ഞു.

"നിനക്ക് അറിയാവുന്നതെന്താണ്? നീ കേട്ടതെന്താണ്? പറയാൻ ആഗ്രഹിക്കുന്നതെന്താണ്? അതു വാസ്തവമാണെങ്കിൽ തുറന്നു പറയൂ."

ഞണ്ടു പറഞ്ഞു:

"എനിക്കറിയാമോ ഇല്ലയോ എന്നു തീർച്ചയില്ല."

"അതെങ്ങിനെയുമാവട്ടെ. നിനക്ക് പറയാനുള്ളത് പറയണം." തീരെച്ചെറിയ കൂടാരത്തിന്റെ ഉടമസ്ഥയായ തീരെച്ചെറിയ സ്ത്രീ നിർബന്ധമായി പറഞ്ഞു.

"എന്നാൽ ശരി," ഞണ്ടു പറഞ്ഞു തുടങ്ങി. "ആകൃതിയും രൂപവും ഇടവുമില്ലാത്ത സാധനം തേടുന്നയാൾ തെക്കോട്ടു പോകണം. ഒരു മാസത്തെ യാത്രയ്ക്കുശേഷം അയാൾ വലിയൊരു കടലിനടുത്തെത്തും. ആ കടൽ കടക്കാൻ കഴിഞ്ഞില്ലെങ്കിൽ അയാൾ പടിഞ്ഞാറോട്ടു പോകണം. ഒരു മാസം കൂടി യാത്രചെയ്തു കഴിയുമ്പോൾ ഒരു കടത്തിനടുത്തെത്തും. അതു കടന്ന് കടലിന്റെ മറുകര എത്തുമ്പോൾ വിശാലമായ ഒരു റോഡുകാണും. ആ റോഡ് തെക്കോട്ടു പോകുന്നു. അതിലൂടെ ഒരു മാസം നടക്കുമ്പോൾ കിഴക്കുവശത്തായി ഇടതൂർന്നു നിൽക്കുന്ന വലിയൊരു കാടുകാണാം. റോഡിൽനിന്നു കാട്ടിലേക്കു രണ്ടു ചക്രച്ചാലുകളുള്ള ഒരു വഴി പോകുന്നുണ്ട്. വഴി അവിടെ അവസാനിക്കുന്നു. അതിനപ്പുറമുള്ളതെന്താണെന്ന് എനിക്ക് അറിഞ്ഞുകൂടാ."

ഇത്രയും പറഞ്ഞുകൊണ്ട് ഞണ്ട് തടാകത്തിലേക്ക് ഇഴഞ്ഞു പോയി.

“വില്ലാളി വീരാ, ഞണ്ടുകളുടെ രാജാവു പറഞ്ഞതു കേട്ടില്ലേ?” തീരെച്ചെറിയ സ്ത്രീ ചോദിച്ചു.

“കേട്ടു.” വില്ലാളി മറുപടി പറഞ്ഞു.

“എന്നാൽ പുറപ്പെട്ടു. ഒരുപക്ഷേ നിങ്ങൾ അന്വേഷിക്കുന്നത് കണ്ടെത്തിയെന്നുവരും. മറ്റാർക്കും അതേപ്പറ്റി യാതൊന്നും അറിഞ്ഞുകൂടാ. ഇനി മുതൽ നിങ്ങളുടെ കാര്യം നിങ്ങൾതന്നെ നോക്കിക്കൊള്ളണം.”

അവൾ വില്ലാളിക്ക് ഭക്ഷണം നൽകുകയും യാത്രയ്ക്കൊരുങ്ങാൻ സഹായിക്കുകയും ചെയ്തു. അവളോട് യാത്രപറഞ്ഞുകൊണ്ട് അയാൾ തിരിച്ചു.

നിമിഷനേരത്തെ വിശ്രമം പോലും ഇല്ലാതെ അയാൾ അനേകദിവസങ്ങൾ നടന്നു. കടലിനടുത്ത് എത്താൻ ഒരു മാസം മുഴുവൻ എടുത്തു. കടലിലേക്കു നോക്കിയപ്പോൾ അതു കടക്കാൻ സാദ്ധ്യമല്ലെന്ന് മനസ്സിലായി. അയാൾ അതു കൊണ്ട് കടൽക്കരയിലൂടെ പടിഞ്ഞാറോട്ടു നടന്നു. അങ്ങനെ ഒരു മാസം നടന്നപ്പോൾ കടത്തുകാണുകയും അതു കടന്ന് മറുകരയിലുള്ള വിശാലമായ റോഡിൽഎത്തുകയും ചെയ്തു. ആ റോഡിലൂടെ അയാൾ ഒരു മാസംകൂടി നടന്നു. അവസാനം കിഴക്കു ഭാഗത്തായി ഇടതൂർന്നു നിൽക്കുന്ന ഒരു കൊടും കാടു കണ്ട് അയാൾ ഇടയ്ക്ക് ഒരു നിമിഷം പോലും നിൽക്കാതെ അങ്ങോട്ടു നടന്നു. ഒടുവിൽ അയാൾ രണ്ടു ചക്രച്ചാലുകളുള്ള വിശാലമായ ഒരു വഴിയിലെത്തി. റോഡിൽ നിന്നു തിരിഞ്ഞ് ആ വഴിയിലൂടെ നടന്നു. മൂന്നു പകലും രാത്രിയും കഴിഞ്ഞപ്പോൾ അവസാനം കാട്ടിലെത്തി.

കാട്ടിലേക്കു കടന്നപ്പോൾ വഴി മരങ്ങൾക്കിടയിലൂടെ വളഞ്ഞു തിരിഞ്ഞു പോകുന്നത് അയാൾ കണ്ടു. അതിലൂടെ നടന്ന് നടന്ന് അയാൾ അഗമ്യമായ ഒരു കുറ്റിക്കാട്ടിലെത്തി. വഴി അവിടെ പെട്ടന്ന് അവസാനിക്കുകയും ചെയ്തു. വില്ലാളി കുറ്റിക്കാട്ടിലൂടെ നടന്നുതുടങ്ങി. ഇരുണ്ട ഉയരം കൂടിയ മരങ്ങൾ ശിഖരങ്ങൾകൊണ്ട് ആകാശം മറച്ചു. ഒരു സൂര്യകിരണമോ ഒരു തരം വെളിച്ചമോ അവയ്ക്കിടയിലൂടെ വന്നില്ല. മുന്നോട്ടോ ഇടത്തോട്ടോ വലത്തോട്ടോ എങ്ങും ഒരു വഴിയും കണ്ടില്ല. വില്ലാളി നടപ്പുനിർത്തി സ്വയം പറഞ്ഞു:

“ഇനി എന്താണു ചെയ്യുക” ഞാൻ ഒരുപാടു ദൂരം വന്നുകഴിഞ്ഞു.

ഇനി പുറകോട്ടു പോകാൻ സാദ്ധ്യമല്ല."

ചുറ്റും നോക്കിയപ്പോൾ അയാൾ പെട്ടന്ന് തറയിൽ ഒരു ഗുഹ കണ്ടു. അയാൾ ആ ഗുഹയിലൂടെ താഴോട്ടിറങ്ങി. ഒരു തുരങ്കത്തിലെത്തിയിരിക്കുകയാണെന്നു മനസ്സിലായി. അയാൾ അതിലൂടെ തപ്പിത്തടഞ്ഞു മുന്നോട്ടു നടന്നു. നടന്നുനടന്ന് അവസാനം ഭൂമിക്കടിയിൽ കുഴിച്ചുണ്ടാക്കിയ ഒരു കുടിലിലെത്തി. അയാൾ കുടിലിനുള്ളിൽ കയറി ചുറ്റും നോക്കി. ആരുമില്ല. ചെവിയോർത്തു. യാതൊരു ശബ്ദവും കേൾക്കുന്നില്ല. എങ്കിലും ആരോ അവിടെ പതിവായി വരാറുണ്ടെന്ന് അയാൾക്കു മനസ്സിലായി.

"ഇവിടെ താമസിക്കുന്നത് ആരാണെന്ന് എനിക്കറിയാൻ വയ്യ", വില്ലാളി വിചാരിച്ചു. "എങ്കിലും എനിക്കു കുഴപ്പമൊന്നും വരാതെ സൂക്ഷിക്കണം."

ചുമരിൽ ഒരു പൊത്തുകണ്ട് അയാൾ അതിൽ ഇഴഞ്ഞുകയറി. തൽക്ഷണം ഉറങ്ങുകയും ചെയ്തു.

അയാൾ ഉറക്കത്തിൽ വണ്ടിച്ചക്രങ്ങളുടെ ശബ്ദം കേട്ടു. ശബ്ദം അത്യുച്ചത്തിലായിരുന്നതുകൊണ്ട് അതു സാധാരണ വണ്ടിയല്ലെന്ന് അയാൾക്കു മനസ്സിലായി.

അയാൾ കഴിയുന്നത്ര ഭദ്രമായി ഒളിച്ചിരുന്നു. ഒരു ചുണ്ടെലിയെപ്പോലെ പതുങ്ങിക്കിടന്നുകൊണ്ട് അയാൾ ആലോചിച്ചു:

"ഇനി എന്താണാവോ സംഭവിക്കുക!"

ആദ്യം വണ്ടി കടലിന്റെ വാതുക്കൽ വന്നു നിൽക്കുന്ന ശബ്ദമാണ് കേട്ടത്. പിന്നീട് ആജാനബാഹുവായ ഒരു യുവഭീമൻ പ്രവേശിച്ചു. മോടിയുള്ള വസ്ത്രങ്ങളാണ് അയാൾ ധരിച്ചിരുന്നത്. വിലപിടിച്ച ആയുധങ്ങൾ അരപ്പട്ടയിൽ തൂങ്ങിക്കിടപ്പുണ്ട്. ഭീമൻ ആയുധങ്ങളഴിച്ച് ഭിത്തിയിൽ തൂക്കിയിട്ടു. പിന്നീട് വസ്ത്രങ്ങളഴിച്ച് എതിരെയുള്ള ഭിത്തിയിൽ തൂക്കിയിട്ടു. അതു കഴിഞ്ഞ് ചമ്രം പടിഞ്ഞിരുന്നുകൊണ്ട് അയാൾ പറഞ്ഞു:

"വാ മൂർസാ. എനിക്കു വിശക്കുന്നു!"

ഇത്രയും പറഞ്ഞുതീരും മുമ്പ് മഞ്ഞപ്പൂക്കളുള്ള ഒരു തുണി അയാളുടെ മുമ്പിൽ ചുരുൾ നിവർന്നു. സ്വാദേറിയ വിഭവങ്ങളും പാനീയങ്ങളും വിശിഷ്ടഫലങ്ങളും - വായ്ക്കു രുചിയും മനസ്സിന് ഉന്മേഷവും പകരുന്ന സർവ്വതും അതിൽവന്നുനിരന്നു.

വയർനിറയെ ഭക്ഷണം കഴിച്ചശേഷം ഭീമൻ പറഞ്ഞു:

"വാ മൂർസാ, എടുത്തുകൊണ്ടുപോ!"

ഉടൻതന്നെ മഞ്ഞപ്പൂക്കളോടു കൂടിയ തുണിയും പിഞ്ഞാണികളും പാത്രങ്ങളുമെല്ലാം അപ്രത്യക്ഷമായി. അവ വായുവിൽ ലയിച്ചു പോയതുപോലെ തോന്നി.

ഭീമൻ വസ്ത്രങ്ങളും ആയുധങ്ങളും ധരിച്ച് കുടിലിനു പുറത്തേക്കു പോയി.

വണ്ടിച്ചക്രങ്ങൾ അകന്നു പോകുന്ന ശബ്ദം കേട്ടു. ഭീമൻ പോയെന്നർത്ഥം.

വില്ലാളി ഒളിച്ചിരുന്നിടത്തു നിന്നും ഇറങ്ങിവന്ന് ചുറ്റും നോക്കി. പക്ഷേ ആരേയും കണ്ടില്ല. അത്ഭുതാധീനനായി അവിടെ നിന്നുകൊണ്ട് അയാൾ ആലോചിച്ചു:

"ഇവിടെ വണ്ടിയോടിച്ചു വന്ന ഭീമൻ ആരാണ്? ആ സ്വാദേറിയ വിഭവങ്ങൾ അയാൾക്കു വിളമ്പിയത് ആരാണ്? അയാൾ ബാക്കിവെച്ച ഭക്ഷണം എവിടെപ്പോയി? അയാൾ ചെയതതുപോലെ ഞാനും ഒന്നു പരീക്ഷിച്ചുനോക്കാം."

വില്ലാളി തന്റെ ആയുധങ്ങൾ അഴിച്ചു ഭീമൻ ഉപയോഗിച്ച അതേ കൊളുത്തിൽ തൂക്കിയിട്ടു. വസ്ത്രങ്ങൾ ഊരി ഭീമൻ ഉപയോഗിച്ച മറ്റേ കൊളുത്തിൽ തൂക്കിയിട്ടു. അതിനുശേഷം കമ്പിളിപ്പായിൽ ചമ്രം പടിഞ്ഞ് ഇരുന്നു കൊണ്ട് അയാൾ പറഞ്ഞു:

"വാ, മൂർസാ, എനിക്കു വിശക്കുന്നു!

ഉടൻതന്നെ മഞ്ഞപ്പൂക്കളോടുകൂടിയ ഒരു തുണി അയാളുടെ മുമ്പിൽ ചുരുൾ നിവരുകയും വായ്ക്കു രുചിയും മനസ്സിന് ഉന്മേഷവും പകരുന്ന സ്വാദേറിയ വിഭവങ്ങളും പാനീയങ്ങളും അതിന്മേൽ പ്രത്യക്ഷപ്പെടുകയും ചെയ്തു.

വില്ലാളി ഭക്ഷണം കഴിച്ചു. അയാൾ പറഞ്ഞു:

"മൂർസാ, നീ എവിടെയാണ്? വന്നിരുന്ന് വയർനിറയെ ആഹാരം കഴിക്ക്."

ഇതു പറഞ്ഞയുടനെ മൂർസാ വന്ന് ഭക്ഷണം കഴിക്കാൻ തുടങ്ങി. ഭക്ഷണം കഴിച്ചശേഷം അയാൾ പറഞ്ഞു:

"കുറച്ചുമുമ്പ് ഇവിടെ വന്നിരുന്ന ഭീമന് ഞാൻ മുപ്പത് വർഷമായി ഭക്ഷണം വിളമ്പുകയാണ്. ഒരിക്കൽപ്പോലും അദ്ദേഹം എന്നെ

ഭക്ഷണത്തിനു ക്ഷണിച്ചിട്ടില്ല. നിങ്ങൾ അങ്ങനെയല്ല. ഞാൻ ഒരിക്കലേ നിങ്ങൾക്കു വിളമ്പിത്തന്നിട്ടുള്ളു. എങ്കിലും നിങ്ങൾ എന്റെ കാര്യം ഓർത്തു. നിങ്ങളോടൊത്ത് ഭക്ഷണം കഴിക്കാൻ ക്ഷണിച്ചു. നിങ്ങളുടെ കൂടെ കഴിയുന്നതാണ് എനിക്ക് കൂടുതൽ നല്ലത്. എന്നെ ക്കൂടി കൊണ്ടുപോകു."

"എനിക്കതിനു സന്തോഷമേയുള്ളൂ" വില്ലാളി പറഞ്ഞു. "അറി യാതെയാണെങ്കിലും നിന്നെ തിരക്കിയാണ്. ഞാൻ വന്നതെന്ന് ഇപ്പോൾ എനിക്കു മനസ്സിലായി. എന്നിട്ടിതാ ഇപ്പോൾ അപ്രതീ ക്ഷിതമായി നിന്നെ കണ്ടെത്തിയിരിക്കുന്നു."

"ഇന്നുതൊട്ട് ഞാൻ നിങ്ങളുടേതായിരിക്കും. നിങ്ങൾ പോകുന്നി ടത്തെല്ലാം ഞാനും കൂടെക്കാണും." മൂർസാ പറഞ്ഞു.

"ശരി, അങ്ങനെയാവട്ടെ." വില്ലാളി സമ്മതിച്ചു.

ഭൂമിക്കടിയിലുള്ള കടലിൽനിന്ന് അവർ ഒന്നിച്ചു പുറത്തിറങ്ങി തുര ങ്കത്തിലൂടെ നടന്നു. മൂർസാ എപ്പോഴും വില്ലാളിയുടെ തൊട്ടടുത്തുതന്നെ ഉണ്ടായിരുന്നു. അവൻ അദൃശ്യനായിരുന്നുവെന്നു മാത്രം.

അവർ അങ്ങനെ എത്ര ദൂരം നടന്നുവെന്ന് ആർക്കും അറിഞ്ഞു കൂടാ. പെട്ടന്ന് ചക്രങ്ങളുടെ ഉച്ചത്തിലുള്ള ശബ്ദം കേട്ടു.

മൂർസാ വില്ലാളിയോടു പറഞ്ഞു:

"എന്റെ പഴയ യജമാനൻ നെറ്റിയിൽ വെളുത്ത നക്ഷത്രക്കലയു ള്ള എട്ടു കറുത്ത കുതിരകളെ പൂട്ടിയ വണ്ടി ഓടിച്ചു വരികയാണ്. അദ്ദേഹത്തിനു വിശക്കുന്നുണ്ടാവും. അദ്ദേഹം ഭക്ഷണം വിളമ്പാൻ എന്നെ വിളിക്കും. പക്ഷേ വിളി കേൾക്കാൻ ആരും കാണുകയില്ല."

അവർ പിന്നെയും യാത്ര തുടർന്നു. രാത്രി വളരെ വൈകിയിട്ട് അവർ ഏകാന്തവും വിജനവുമാണെന്നു തോന്നിച്ച ഒരു സ്ഥലത്തെ ത്തി. ഇരുണ്ട് മങ്ങിയ ഒരു കൂടാരം അവിടെ ഉണ്ടായിരുന്നു. അതിന്റെ കമ്പിളിത്തുണി കീറിപ്പറിഞ്ഞും ദ്വാരം വീണും ഇരുന്നിരുന്നു.

വില്ലാളി കൂടാരത്തിനകത്തു കടന്നപ്പോൾ ഒരു മുനി പ്രണാമം ചെയ്തുകൊണ്ടിരിക്കുന്നതു കണ്ടു. ധ്യാനത്തിൽ മുഴുകിയിരുന്നതിനാൽ വില്ലാളി വന്ന കാര്യം മുനി ശ്രദ്ധിച്ചതേയില്ല.

"അല്ലയോ അഭിവന്ദ്യനായ മുനിശ്രേഷ്ഠാ." വില്ലാളി പറഞ്ഞു."എനി ക്ക് അങ്ങയോട് ഒരപേക്ഷയുണ്ട്. ഈ രാത്രി അങ്ങയുടെ കൂടാരത്തിൽ കഴിച്ചുകൂട്ടാൻ എന്നെ അനുവദിക്കുക."

മുനി തന്റെ പ്രാർത്ഥന ഇടയ്ക്കു നിർത്തിയിട്ട് പറഞ്ഞു:

"ഈ ഭാഗത്ത് ആരും ഇതിനുമുമ്പ് വന്നിട്ടില്ല. നിങ്ങൾ എവിടുന്നു വരുന്നു? എങ്ങോട്ടു പോകുന്നു?"

"എന്റെ ഖാന്റെ ആജ്ഞയനുസരിച്ച് ദൂരദേശങ്ങളിൽ സഞ്ചരിച്ച ശേഷം ഞാൻ മടങ്ങിപ്പോവുകയാണ്." വില്ലാളി പറഞ്ഞു.

മുനി പറഞ്ഞു:

"നിങ്ങൾ രാത്രി ഇവിടെ ചെലവഴിക്കുന്നതിൽ എനിക്കു സന്തോഷമേയുള്ളൂ. പക്ഷേ നിങ്ങൾക്കു തരാൻ എന്റെ കയ്യിൽ ആഹാരമൊന്നുമില്ല. മാംസക്കറിയോ ചായയോ യാതൊന്നുമില്ല. എന്റെ കൂടാരത്തിൽ ഒരു പാത്രമോ മുക്കാലിപ്പലകയോ പോലുമില്ല."

"എനിക്കു യാതൊന്നും വേണ്ട." വില്ലാളി പറഞ്ഞു. "രാത്രി കിടക്കാൻ ഒരിടം മാത്രം മതി."

"എന്നാൽ ശരി, ഇവിടെ കഴിഞ്ഞോളൂ" എന്നു പറഞ്ഞുകൊണ്ട് മുനി വീണ്ടും പ്രാർത്ഥന തുടങ്ങി. പക്ഷേ ഉറങ്ങാൻ പോകുന്നതിനുമുമ്പ് അദ്ദേഹം ഭക്ഷണം കഴിക്കാനിരുന്നു. പാറകളുടെ ഇടുക്കിൽനിന്നും കാട്ടിൽനിന്നും ശേഖരിച്ച ചില പഴങ്ങളും ഉണക്കമുന്തിരിയുമായിരുന്നു വിഭവങ്ങൾ.

ഭക്ഷണം കഴിച്ചുകൊണ്ടിരിക്കുമ്പോൾ മുനി വില്ലാളിയോടു പറഞ്ഞു.

"ഞാൻ തിന്നുന്നത് എന്താണെന്നു കണ്ടില്ലേ? ഇത്ര തുച്ഛമായ ആഹാരം നിങ്ങൾക്കു തരാൻ ഞാൻ മടിക്കുന്നു. അതുതന്നെ വേണ്ടത്രയില്ല. പഴങ്ങൾ ശേഖരിക്കാൻ എനിക്ക് കുറച്ചേ സമയമുള്ളൂ. എനിക്കു പ്രാർത്ഥനയിൽ മുഴുകിയിരിക്കേണ്ടിയിരിക്കുന്നു."

പക്ഷേ അതു കേട്ട് വില്ലാളി കലുങ്ങിയില്ല.

"അങ്ങ് അങ്ങയുടെ ഭക്ഷണം കഴിച്ചോളൂ." അയാൾ പറഞ്ഞു. "ഞാൻ എന്റെ ഭക്ഷണം കഴിച്ചോളാം." എന്നിട്ട് അയാൾ ഉറക്കെ ഇങ്ങനെ പറഞ്ഞു:

"വാ, മൂർസാ, എനിക്കു വിശക്കുന്നു!"

അയാൾ പറയാത്ത താമസം, പലതരം, വിഭവങ്ങളും കമീസ്[2]* നിറച്ച ഭരണികളുമായി മഞ്ഞപ്പൂക്കളോടുകൂടിയ ഒരു തുണി ചുരുൾ നിവർന്നു. വായ്ക്കു രുചിയും മനസ്സിന് ഉന്മേഷവും പകരുന്ന സർവ്വതും

2 * കമീസ് – പുളിപ്പിച്ച കുതിരപ്പാൽക്കൊണ്ടുണ്ടാക്കുന്ന ഒരു പാനീയം. എ.ഡി

അവിടെ ഉണ്ടായിരുന്നു.

സദ്യയുണ്ണാൻ ഇരിക്കുമ്പോൾ വില്ലാളി മുനിയോടു പറഞ്ഞു:

"അഭിവന്ദ്യനായ മനുശ്രേഷ്ഠാ, അങ്ങുകൂടി വന്നിരുന്ന് എന്റെ ഭക്ഷണം രുചിച്ചുനോക്കാത്തതെന്താണ്?"

മുനി അത്ഭുതത്തോടെ വില്ലാളിയുടെ അടുത്തിരുന്ന് ഭക്ഷണം കഴിക്കാനും കഴിക്കുന്ന ഭക്ഷണത്തെ സ്തുതിക്കാനും തുടങ്ങി. വില്ലാളി മൂർസായേയും സദ്യയിൽ പങ്കുചേരാൻ ക്ഷണിച്ചു.

എല്ലാവർക്കും വയർ നിറഞ്ഞപ്പോൾ അവർ എഴുന്നേറ്റു. വില്ലാളി പറഞ്ഞു:

"ഇതെടുത്തു മാറ്റൂ, മൂർസാ!"

ഉടൻതന്നെ മഞ്ഞപ്പൂക്കളോടുകൂടിയ വസ്ത്രവും അതിന്മേലുണ്ടായിരുന്ന സർവ്വതും അപ്രത്യക്ഷമായി.

താൻ കഴിച്ച സ്വാദേറിയ ക്ഷത്രിയ ഭക്ഷണത്തിൽ സന്തുഷ്ടി പൂണ്ട മുനി മൂർസായെ വച്ചുമാറാൻ വില്ലാളിയോട് അപേക്ഷിച്ചു.

"അല്ലയോ വില്ലാളിവീരാ. മാന്ത്രികത്തുണിയുള്ള നിങ്ങളുടെ മൂർസായെ ദയവായി എനിക്കു തരൂ, "അദ്ദേഹം യാചിച്ചു. "പകരം ഞാൻ നല്ലൊരു സാധനം തരാം."

"അതു സാദ്ധ്യമല്ല." വില്ലാളി പറഞ്ഞു. "മൂർസായെ ഞാൻ ഒന്നിനു വേണ്ടിയും വച്ചുമാറുകയില്ല. അവനെ എനിക്കാവശ്യമുണ്ട്."

പക്ഷേ മുനി വിട്ടുകൊടുത്തില്ല. രാത്രി മുഴുവൻ അദ്ദേഹം വില്ലാളിയോട് യാചിച്ചുകൊണ്ടിരുന്നു.

"വില്ലാളി വീരാ", അദ്ദേഹം പറഞ്ഞു. "നിങ്ങളുടെ മൂർസായേക്കാൾ അതിശയകരമായ ഒരു സാധനം ഞാൻ നിങ്ങൾക്കു പകരം തരാം."

"അതെന്താണ്?" വില്ലാളി ചോദിച്ചു.

"ഞാൻ കാണിച്ചുതരാം." മുനി പറഞ്ഞു. അദ്ദേഹം നീളമുള്ള ഒരു പട്ടുതുവാല എടുത്ത് തന്നോടൊപ്പം പുറത്തു വരാൻ വില്ലാളിയോടു പറഞ്ഞു. വില്ലാളി അപ്രകാരം ചെയ്തു. തുവാല വീശിക്കൊണ്ട് മുനി പറഞ്ഞു:

"കൊട്ടാരം വരട്ടെ!

ആ നിമിഷത്തിൽ അതിമനോഹരമായ ഒരു കൊട്ടാരം അവരുടെ മുമ്പിൽ പ്രത്യക്ഷപ്പെട്ടു. അതിന്റെ മേൽക്കൂര ആകാശത്തോളം

ഉയർന്നു നിന്നിരുന്നു. അതിന്റെ ഭംഗി അന്യാദൃശ്യമായിരുന്നു. പുറത്ത് സ്വർണ്ണവും വെള്ളിയും കൊണ്ടുള്ള കൊത്തുപണികളിൽ പവിഴങ്ങളും മുത്തുകളും അമൂല്യരത്നങ്ങളും പതിച്ചിരിക്കുന്നു. കണ്ണഞ്ചിക്കുന്ന അലങ്കാരവിതാനങ്ങളാണ് അകത്ത്. ഏറ്റവും പ്രതാപവാന്മാരായ ഖാന്മാരുടെ കൊട്ടാരങ്ങളിൽപ്പോലും ഇതുപോലുള്ള ആർഭാടമോ ആഡംബരമോ കാണാൻ സാദ്ധ്യമല്ല.

മുനി വില്ലാളിയോടു പറഞ്ഞു:

"വില്ലാളിവീരാ, നിങ്ങൾ ചെറുപ്പമാണ്. നിങ്ങൾക്ക് കൊട്ടാരത്തിന്റെ ആവശ്യം വരും. എനിക്കാണെങ്കിൽ വായ്ക്കു രുചിയുള്ള എന്തെങ്കിലും മാത്രം മതി. അതുകൊണ്ട് എന്റെ മാന്ത്രികത്തുവാല എടുത്തിട്ട് മഞ്ഞപ്പൂക്കളോടുകൂടിയ തുണിയുള്ള മൂർസായെ എനിക്കു തരൂ."

പക്ഷേ മുനി എത്ര യാചിച്ചിട്ടും വില്ലാളി വഴങ്ങിയില്ല.

"ഇല്ല, ഇല്ല" അയാൾ പറഞ്ഞു. "എനിക്ക് എന്റെ മൂർസായെ ഉപേക്ഷിക്കാൻ സാദ്ധ്യമല്ല."

പക്ഷേ മൂർസാ അയാളുടെ ചെവിയിൽ മന്ത്രിച്ചു.

"അദ്ദേഹവുമായി വച്ചുമാറിക്കോളൂ. കൊട്ടാരം നിങ്ങൾക്കു കിട്ടും. ഞാനും നിങ്ങളുടെ കൂടെ കാണും, കണ്ടോളൂ."

മൂർസാ പറഞ്ഞതനുസരിച്ച് വില്ലാളി മുനിയുമായി വച്ചുമാറാൻ സമ്മതിച്ചു.

മാന്ത്രികത്തുവാല വീശിയിട്ട് മുനി പറഞ്ഞു: "കൊട്ടാരം മറയട്ടെ! "തൽക്ഷണം കൊട്ടാരം അപ്രത്യക്ഷമായി.

വില്ലാളി അദ്ദേഹത്തിന്റെ കയ്യിൽ നിന്നു തുവാല വാങ്ങിക്കൊണ്ടു പറഞ്ഞു:

"ഇപ്പോൾ മൂർസാ അങ്ങയുടേതാണ്."

മുനിയോട് വിടവാങ്ങിക്കൊണ്ട് അയാൾ യാത്ര തുടർന്നു.

അയാൾ ഒരു മലയിടുക്കിലെത്തി അതിനപ്പുറം കടന്നു. അയാൾ വിചാരിച്ചു.

"ഞാൻ ആലോചനയില്ലാതെ പ്രവർത്തിച്ചു. അങ്ങനെ വച്ചുമാറേണ്ടായിരുന്നു. ഇപ്പോൾ എനിക്ക് ഈ മനോഹരമായ കൊട്ടാരമുണ്ട്. പക്ഷേ മൂർസായില്ല. അവൻ എവിടെയാണാവോ? ഇപ്പോൾ എന്തു ചെയ്യുകയായിരിക്കും?"

പെട്ടന്ന് മൂർസാ ഇങ്ങനെ പറയുന്നത് അയാൾ കേട്ടു:

“വില്ലാളിവീരാ, സങ്കടപ്പെടേണ്ട, ഞാൻ നിങ്ങളുടെ അടുത്തുതന്നെയുണ്ട്. ഞാൻ ഒരിക്കലും നിങ്ങളെ വിട്ടുപിരിയുകയില്ല.!”

“അപ്പോൾ മുനിയുടെ കാര്യമോ?” വില്ലാളി ചോദിച്ചു.

“അദ്ദേഹം പ്രാർത്ഥനയുമായി കഴിയട്ടെ.” മൂർസാ പറഞ്ഞു. “ഞാൻ അദ്ദേഹത്തിന്റെ ഭൃത്യനാവുകയില്ല.”

വില്ലാളിക്കു വലിയ സന്തോഷമായി. അയാൾ യാത്ര തുടർന്നു. ചിലപ്പോൾ അയാൾ നടക്കും. ചിലപ്പോൾ ഓടും. യുവതിയും സുന്ദരിയുമായ തന്റെ ഭാര്യയുടെയടുക്കൽ തിരിച്ചെത്താൻ അത്രകണ്ടു ധൃതിയായിരുന്നു അയാൾക്ക്. വഴിക്കെങ്ങും നിൽക്കാതെ, എത്ര രാപ്പകലുകൾ കടന്നു പോകുന്നുവെന്നു നോക്കാതെ, അയാൾ നടന്നുകൊണ്ടേയിരുന്നു. അങ്ങനെ അവസാനം കടൽക്കരയിലെത്തി.

“ഞാൻ ഈ കടൽ ചുറ്റി പോവുകയാണെങ്കിൽ ഒരു മാസംകൂടി യാത്ര ചെയ്യേണ്ടിവരും.” അയാൾ വിചാരിച്ചു. “ഒരു പക്ഷേ വല്ല തോണിക്കാരേയും കാണാനൊക്കുമായിരിക്കും.”

കടൽത്തീരത്തുകൂടി നടന്നപ്പോൾ അതാ വലിയൊരു കപ്പൽ നങ്കൂരമടുച്ചു കിടക്കുന്നു. കപ്പലിൽ നിരവധി ഭടന്മാരുണ്ട്. അവരെല്ലാവരും കടൽ കടക്കാൻ കാത്തുനിൽക്കുകയാണ്. വില്ലാളി അവരുടെ അടുത്തു ചെന്ന് പറഞ്ഞു:

“ധീരഭടന്മാരേ, ഞാൻ വളരെവളരെ ദൂരെനിന്നു വരികയാണ്. എനിക്ക് ഒരു ഉപകാരം ചെയ്യണം. എന്നെക്കൂടി മറുകര എത്തിക്കണം.”

ഭടന്മാരുടെ തലവൻ പറഞ്ഞു:

“അങ്ങനെയാവട്ടെ. കയറിക്കോളൂ.”

വില്ലാളി കപ്പലിൽ കയറി ഭടന്മാരുമൊന്നിച്ച് യാത്രയായി.

കുറച്ചു കഴിഞ്ഞപ്പോൾ ഭടന്മാർക്കു വിശന്നു. അവർ ഭക്ഷണം കഴിക്കാനിരുന്നു.

വില്ലാളി പറഞ്ഞു:

“നിങ്ങൾ എനിക്കുകൂടി വല്ലതും തിന്നാൻ തരില്ലേ?”

“ഇതു നല്ലകാര്യം!” ഭടന്മാർ പറഞ്ഞു. “നിങ്ങളെ കപ്പലിൽ കയറ്റിയതും പോരാ, തീറ്റകയും വേണമെന്നാണോ? അതുകൊണ്ട്

ഞങ്ങൾക്കെന്താണൊരു മെച്ചം? ഞങ്ങൾക്ക് ഓരോരുത്തർക്കും കിട്ടുന്ന ഭക്ഷണത്തിന്റെ അളവ് നിശ്ചയിച്ചിട്ടുണ്ട്. അത് മറ്റാരെങ്കിലുമായി പങ്കിടാൻ നിവൃത്തിയില്ല."

വില്ലാളി പറഞ്ഞു:

"നിങ്ങൾക്ക് കണക്കുവച്ചാണ് ഭക്ഷണം തരുന്നത്. എന്നാൽ എനിക്ക് അങ്ങനെയല്ല. ഞാൻ വിചാരിച്ചാൽ നിങ്ങളെ എല്ലാവരേയും ഊട്ടാൻ കഴിയും. അത്രയും പേർക്കുള്ള ഭക്ഷണം മിച്ചം വരികയും ചെയ്യും."

ഭടന്മാർ ക്ഷോഭിച്ചു.

"നിങ്ങൾ വീമ്പടിക്കുകയാണ്! കള്ളം പറയുകയാണ്!" അവർ കോപത്തോടെ വിളിച്ചു പറഞ്ഞു. അവർ പോയി അവരുടെ തലവനോട് കാര്യങ്ങളെല്ലാം പറഞ്ഞു.

തലവൻ ഉടനെ വില്ലാളിയെ വിളിച്ചു വരുത്തി. അയാൾ പറഞ്ഞു:

"എന്റെ ഭടന്മാർക്കെല്ലാം ഉടൻ ഭക്ഷണം നൽകാൻ കഴിയുമെന്നു നിങ്ങൾ വീമ്പടിച്ചതായി കേട്ടല്ലോ."

"ഞാൻ പറഞ്ഞത് നേരാണ്." വില്ലാളി പറഞ്ഞു.

"എന്നാൽ കാണട്ടെ. നിങ്ങൾ സത്യസന്ധനും നേരുപറയുന്നവനുമാണെന്ന് അപ്പോൾ ഞങ്ങൾ വിശ്വസിക്കാം. പക്ഷേ നിങ്ങൾ പറഞ്ഞത് വാസ്തവമല്ലെന്നു തെളിഞ്ഞാൽ യാതൊരു ദാക്ഷിണ്യവും പ്രതീക്ഷിക്കരുത്. ഞങ്ങൾ കാളയോളം വലിപ്പമുള്ള ഒരു കല്ല് കഴുത്തിൽകെട്ടി നിങ്ങളെ കടലിലെറിയും."

"സമ്മതിച്ചു." വില്ലാളി പറഞ്ഞു. "ഞാൻ പറഞ്ഞത് നേരാണെന്നു തെളിയിക്കാം. എല്ലാവരും രണ്ടുവരിയായി ഇരിക്കിൻ. ഇടയ്ക്ക് കുറെ സ്ഥലമിടണമെന്നുമാത്രം."

ഭടന്മാർ വില്ലാളി പറഞ്ഞതുപോലെ ചെയ്തു. അവർ മുഖത്തോടു മുഖമായി രണ്ടുവരിയായി ഇരുന്നു. അവർ വളരെപ്പേർ ഉണ്ടായിരുന്നതുകൊണ്ട് വരികൾ കപ്പലിന്റെ ഒരറ്റം മുതൽ മറ്റേ അറ്റം വരെ നീണ്ടുകിടന്നു.

"വാ മൂർസാ," വില്ലാളി പറഞ്ഞു. "ഈ ഭടന്മാർക്കു വിശക്കുന്നു. അവർക്ക് വയർനിറയെ ഭക്ഷണം കൊടുക്ക്!"

ആ നിമിഷത്തിൽത്തന്നെ കപ്പലിന്റെ ഒരറ്റം മുതൽ മറ്റേ അറ്റം വരെ രണ്ടു വരികൾക്കിടയിലുള്ള സ്ഥലത്ത് മഞ്ഞപ്പൂക്കളോടുകൂടിയ

ഒരു തുണിച്ചുരുൾ നിവർന്നു. പലതരം വിഭവങ്ങളും പാനീയങ്ങളും പഴങ്ങളും അതിന്മേൽ നിരന്നു. വായ്ക്കു രുചിയും മനസ്സിന് ഉന്മേഷവും പകരുന്ന സർവ്വതും അവിടെ ഉണ്ടായിരുന്നു.

ഭടന്മാർ വയർനിറയെ ഭക്ഷണം കഴിച്ചു. പക്ഷേ അത്രയും പേർക്ക് പിന്നെയും നൽകാവുന്ന ഭക്ഷണം മിച്ചം വന്നു.

"മതിയായോ?" വില്ലാളി ചോദിച്ചു.

"മതിയായി!" ഭടന്മാർ വിളിച്ചു പറഞ്ഞു.

"കൊള്ളാം!" വില്ലാളി പറഞ്ഞു. "വാ, മൂർസാ, ഇതൊക്കെ എടുത്തുമാറ്റ്!"

ആ നിമിഷത്തിൽത്തന്നെ തുണിയും പിഞ്ഞാണികളും ഭരണികളും കോപ്പകളുമെല്ലാം അപ്രത്യക്ഷമായി.

ഭടന്മാർ അത്ഭുതം കൊണ്ട് വാപൊളിച്ചു.

"ഇത്ര അത്ഭുതകരമായ ഒന്ന് ഞങ്ങൾ കണ്ടിട്ടേയില്ല!" അവർ പറഞ്ഞു.

മൂർസായേയും മാന്ത്രികത്തുണിയേയും എങ്ങനെ കൈക്കലാക്കാമെന്ന് അവർ കൂടിയാലോചിച്ചു.

"അവനെ ഞങ്ങൾക്കു വിൽക്കു." അവർ പറഞ്ഞു.

"സാദ്ധ്യമല്ല." വില്ലാളി പറഞ്ഞു. "അവർ വില്പനയ്ക്കുള്ളതല്ല."

അവർ കഴിയുന്നത്ര യാചിച്ചുനോക്കി, ധാരാളം സ്വർണ്ണം കൊടുക്കാമെന്നു പറഞ്ഞു: നോക്കി, പക്ഷേ വില്ലാളിയെക്കൊണ്ട് സമ്മതിപ്പിക്കാൻ അവർക്കു കഴിഞ്ഞില്ല.

"അവനെ വിൽക്കാൻ ഇഷ്ടമില്ലെങ്കിൽ നമുക്ക് വച്ചുമാറാം." അവർ പറഞ്ഞു. "ഇത്രതന്നെ അത്ഭുതകരമായ ഒന്ന് ഞങ്ങൾ പകരം തരാം."

"നിങ്ങൾക്ക് എന്തു തരാൻ കഴിയും?" വില്ലാളി ചോദിച്ചു. "എന്റെ മൂർസായേക്കാൾ വിലപ്പെട്ടതായി എനിക്കു യാതൊന്നുമില്ല. എനിക്ക് മൂർസായെ മറ്റെന്തിനേക്കാളും ആവശ്യമാണ്."

ഭടന്മാർ ഒരു സ്വർണ്ണവടി പുറത്തെടുത്തു. അതിന്റെ ഒരറ്റം നേർത്തതും മറ്റേ അറ്റം തടിച്ചതുമായിരുന്നു. വടി വില്ലാളിയെ കാണിച്ചുകൊണ്ട് അവർ പറഞ്ഞു:

"ഞങ്ങൾ ഈ വടി നിങ്ങൾക്കു തരാം. ഇതൊരു മന്ത്രവടിയാണ്. തടിച്ച അറ്റംകൊണ്ട് നിലത്തടിച്ചാൽ വെട്ടിത്തിളങ്ങുന്ന പടച്ചട്ടയും

ഉരുക്കുകൊണ്ടുള്ള വാളും ധരിച്ച എണ്ണമറ്റ കുതിരപ്പടയാളികൾ പ്രത്യക്ഷപ്പെട്ടും. നേർത്ത അറ്റം കൊണ്ട് നിലത്തടിച്ചാൽ അമ്പും വില്ലുമായി എണ്ണമറ്റ വില്ലാളികൾ പ്രത്യക്ഷപ്പെട്ടും"

മന്ത്രവടി കണ്ട് മൂർസാ വില്ലാളിയുടെ ചെവിയിൽ മന്ത്രിച്ചു:

"വില്ലാളി വീരാ, നിങ്ങൾ വച്ചുമാറൂ. വടി നിങ്ങളുടേതാവും. ഞാനും കൂടെ കാണും."

അവന്റെ വാക്കുകൾ കേട്ട് വില്ലാളി മൂർസായെ കൊടുത്ത് പകരം സ്വർണ്ണവടി വാങ്ങി.

താമസിയാതെ അവർ മറുകര എത്തി കപ്പലിൽനിന്ന് ഇറങ്ങി. ഭടന്മാർ ഒരു വഴിക്കും വില്ലാളി മറ്റൊരു വഴിക്കും പോയി.

നടന്നുപോകുമ്പോൾ അയാൾ വിചാരിച്ചു:

"എന്റെ മൂർസാ ഇപ്പോൾ എവിടെയായിരിക്കും?"

പക്ഷേ മൂർസാ മറുപടി പറഞ്ഞതുമില്ല, വന്നതുമില്ല.

ഒരു പകലും രാത്രിയും കൂടി നടന്നശേഷം വില്ലാളി വീണ്ടും പറഞ്ഞു:

മൂർസാ, പ്രിയസ്നേഹിതാ, നീ എവിടെയാണ്?"

പക്ഷേ മൂർസാ മറുപടി പറഞ്ഞതുമില്ല, വന്നതുമില്ല.

വില്ലാളിക്ക് സങ്കടം സഹിച്ചില്ല.

"അവൻ എന്നെ പറ്റിച്ചു." അയാൾ വിചാരിച്ചു. "ഞാൻ ആ ഭടന്മാരുമായി വച്ചുമാറാൻ പാടില്ലായിരുന്നു."

അഞ്ചാംദിവസം രാത്രിയായി. വില്ലാളി സ്വയം പറഞ്ഞു:

"ഞാൻ അവസാനമായി ഒന്നുകൂടി അവനെ വിളിക്കാം."

അയാൾ ഉച്ചത്തിൽ വിളിച്ചു പറഞ്ഞു:

"മൂർസാ, പറയൂ! നീ എവിടെയാണ്.?"

പെട്ടന്ന്, അത്ഭുതമെന്നു പറയട്ടെ. അയാൾ മൂർസായുടെ ശബ്ദം കേട്ടു.

"വില്ലാളി വീരാ, സങ്കടപ്പെടേണ്ട. നിങ്ങളുടെ മൂർസാ അടുത്തുതന്നെയുണ്ട്. ഇന്നുച്ചയ്ക്ക് ഞാൻ വന്നു."

വില്ലാളിക്ക് വലിയ സന്തോഷമായി. അയാൾ നിലത്തിരുന്നുകൊണ്ടു പറഞ്ഞു:

"ഞാൻ വിശന്നു ചാകാറായി. നമുക്കു വേഗം ഭക്ഷണം കഴിക്കാം!"

ഉടൻ തന്നെ പലതരം ഭക്ഷണവിഭവങ്ങളുമായി മഞ്ഞപ്പൂക്കളോടു കൂടിയ തുണി ചുരുൾ നിവർന്നു. വില്ലാളിയും മൂർസായും വയർനിറയെ ഭക്ഷണം കഴിച്ചു. പിന്നെയും നടപ്പു തുടർന്നു. പകലെന്നോ രാത്രിയെന്നോ ഇല്ലാതെ അവർ വളരെ ദിവസങ്ങൾ നടന്നു. അവസാനം അവർ പാതിരായ്ക്ക് ത്സർക്കിൻഖാന്റെ രാജ്യത്തെത്തി.

വില്ലാളി തന്റെ കൂടാരത്തിലേക്കു കയറിയിട്ട് ഭാര്യയെ ഉണർത്തി.

"എണീക്ക്!" അയാൾ പറഞ്ഞു. "ഞാൻ വന്നു."

ഭാര്യയ്ക്ക് വലിയ സന്തോഷമായി. അവൾ വേഗം എഴുന്നേറ്റ് തീകത്തിച്ചു.

"അങ്ങേക്ക് സുഖംതന്നെയാണല്ലോ?" അവൾ ചോദിച്ചു.

ഈ നീണ്ട ദിവസങ്ങളത്രയും എങ്ങനെ കഴിഞ്ഞുവെന്നും എന്തെല്ലാം നടന്നുവെന്നും അവർ അന്യോന്യം പറഞ്ഞു കേൾപ്പിച്ചു.

"ഖാൻ എങ്ങനെ? അദ്ദേഹത്തിന് ഇപ്പോഴും അസുഖമാണോ?" വില്ലാളി ചോദിച്ചു.

"അങ്ങ് പോയ ദിവസംതന്നെ ഖാന് ഒരു അസുഖവുമില്ലായിരുന്നു."

അവൾ പറഞ്ഞു. "അദ്ദേഹം ഇതിനിടയിൽ മൂന്നു തവണ എന്നെ വന്നു കണ്ട് എന്നെ അദ്ദേഹത്തിന്റെ ഭാര്യയാക്കാൻ ശ്രമിച്ചു. പക്ഷേ ഓരോ തവണയും ഞാൻ പറഞ്ഞു: 'ഞാൻ പുനർവിവാഹത്തെപ്പറ്റി ആലോചിക്കുന്നതു ശരിയല്ല. എന്റെ ഭർത്താവ് അങ്ങ് ആവശ്യപ്പെട്ട ഔഷധം തേടി പോയിരിക്കുകയാണ്. അദ്ദേഹം ഇപ്പോഴും ജീവിച്ചിരിപ്പുണ്ടാവുമെന്നാണ് എന്റെ വിശ്വാസം. ഞാൻ എങ്ങനെ അങ്ങയെ വിവാഹം ചെയ്യും?' പക്ഷേ ഖാൻ ഉരുവിട്ടു കൊണ്ടിരുന്നു:'ഇല്ല. നിന്റെ ഭർത്താവു മരിച്ചുപോയി. വളരെക്കാലം മുമ്പു തന്നെ മരിച്ചുപോയി.' 'അപ്പോൾ ഞാൻ പറഞ്ഞു: 'അങ്ങു പറയുന്നത് ഞാൻ വിശ്വസിക്കണമെങ്കിൽ അദ്ദേഹത്തിന്റെ അസ്ഥികൾ കാണിച്ചുതരൂ. ഞാൻ എന്തു മറുപടി തരണമെന്നാണ് അവ കാണുമ്പോൾ എനിക്കു മനസ്സിലാകും.' അതു കേട്ടപ്പോൾ ഖാൻ വളരെ കോപിച്ചു. എന്റെ വകയായിട്ടുള്ള സർവ്വസാധനങ്ങളും പറ്റങ്ങളും മാറ്റാൻ അദ്ദേഹം കല്പിച്ചു. ഇപ്പോൾ നമുക്ക് നമ്മുടെ ഈ ഒഴിഞ്ഞ കൂടാരം മാത്രമേയുള്ളൂ"

ഭാര്യ പറഞ്ഞതു കേട്ടപ്പോൾ വില്ലാളി അത്യന്തം ക്ഷോഭിച്ചു.

"നമുക്ക് ഖാന്റെ അടുത്തു പോകാം!" അയാൾ പറഞ്ഞു. "അദ്ദേഹം കാട്ടിയ വഞ്ചനയ്ക്കും അന്യായത്തിനും ഞാൻ അദ്ദേഹത്തെ ശിക്ഷിക്കുന്നുണ്ട്."

അവർ ഖാന്റെ കൊട്ടാരത്തിലേക്കു തിരിച്ചു. കൊട്ടാരത്തിൽനിന്ന് അല്പം ദൂരെ എത്തിയപ്പോൾ വില്ലാളി നിന്നു. മാന്ത്രികത്തുവില വീശിക്കൊണ്ട് വില്ലാളി പറഞ്ഞു.

"ഇവിടെ ഒരു കൊട്ടാരം വരട്ടെ!"

ഉടൻതന്നെ ഗംഭീരമായ ഒരു കൊട്ടാരം മാനം മുട്ടുമാറ് ഉയർന്നു വന്നു. സമ്പൽസമൃദ്ധവും മനോഹരവുമായ അതിനു സമീപം ഖാന്റെ കൊട്ടാരം ഒരു ചെറ്റപ്പുരപോലെ തോന്നി.

വില്ലാളിയും ഭാര്യയും കൊട്ടാരത്തിൽ പ്രവേശിച്ചു. വില്ലാളി പറഞ്ഞു:

"വാ, മൂർസാ! ഞങ്ങൾക്കു വിശക്കുന്നു. ഭക്ഷണം വിളമ്പ്!"

അവർ വയറുനിറയെ ഭക്ഷണം കഴിച്ചു. അതു കഴിഞ്ഞ് വില്ലാളി കൊട്ടാരത്തിൽനിന്ന് ഇറങ്ങി സ്വർണ്ണവടിയുടെ നേർത്ത അറ്റം കൊണ്ട് നിലത്തടിച്ചു. തൽക്ഷണം എണ്ണമറ്റ വില്ലാളികൾ അമ്പും വില്ലുമായി പ്രത്യക്ഷപ്പെട്ടു. അവർ വില്ലാളിയുടെ ആജ്ഞയും പ്രതീക്ഷിച്ച് കൊട്ടാരകവാടങ്ങളിൽ കാവൽ നിന്നു.

വില്ലാളി പറഞ്ഞു:

"ഞാൻ മെത്തയിൽനിന്ന് ഉണർന്നെഴുന്നേൽക്കുന്നതുവരെ ആരെയും കടത്തിവിടരുത്."

രാവിലെ ഖാന്റെ ഭൃത്യന്മാർ ഗംഭീരമായ ഒരു കൂറ്റൻ കൊട്ടാരം ഖാന്റേതിന്റെ തൊട്ടടുത്ത് ഉയർന്നുനിൽക്കുന്നതു കണ്ടു. അതെങ്ങിനെ വന്നുവെന്ന് അവർ അത്ഭുതപ്പെട്ടു.

"ഇത് എന്തത്ഭുതമാണ്." അവർ ചോദിച്ചു. "മഹാനായ ബുർഖാൻ ദൈവം രാത്രി സ്ഥാപിച്ചതാണോ ഈ കൊട്ടാരം? അതോ ചെകുത്താൻ പണിതതാണോ?"

അവർ ഓടിച്ചെന്ന് ത്സർക്കിൻ ഖാനോട് വിവരം പറഞ്ഞു

ത്സർക്കിൻ ഖാൻ പുറത്തു വന്ന് കൊട്ടാരത്തിന്റെ നേരെ നോക്കി. അത്ഭുതം കൊണ്ട് അയാളുടെ പ്രജ്ഞ നശിച്ചെന്നുതന്നെ പറയാം.

"എന്താണിത്?" അയാൾ ചോദിച്ചു. "എനിക്ക് ഓർമ്മവച്ചകാലം മുതൽ ജീവിതത്തിൽ ഇങ്ങനെയൊരു കൊട്ടാരം കണ്ടിട്ടില്ല.

അതേപ്പറ്റി കേട്ടിട്ടുപോലുമില്ല. ഇത് ആരു പണിതു? ആരാണ് അതിൽ താമസിക്കുന്നത്? പോയി അയാളെ എന്റെ അടുത്തു കൊണ്ടുവാ!"

ഖാന്റെ ദൂതന്മാർ അയാളുടെ ആജ്ഞ നിറവേറ്റാൻ പോയി.

വില്ലാളിയുടെ കൊട്ടാരത്തിന്റെ വാതുക്കൽ രൂക്ഷമായ മുഖഭാവത്തോടു കൂടിയ ആജാനുബാഹുക്കൾ കാവൽ നിൽക്കുന്നത് കണ്ടു അവർ ചോദിച്ചു:

"ആരുടെ കൊട്ടാരമാണിത്? ആരാണ് ഇവിടെ താമസിക്കുന്നത്? കാവൽ നിൽക്കുന്ന നിങ്ങൾ ആരാണ്? നിങ്ങൾ മാനത്തുനിന്നു പൊട്ടിവീണതോ നിലത്തുനിന്നു പൊങ്ങിവന്നതോ? ഉടൻ മറുപടി പറയിൻ!"

പക്ഷേ കാവൽക്കാർ ഭീഷണസ്വരത്തിൽ തിരിച്ചു ചോദിച്ചു:

"ഇത്രയേറെ ചോദ്യങ്ങൾ ചോദിക്കുന്ന നിങ്ങൾ ആരാണ്?"

"പ്രബലനായ ത്സർക്കിൻ ഖാന്റെ ദൂതന്മാരാണ് ഞങ്ങൾ. നിങ്ങളിൽ നിന്നു കാര്യങ്ങൾ മുഴുവൻ മനസ്സിലാക്കി അറിയിക്കാൻ അദ്ദേഹം കല്പിച്ചിരിക്കുകയാണ്."

"ആരാണീ ത്സർക്കിൻ ഖാൻ?" കാവൽക്കാർ ചോദിച്ചു. "അങ്ങനെ ഒരാളെപ്പറ്റി ഞങ്ങൾ കേട്ടിട്ടേയില്ല, ഞങ്ങൾക്കു കേൾക്കുകയും വേണ്ട. ഞങ്ങൾക്ക് ഞങ്ങളുടെ ഖാനുണ്ട്. അദ്ദേഹം കൊട്ടാരത്തിനകത്ത് ഉറങ്ങുകയാണ്. തല പോകണ്ടെങ്കിൽ വേഗം സ്ഥലം വിട്ടോ!"

ദൂതന്മാർ ഭയന്നു വിരണ്ടു. അവർ ഓടിച്ചെന്ന് ത്സർക്കിൻ ഖാനോട് തങ്ങൾ കണ്ടതും കേട്ടതുമായ കാര്യങ്ങൾ മുഴുവൻ പറഞ്ഞു. ത്സർക്കിൻ ഖാനു കലശലായ കോപം വന്നു. അയാൾ അവരെ ഉറക്കെ ശകാരിച്ചു.

"ഞാൻ നിങ്ങളെ അയച്ചത് കാവൽക്കാരോടു സംസാരിക്കാനല്ല, അവരുടെ യജമാനനെ ഇവിടെ കൊണ്ടുവരാനാണ്," അയാൾ പറഞ്ഞു.

ആ രണ്ടു ദൂതന്മാർക്കും കഠിനമായ ശിക്ഷ നൽകാൻ കല്പിച്ചുകൊണ്ട് അയാൾ കൂട്ടത്തിൽ ഏറ്റവും നല്ല രണ്ടു ഭടന്മാരെ വിളിച്ചുവരുത്തി. രണ്ടു പേരും അജാനുബാഹുക്കളായിരുന്നു.

"അക്കാണുന്ന കൊട്ടാരത്തിന്റെ ഉടമസ്ഥനെ പിടിച്ചുവലിച്ചുകൊണ്ട് വരിൻ!" അയാൾ പറഞ്ഞു.

ഖാന്റെ രണ്ടു ഭടന്മാർ കൊട്ടാരത്തിന്റെ മുമ്പിൽ വന്ന് കതകു തുറക്കാൻ ശ്രമിച്ചു. കാവൽക്കാർ അവരെ തള്ളിമാറ്റി.

"ആരാണ് നിങ്ങൾ? ജീവനിൽ കൊതിയുണ്ടെങ്കിൽ മാറിനിൽക്കിൻ!" അവർ വിളിച്ചുപറഞ്ഞു.

ത്സർക്കിൻ ഖാന്റെ ഭടന്മാർ പറഞ്ഞു:

"ഞങ്ങളെ അയച്ചത് നിങ്ങളോടു സംസാരിക്കാനല്ല, ഈ കൊട്ടാരത്തിന്റെ ഉടമസ്ഥനെ പിടിച്ച് ഞങ്ങളുടെ ഖാന്റെ മുമ്പിൽ ഹാജരാക്കാനാണ്."

അവർ വീണ്ടും കൊട്ടാരത്തിനകത്തു കടക്കാൻ ശ്രമിച്ചു.

പക്ഷേ കാവൽക്കാരൻ അവരെ പിടിച്ച് പൊതിരെ പ്രഹരിച്ചു.

"നിങ്ങളുടെ ഖാൻ ഞങ്ങൾക്കു പുല്ലാണ്!" അവർ പറഞ്ഞു. "ഞങ്ങൾക്ക് അയാളെ അറിഞ്ഞുകൂടാ, അറിയുകയും വേണ്ട."

ഖാന്റെ ഭടന്മാരെ കണക്കിനു പ്രഹരിച്ചശേഷം കാവൽക്കാർ അവരെ ആട്ടിപ്പായിച്ചു.

മുടന്തിക്കൊണ്ടും ഞരങ്ങിക്കൊണ്ടും ഭടന്മാർ ഒരു പ്രകാരത്തിൽ ത്സർക്കിൻ ഖാന്റെ മുമ്പിലെത്തി.

"കാവൽക്കാർ ഞങ്ങളെ കൊട്ടാരത്തിനകത്തേക്ക് കടത്തിവിട്ടില്ല." അവർ പറഞ്ഞു.. "ഞങ്ങൾക്ക് അവരോട് പിടിച്ചുനിൽക്കാൻ കഴിഞ്ഞില്ല. അവരുടെ പകുതി ശക്തിയേ ഞങ്ങൾക്കുള്ളൂ."

ഇതു കേട്ട് ത്സർക്കിൻ ഖാൻ മന്ത്രിമാരെ വിളിച്ചുവരുത്തി ഉപദേശം ചോദിച്ചു,

"നമ്മൾ എന്താണു ചെയ്യേണ്ടതെന്നു പറയൂ." അയാൾ പറഞ്ഞു. "ഒരു പ്രബലനായ ശത്രു അക്കാണുന്ന കൊട്ടാരത്തിൽ സ്ഥാനമുറപ്പിച്ചിരിക്കുകയാണ്."

മന്ത്രിമാർ പറഞ്ഞു:

"അങ്ങയുടെ സൈന്യത്തെ അയാൾക്കെതിരായി അയയ്ക്കൂ"

സൈന്യത്തെ ഉടൻ ശേഖരിച്ച് തന്റെ മുമ്പിൽ ഹാജരാക്കാൻ ത്സർക്കിൻ ഖാൻ ആജ്ഞാപിച്ചു.

"കുതിരപ്പുറത്തിരിക്കാൻ കഴിവുള്ള സകലരും ഇവിടെ വരട്ടെ!" അയാൾ പറഞ്ഞു. "എത്രയും നേരത്തെ വരുന്നോ അത്രയും നന്ന്!"

ത്സർക്കിൻ ഖാന്റെ സൈന്യാധിപന്മാർ സൈന്യത്തെ ശേഖരിച്ച്

അയാളുടെ മുമ്പിൽ ഹാജരാക്കി. മുപ്പത്തിമൂന്ന് സേനാവിഭാഗങ്ങൾ വില്ലാളിയുടെ കൊട്ടാരം വളഞ്ഞു. മുപ്പത്തിമൂന്ന് വരികളിലായി അവർനിന്നു. ത്സർക്കിൻ ഖാന്റെ കല്പനപ്രകാരം ഘോഷാകന്മാർ വിളിച്ചു പറഞ്ഞു:

"മുകളിൽ സൂര്യൻ പ്രകാശിക്കുന്ന ഈ വേളയിൽ പുറത്തിറങ്ങി വന്ന് ഞങ്ങളുമായി ശക്തി പരീക്ഷിച്ചു നോക്കുക!"

ഈ വെല്ലുവിളി കേട്ട വില്ലാളി ജനൽ തുറന്ന് പുറത്തേക്ക് എത്തി നോക്കി. "നിങ്ങൾ ആരാണ്? എന്തിനിവിടെ കൂടിയിരിക്കുന്നു?" അയാൾ വിളിച്ചു ചോദിച്ചു.

ഭടന്മാർ പറഞ്ഞു:

"ഞങ്ങൾ പ്രബലനായ ത്സർക്കിൻ ഖാന്റെ സൈന്യമാണ്."

വില്ലാളി പറഞ്ഞു:

"ഞാൻ ത്സർക്കിന്റെ ശത്രുവുമല്ല, മിത്രവുമല്ല. ഞാൻ എന്റെ കൊട്ടാരത്തിൽ കഴിയുന്നു. അദ്ദേഹവുമായി യുദ്ധം ചെയ്യണമെന്ന് ആഗ്രഹിക്കുന്നില്ല. പക്ഷേ ത്സർക്കിൻ ഖാന് യുദ്ധം ചെയ്യണമെന്നു ണ്ടെങ്കിൽ അദ്ദേഹം അക്കാര്യം തുറന്നു പറയട്ടെ. ഞാൻ യുദ്ധത്തിനു തയ്യാറാണ്.!"

"ഞാൻ യുദ്ധം ചെയ്യാൻ ആഗ്രഹിക്കുന്നു.!" ത്സർക്കിൻ ഖാൻ വിളിച്ചു പറഞ്ഞു.

അതു കേട്ടപ്പോൾ വില്ലാളി കൊട്ടാരത്തിൽനിന്ന് ഇറങ്ങിവന്ന് സ്വർണ്ണ വടിയുടെ തടിച്ച അറ്റം നിലത്തടിച്ചു. ആ നിമിഷത്തിൽത്ത ന്നെ കുതിരപ്പട്ടാളക്കാർ പ്രത്യക്ഷപ്പെട്ടു. എണ്ണാനോ ഒറ്റ നോട്ടത്തിൽ അളക്കാനോ കഴിയാത്ത വണ്ണം അത്ര വളരെപ്പേരുണ്ടായിരുന്നു അവർ. ഓരോരുത്തരും തിളങ്ങുന്ന പടച്ചട്ട അണിഞ്ഞിട്ടുണ്ട്. ഒരു വാൾ പിടിച്ചിട്ടുണ്ട്. പട്ടാളക്കാർ വാളുയർത്തിക്കൊണ്ടു വിളിച്ചു ചോദിച്ചു.

"പ്രഭോ, അങ്ങയുടെ ആജ്ഞയെന്താണ്?"

"ത്സർക്കിൻ ഖാന്റെ സൈന്യവുമായി യുദ്ധം ചെയ്യിൻ!" വില്ലാളി പറഞ്ഞു.

പട്ടാളക്കാർ മുന്നോട്ടു നീങ്ങി ത്സർക്കിൻ ഖാന്റെ സൈന്യത്തോ ടടുത്തു. പിന്നീട് വില്ലാളി സ്വർണ്ണവടിയുടെ നേർത്ത അറ്റം നിലത്തടി ച്ചു. എണ്ണമറ്റ വില്ലാളികൾ അമ്പും വില്ലുമായി പ്രത്യക്ഷപ്പെട്ടു. വില്ലുകൾ

ഉയർത്തിക്കൊണ്ട് അവർ ചോദിച്ചു.

"പ്രഭോ, അങ്ങയുടെ ആജ്ഞയെന്താണ്?"

"ത്സർക്കിൻ ഖാന്റെ സൈന്യവുമായി യുദ്ധം ചെയ്യാൻ ഞാൻ ആജ്ഞാപിക്കുന്നു!" വില്ലാളി പറഞ്ഞു.

വില്ലാളികൾ മുന്നോട്ടു നീങ്ങി. കുതിരപ്പട്ടാളത്തിന് പിന്തുണ നൽകി.

ആക്രമണത്തിന്റെ മുമ്പിൽ ത്സർക്കിൻ ഖാന്റെ സൈന്യം ചാഞ്ചാടുകയും പിൻവാങ്ങുകയും ചെയ്തു. വില്ലാളിയുടെ പട്ടാളം ശത്രുസേനയെ അരിഞ്ഞു വീഴ്ത്തിക്കൊണ്ട് മുന്നേറി. യുദ്ധം രാവിലെ തുടങ്ങിയതാണ്. വൈകുന്നേരമായപ്പോഴേക്ക് പൊരുതാൻ ശത്രുക്കളാരുമില്ലെന്നായി. വില്ലാളിയുടെ ഭടന്മാർ ത്സർക്കിൻ ഖാനെത്തന്നെ പിടികൂടാൻ ഭാവിച്ചു. പക്ഷേ അയാൾ കുതിരപ്പുറത്തുനിന്നു ചാടിയിറങ്ങി സർവ്വ ശക്തിയുമെടുത്ത് വില്ലാളിയുടെ കൊട്ടാരത്തിന്റെ നേരെ പാഞ്ഞു.

"കരുണ കാട്ടൂ! കരുണ കാട്ടൂ! എന്നെ കൊല്ലരുത്!" അയാൾ വിളിച്ചു പറഞ്ഞു.

വില്ലാളി തന്റെ പട്ടാളക്കാരോടു പറഞ്ഞു:

"അയാളെ കൊല്ലരുത്. ജീവനോടെ എന്റെ മുമ്പിൽ കൊണ്ടുവരിൻ. എനിക്ക് അയാളോടു സംസാരിക്കണം."

ഭടന്മാർ ത്സർക്കിൻ ഖാനെ കൈകാലുകൾ പിടിച്ച് വലിച്ചിഴച്ച് വില്ലാളിയുടെ മുമ്പിൽ കൊണ്ടുവന്നു. ത്സർക്കിൻ ഖാൻ അയാളുടെ മുമ്പിൽ സാഷ്ടാംഗം നമസ്ക്കരിച്ചു. ഭയം കൊണ്ട് അയാൾ ആളെ തിരിച്ചറിഞ്ഞില്ല. തന്നോടു കരുണ കാട്ടണമെന്നും തന്നെ കൊല്ലരുതെന്നും അയാൾ യാചിച്ചു.

വില്ലാളി പൊട്ടിച്ചിരിച്ചു.

"ഭയപ്പെടേണ്ട." അയാൾ പറഞ്ഞു. "ഞാൻ നിങ്ങളെ കൊല്ലുകയില്ല. നിങ്ങൾ യുദ്ധം ചെയ്യാൻ ആഗ്രഹിച്ചു. ഞാൻ യുദ്ധം ചെയ്തു. ഇപ്പോൾ ഞാൻ നിങ്ങളെ ഭക്ഷണത്തിനു ക്ഷണിക്കുകയാണ്. വാ, മൂർസാ, ഞങ്ങൾക്കു വിശക്കുന്നു. ഭക്ഷണം താ!"

ഉടൻതന്നെ മഞ്ഞപ്പൂക്കളോടുകൂടി തുണി ചുരുൾ നിവർന്നു. വിശിഷ്ടവിഭവങ്ങളും പാനീയങ്ങളും മുമ്പിൽ നിരന്നു. വിഭവങ്ങൾ മാറിമാറി കൊടുത്തു കൊണ്ട് വില്ലാളി ഖാനെ സൽക്കരിക്കാൻ തുടങ്ങി.

വില്ലാളി പറഞ്ഞു:

“യൗവനയുക്തവും സുന്ദരനും ബലവാനും ധീരരിൽ ധീരനുമായ ഒരു വില്ലാളി നിങ്ങളുടെ രാജ്യത്തുണ്ടെന്നു കേട്ടിട്ടുണ്ടല്ലോ. എവിടെ അയാൾ? എനിക്ക് അയാളെ കാണണം.”

“അതു സാദ്ധ്യമല്ല,” ത്സർക്കിൻ ഖാൻ പറഞ്ഞു.

“സാദ്ധ്യമല്ലെന്നോ? എന്തുകൊണ്ട്?” വില്ലാളി ചോദിച്ചു.

“കാരണം അയാൾ മരിച്ചു”

“വാസ്തവമോ? പക്ഷേ അയാൾ സുഖമായി ജീവിച്ചിരിപ്പുണ്ടെന്നാണല്ലോ ഞാൻ കേട്ടത്.”

“അയാൾ ആർക്കുമറിഞ്ഞുകൂടാത്ത സാധനം തേടി ആർക്കുമറിഞ്ഞുകൂടാത്ത സ്ഥലത്തു പോയിരിക്കുകയാണ്,” ത്സർക്കിൻ ഖാൻ വിശദീകരിച്ചു.

“അയാൾ പണ്ടേ തിരിച്ചുവരേണ്ടതായിരുന്നു. വരാത്തതു കൊണ്ട് അയാൾ മരിച്ചു കാണണം.”

“പക്ഷേ ആർക്കുമറിഞ്ഞുകൂടാത്ത സ്ഥലത്തേക്ക് അയാളെ അയച്ചത് ആരാണ്? എന്തിനാണ്?” വില്ലാളി ചോദിച്ചു.

“ആരും അയച്ചതല്ല. അയാൾ സ്വമേധയാ പോയതാണ്. എന്തിനാണെന്ന് അറിഞ്ഞുകൂടാ.” ത്സർക്കിൻ ഖാൻ പറഞ്ഞു.

ഇതു കേട്ടപ്പോൾ വില്ലാളിക്ക് കലശലായ കോപം വന്നു.

“നിങ്ങളെ കൊല്ലുകയില്ലെന്നാണ് ഞാൻ പറഞ്ഞത്. പക്ഷേ ഇത്ര നാണംകെട്ട ഒരു നുണയൻ മരിക്കേണ്ടവനാണ്.” അയാൾ പറഞ്ഞു. “നിങ്ങളാണ് വില്ലാളിയെ അയച്ചത്. അയാളുടെ ഭാര്യയെ നിങ്ങൾക്കു തട്ടിയെടുക്കാൻ വേണ്ടി. ആദ്യം നിങ്ങൾ രോഗം നടിച്ച് അയാളോട് കടുവപ്പാൽ കൊണ്ടുവരാൻ പറഞ്ഞു. അതു കൊണ്ടുവന്നപ്പോൾ നിങ്ങൾ അയാളോട് ആർക്കുമറിഞ്ഞുകൂടാത്ത സ്ഥലത്തു പോയി ആർക്കുമറിഞ്ഞുകൂടാത്ത സാധനം തിരക്കാൻ പറഞ്ഞു. നിങ്ങൾ എന്നെ സൂക്ഷിച്ചു നോക്കൂ. ഭയം കൊണ്ടു നിങ്ങൾക്കു കാഴ്ച നഷ്ടപ്പെട്ടിട്ടില്ലെങ്കിൽ ഞാനാണ് ആ വില്ലാളിയെന്ന് നിങ്ങൾക്കു കാണാൻ കഴിയും.... ഞാൻ വളരെവളരെ ദൂരെ ആർക്കുമറിഞ്ഞുകൂടാത്ത സ്ഥലത്തു പോയി. ആകൃതിയോ രൂപമോ ഇടമോ ഇല്ലാത്ത സാധനം കൂടെ കൊണ്ടുവന്നു. ഞാനിതാ ജീവനോടെ സുഖമായി ഇരിക്കുന്നു. നിങ്ങളുടെ കുതന്ത്രം ഫലിച്ചില്ല. ഇപ്പോൾ ഞാൻ നിങ്ങളെ കൊല്ലേണ്ടത് ന്യായം മാത്രമാണ്.”

ത്സർക്കിൻ ഖാൻ പേടിച്ചു വിറച്ചു വില്ലാളിയുടെ കാൽക്കൽ വീണു. വില്ലാളിയുടെ മുമ്പിൽ മുട്ടുകുത്തി ഇഴഞ്ഞുകൊണ്ട് അയാൾ തന്നെ കൊല്ലരുതെന്നു യാചിച്ചു.

ഖാനെ കാൽക്കൊണ്ട് തട്ടിമാറ്റിക്കൊണ്ട് വില്ലാളി പറഞ്ഞു:

“നിങ്ങൾ ദുഷ്പ്രവർത്തികൾ പലതും ചെയ്തിട്ടുണ്ട്. എങ്കിലും ഞാൻ നിങ്ങളെ കൊല്ലുന്നില്ല. പക്ഷേ നിങ്ങളുടെ സാന്നിദ്ധ്യം ഞാൻ വച്ചു പൊറുക്കുകയില്ല. ഉടൻ സ്ഥലം വിടണം. ഈ രാജ്യത്തുനിന്നു ദൂരെ എവിടെങ്കിലും പൊയ്ക്കൊ, നിങ്ങളെ മേലിൽ ആരും കണ്ടുപോകരുത്.”

“നിങ്ങളുടെ ദയാദാക്ഷിണ്യത്തിനു നന്ദി!” ത്സർക്കിൻ ഖാൻ പറഞ്ഞു.

അയാൾ കുടുംബസമേതം നാടുവിട്ടു. അതിനുശേഷം അയാളെ കണ്ടവരാരുമില്ല.

ധീരനായ വില്ലാളിയാകട്ടെ, ഭാര്യയുമൊത്ത് പഴയ നാടോടിക്കുടാരത്തിൽത്തന്നെപാർത്തു. അവർ ശേഷിച്ച കാലം മുഴുവൻ സ്നേഹിച്ചു സുഖമായി കഴിഞ്ഞു.

ബുദ്ധിമാന്മാരായ സഹോദരന്മാർ

ഒരു ഉസ്ബെക്ക് നാടോടിക്കഥ

ഒരിക്കൽ ഒരിടത്ത് ഒരു ദരിദ്രന് മൂന്ന് പുത്രന്മാർ ഉണ്ടായിരുന്നു. അയാൾ പലപ്പോഴും അവരോട് പറയും:

"കുട്ടികളേ, നമുക്ക് ആട്ടിൻപറ്റവുമില്ല, സ്വർണ്ണവുമില്ല. നമുക്ക് യാതൊന്നുമില്ല. അതുകൊണ്ട് നിങ്ങൾ മറ്റൊരു തരത്തിലുള്ള ധനം സമ്പാദിക്കാനാണ് ശ്രമിക്കേണ്ടത്. നിങ്ങൾ കൂടുതൽ അറിവും വിവരവും സമ്പാദിക്കണം. യാതൊന്നും നിങ്ങളുടെ ശ്രദ്ധയിൽ പെടാതിരിക്കരുത്. വലിയ ആട്ടിൽപറ്റങ്ങൾക്കുപകരം നിങ്ങൾക്ക് കൂർമ്മബുദ്ധിയുണ്ടാകും. സ്വർണ്ണത്തിനു പകരം നിങ്ങൾക്ക് സൂക്ഷ്മദൃഷ്ടിയുണ്ടാകും. ഇത്തരം സമ്പാദ്യമുള്ളപ്പോൾ നിങ്ങൾക്ക് ഒരിക്കലും ദുഃഖിക്കേണ്ടിവരികയില്ല. മറ്റുള്ളവരെപ്പോലെതന്നെ സുഖമായി കഴിയാൻ സാധിക്കും."

കാലം കുറെ കഴിഞ്ഞപ്പോൾ വൃദ്ധൻ മരിച്ചു. സഹോദരന്മാർ കൂടിയാലോചിച്ചു. അവർ പറഞ്ഞു:

“നമുക്ക് ഇവിടെ ചെയ്യാനൊന്നുമില്ല. ചുറ്റിത്തിരിഞ്ഞ് ലോകം കാണാം. വേണ്ടി വന്നാൽ ആട്ടിടയന്മാരായോ കൃഷിപ്പണിക്കാരായോ ജോലി നോക്കാമല്ലോ. എവിടെയാണെങ്കിലും നമ്മൾ പട്ടിണി കിടക്കുകയില്ല.”

അവർ യാത്രയ്ക്കുള്ള ഒരുക്കങ്ങളെല്ലാം ചെയ്ത് പുറപ്പെട്ടു.

അവർ വിജനമായ താഴ്‌വരകളും ഉയരമുള്ള മലകളും കടന്നു. അങ്ങനെ നാല്പതു നീണ്ട ദിവസം നടന്നു.

ഇതിനകം അവർ കരുതിവച്ചിരുന്ന ഭക്ഷണം മുഴുവൻ തിന്നുകഴിഞ്ഞിരുന്നു. അവർ നടന്നു തളർന്നു. കാൽ വേദനിച്ചു. എന്നിട്ടും വഴി അവസാനിക്കുന്ന മട്ടില്ല. കുറച്ചുനേരം വിശ്രമിച്ചശേഷം അവർ വീണ്ടും നടപ്പു തുടർന്നു.

അവസാനം ദൂരെ മരങ്ങളും ഗോപുരങ്ങളും വീടുകളും കാണാറായി. ഒരു വലിയ പട്ടണമായിരുന്നു അത്.

സഹോദരന്മാർക്ക് വലിയ സന്തോഷമായി. അവർ നടപ്പിന്റെ വേഗത കൂട്ടി.

“കഷ്ടപ്പാടെല്ലാം തീർന്നു. നല്ലതു വരാനിരിക്കുന്നേയുള്ളു.” അവർ പറഞ്ഞു.

പട്ടണമടുക്കാറായപ്പോൾ മൂത്ത സഹോദരൻ പെട്ടന്ന് നിന്നു. നിലത്തു നോക്കിക്കൊണ്ട് അയാൾ പറഞ്ഞു:

“കുറച്ചുമുമ്പ് വലിയൊരു ഒട്ടകം ഈ വഴി കടന്നുപോയി.”

കുറച്ചു ദൂരം ചെന്നപ്പോൾ രണ്ടാമത്തെ സഹോദരൻ നിന്നിട്ട് റോഡിന്റെ ഇരുവശവും നോക്കിയശേഷം പറഞ്ഞു:

“ഒട്ടകത്തിന്റെ ഒരു കണ്ണിനു കാഴ്ചയില്ലായിരുന്നു.”

അവർ പിന്നെയും നടന്നു. അപ്പോൾ ഇളയ സഹോദരൻ പറഞ്ഞു:

“ഒരു സ്ത്രീയും കുഞ്ഞും ഒട്ടകത്തിന്റെ പുറത്ത് സഞ്ചരിക്കുന്നുണ്ടായിരുന്നു.”

“ശരിയാണ്.” മറ്റു രണ്ടു സഹോദരന്മാർ പറഞ്ഞു. അവർ മൂന്നുപേരും പിന്നെയും മുന്നോട്ടു നടന്നു.

കുറച്ചു കഴിഞ്ഞ് ഒരാൾ കുതിരപ്പുറത്ത് അവരുടെ ഒപ്പമെത്തി. മൂത്ത സഹോദരൻ അയാളെ നോക്കി ചോദിച്ചു:

“കുതിരസവാരിക്കാരാ. കാണാതെപോയ എന്തോ നോക്കുകയല്ലേ നീങ്ങൾ?

സവാരിക്കാരൻ കുതിരയെ കടിഞ്ഞാൺ പിടിച്ചു നിർത്തി.

“അതെ,” അയാൾ പറഞ്ഞു.

“ഒരു ഒട്ടകമാണോ കാണാതെ പോയത്?” മൂത്ത സഹോദരൻ ചോദിച്ചു.

“അതെ.”

“ഒരു വലിയ ഒട്ടകമാണോ?”

“അതെ.”

“അതിന്റെ ഇടത്തെ കണ്ണിനു കാഴ്ചയില്ല, അല്ലെ?” രണ്ടാമത്തെ സഹോദരൻ ചോദിച്ചു.

“ശരിയാണ്.”

“ഒരു സ്ത്രീയും കുഞ്ഞും അതിന്റെ പുറത്ത് സഞ്ചരിക്കുന്നുണ്ടായിരുന്നു. അല്ലേ?” ഇളയ സഹോദരൻ ചോദിച്ചു.

സവാരിക്കാരൻ സഹോദരന്മാരെ സംശയത്തോടെ നോക്കി. അയാൾ പറഞ്ഞു.

“അപ്പോൾ നിങ്ങളാണ് എന്റെ ഒട്ടകത്തെ എടുത്തത്, അല്ലേ? തുറന്നു പറയിൻ! എന്തു ചെയ്തു. അതിനെ?”

“ഞങ്ങൾ നിങ്ങളുടെ ഒട്ടകത്തെ കണ്ടതുപോലുമില്ല,” സഹോദരന്മാർ പറഞ്ഞു.

അതിനെപ്പറ്റി ഇത്ര വളരെ കാര്യങ്ങൾ നിങ്ങൾ പിന്നെ എങ്ങനെ അറിഞ്ഞു?”

“ഞങ്ങൾക്ക് ഞങ്ങളുടെ കണ്ണുകൾ ഉപയോഗിക്കേണ്ടതെങ്ങിനെയെന്നും കാര്യങ്ങൾ അനുമാനിക്കേണ്ടതെങ്ങിനെയെന്നും അറിയാം.” സഹോദരന്മാർ പറഞ്ഞു. “സമയം കളയാതെ വേഗം ആ വഴിക്കു പോയാൽ നിങ്ങൾക്കു നിങ്ങളുടെ ഒട്ടകത്തെ കണ്ടുകിട്ടും.”

“ഇല്ല,” ഒട്ടകത്തിന്റെ ഉടമസ്ഥൻ പറഞ്ഞു. “ഞാൻ ആ വഴിക്കു പോവുകയില്ല. എന്റെ ഒട്ടകം നിങ്ങളുടെ കയ്യിലുണ്ട്. അതു തിരിച്ചു തരണം.”

“ഞങ്ങൾ നിങ്ങളുടെ ഒട്ടകത്തെ കണ്ടിട്ടുപോലുമില്ല.”

സഹോദരന്മാർ പറഞ്ഞു.

പക്ഷേ സവാരിക്കാരൻ അവർ പറഞ്ഞതു ശ്രദ്ധിച്ചില്ല. അയാൾ വാളൂരി വീശിക്കൊണ്ട് സഹോദരന്മാരോടു മുമ്പേ നടക്കാൻ പറഞ്ഞു. അങ്ങനെ നടത്തി അയാൾ അവരെ നേരെ ആ നാട്ടിലെ അധിപനായ പാദുഷായുടെ കൊട്ടാരത്തിലേക്കു കൊണ്ടുപോയി. സഹോദരന്മാരെ കാവൽക്കാരെ ഏല്പിച്ചിട്ട് അയാൾ നേരെ പാദുഷായുടെ അടുത്തു ചെന്നു.

"ഞാൻ എന്റെ ആട്ടിൻപറ്റങ്ങളെ മലയിലേക്കു കൊണ്ടുപോവുകയായിരുന്നു." അയാൾ പറഞ്ഞു. "ഭാര്യയും കൊച്ചുമകനും ഒരു കണ്ണിനു കാഴ്ചയില്ലാത്ത ഒരു വലിയ ഒട്ടകത്തിന്റെ പുറത്തു കയറി. എന്റെ പിറകെ വരുന്നുണ്ടായിരുന്നു. അവർ എങ്ങനെയോ പിന്നിലായി. അവർക്കു വഴി തെറ്റി. ഞാൻ അവരെ അന്വേഷിച്ചു പോകുമ്പോൾ കാൽനടയായി പോകുന്ന മൂന്നുപേരെ വഴിക്കു കണ്ടു. അവർ എന്റെ ഒട്ടകത്തെ മോഷ്ടിച്ചുവെന്ന് എനിക്കു തീർച്ചയാണ്. എന്റെ ഭാര്യയേയും മകനേയും അവർ വധിച്ചുകാണും എന്നാണ് എന്റെ ഭയം."

"അങ്ങനെ തോന്നാൻ കാരണമെന്താണ്?" അയാൾ സംസാരിച്ചുതീർന്നപ്പോൾ പാദുഷാ ചോദിച്ചു.

"ഞാൻ ഒരക്ഷരംപോലും അങ്ങോട്ടു പറയാതെതന്നെ ഒട്ടകം വലുതായിരുന്നെന്നും അതിന്റെ ഒരു കണ്ണിനു കാഴ്ചയില്ലായിരുന്നെന്നും കുഞ്ഞിനേയും കൊണ്ട് ഒരു സ്ത്രീ അതിന്റെ പുറത്തു സഞ്ചരിക്കുന്നുണ്ടായിരുന്നുവെന്നും അവർ പറഞ്ഞു."

പാദുഷാ ഒരു നിമിഷം ആലോചിച്ചു.

"നിങ്ങൾ പറയുന്നതുപോലെ, അങ്ങോട്ടൊന്നും പറയാതെ തന്നെ അവർക്ക് നിങ്ങളുടെ ഒട്ടകത്തെ ഇത്ര സൂക്ഷ്മമായി വിവരിക്കാൻ കഴിഞ്ഞെങ്കിൽ തീർച്ചയായും അവർ അതിനെ മോഷ്ടിച്ചിരിക്കണം." അദ്ദേഹം പറഞ്ഞു. "പോയി ആ കള്ളന്മാരെ ഇവിടെ കൊണ്ടുവരൂ."

ഒട്ടകത്തിന്റെ ഉടമസ്ഥൻ പോയി താമസിയാതെ മൂന്നു സഹോദരന്മാരുമായി മടങ്ങിവന്നു.

"പറയിൻ, കള്ളന്മാരേ!" പാദുഷാ ഭീഷണമായി പറഞ്ഞു. "പറയിൻ! ഈ മനുഷ്യന്റെ ഒട്ടകത്തെ നിങ്ങൾ എന്തു ചെയ്തു.?"

"ഞങ്ങൾ കള്ളന്മാരല്ല, അയാളുടെ ഒട്ടകത്തെ കണ്ടിട്ടുമില്ല." സഹോദരന്മാർ പറഞ്ഞു.

പാദുഷാ പറഞ്ഞു:

"ഒട്ടകത്തിന്റെ ഉടമസ്ഥൻ ഒന്നും പറയാതെതന്നെ നിങ്ങൾ അയാളോട് അതിനെ വിവരിച്ചല്ലോ. നിങ്ങൾ അതിനെ മോഷ്ടിച്ചില്ലെന്നു പറയാൻ എങ്ങനെ ധൈര്യപ്പെടും?"

"അല്ലയോ പാദുഷാ! അതിൽ അത്ഭുതപ്പെടാനൊന്നുമില്ല." സഹോദരന്മാർ പറഞ്ഞു: "സകലതും ശ്രദ്ധിക്കാൻ ഞങ്ങൾ കുട്ടിക്കാലം മുതലേ ശീലിച്ചിട്ടുണ്ട്. വളരെ സമയം ചെലവഴിച്ച് ഞങ്ങൾ കാര്യങ്ങൾ നിരീക്ഷിക്കാനും മനസ്സിരുത്തി ചിന്തിക്കാനും പഠിച്ചു. അതുകൊണ്ടാണ് ഒട്ടകത്തെ കാണാതെതന്നെ അതിനെ വിവരിക്കാൻ ഞങ്ങൾക്കു കഴിഞ്ഞത്."

പാദുഷാ പൊട്ടിച്ചിരിച്ചു.

"കാണാത്ത ഒന്നിനെപ്പറ്റി ഇത്രയേറെ കാര്യങ്ങൾ അറിയാൻ സാദ്ധ്യമാണോ?" അദ്ദേഹം ചോദിച്ചു.

"അതെ." സഹോദരന്മാർ പറഞ്ഞു.

"ശരി, നിങ്ങൾ പറയുന്നതു നേരാണോ എന്നു നോക്കാം."

പാദുഷാ മന്ത്രിയെ വിളിച്ച് ചെവിയിലെന്തോ മന്ത്രിച്ചു.

മന്ത്രി ഉടൻ തന്നെ കൊട്ടാരത്തിൽനിന്ന് ഇറങ്ങിപ്പോയി. പക്ഷേ വേഗം തന്നെ തിരിച്ചുവന്നു. കൂടെ വലിയൊരു പെട്ടി ഒരു പലകത്തട്ടിൽ ചുമന്നു കൊണ്ട് രണ്ടു ഭൃത്യന്മാരുമുണ്ടായിരുന്നു. പെട്ടി സൂക്ഷിച്ച് പാദുഷാ കാണത്തക്കവണ്ണം വാതുക്കൽ ഒരിടത്ത് ഇറക്കിവച്ചിട്ട് അവർ മാറിനിന്നു. സഹോദരന്മാർ അവർ ചെയ്യുന്നതെല്ലാം ദൂരെനിന്നു ശ്രദ്ധിക്കുകയായിരുന്നു. പെട്ടി എവിടുന്നു കൊണ്ടുവന്നു, അത് ചുമന്നുകൊണ്ടുവന്ന രീതി, നിലത്തിറക്കിവെച്ച വിധം, ഇതെല്ലാം അവർ ശ്രദ്ധിച്ചു.

"കള്ളന്മാരേ, ആ പെട്ടിക്കകത്ത് എന്താണെന്നു പറയിൻ." പാദുഷാ ആവശ്യപ്പെട്ടു.

'അല്ലയോ പാദുഷാ, ഞങ്ങൾ കള്ളന്മാരല്ലെന്നു നേരത്തേതന്നെ പറഞ്ഞല്ലോ." മൂത്ത സഹോദരൻ പറഞ്ഞു. "പക്ഷേ വേണമെങ്കിൽ ആ പെട്ടിക്കകത്തുള്ളത് എന്താണെന്നു ഞാൻ പറയാം. ഒരു ചെറിയ ഉരുണ്ട സാധനമാണ് അതിലുള്ളത്."

"അതൊരു മാതളനാരങ്ങയാണ്." രണ്ടാമത്തെ സഹോദരൻ

പറഞ്ഞു:

“അതെ, അത് ശരിക്കു പഴുത്തിട്ടില്ല.” ഇളയ സഹോദരൻ പറഞ്ഞു.

ഇതു കേട്ട് പെട്ടി അടുത്തുകൊണ്ടുവരാൻ പാദുഷാ കല്പിച്ചു. ഭൃത്യന്മാർ ഉടൻ അനുസരിച്ചു. പെട്ടി തുറക്കാൻ പാദുഷാ കല്പിച്ചു. തുറന്നപ്പോൾ അദ്ദേഹം അകത്തു നോക്കി. പെട്ടിക്കുള്ളിൽ പാകം വരാത്ത ഒരു മാതളനാരങ്ങ കിടക്കുന്നതു കണ്ടപ്പോൾ അദ്ദേഹത്തിനുണ്ടായ അത്ഭുതം ചില്ലറയല്ല. വിസ്മയാധീനനായി പാദുഷാ മാതളനാരങ്ങ പുറത്തെടുത്ത് അവിടെയുണ്ടായിരുന്ന എല്ലാവരേയും കാണിച്ചുകൊടുത്തു. ഒട്ടകത്തിന്റെ ഉടമസ്ഥന്റെനേരെ തിരിഞ്ഞ് അദ്ദേഹം പറഞ്ഞു:

“ഇവർ കള്ളന്മാരല്ലെന്നു തെളിയിച്ചിരിക്കുന്നു. അവർ വാസ്തവത്തിൽ കൂർമ്മബുദ്ധികളാണ്. നിങ്ങൾ ഒട്ടകത്തെ വേറെ എവിടെങ്കിലും പോയി അന്വേഷിക്കുക.”

സഹോദരന്മാരുടെ നിരീക്ഷണപാടവവും ബുദ്ധികൂർമ്മതയും പാദുഷായുടെ കൂടെയുണ്ടായിരുന്ന സകലരേയും അത്ഭുതപ്പെടുത്തി. പക്ഷേ പാദുഷായ്ക്കാണ് ഏറ്റവുമധികം അത്ഭുതം തോന്നിയത്. അദ്ദേഹം പലതരം വിശിഷ്ടവിഭവങ്ങൾ വരുത്തി സഹോദരന്മാരെ സൽക്കരിച്ചു.

“നിങ്ങൾ ഒരു കുറ്റവും ചെയ്തിട്ടില്ല.” അദ്ദേഹം പറഞ്ഞു. “നിങ്ങൾക്ക് എവിടെ വേണമെങ്കിലും പോകാം. പക്ഷേ ആദ്യംതന്നെ നിങ്ങൾ എല്ലാ കാര്യങ്ങളും അവ നടന്ന മുറയ്ക്ക് പറയണം. ആ മനുഷ്യന്റെ ഒട്ടകം കാണാതെപോയെന്നു നിങ്ങൾ എങ്ങനെ അറിഞ്ഞു? ഒട്ടകം എത്തരത്തിലുള്ളതാണെന്ന് നിങ്ങൾക്ക് എങ്ങനെ പറയാൻ കഴിഞ്ഞു?”

മൂത്ത സഹോദരൻ പറഞ്ഞു:

“മണ്ണിൽ വലിയ കാല്പാടുകൾ കണ്ടപ്പോൾ വളരെ വലിപ്പമുള്ള ഒരു ഒട്ടകം ആ വഴി കടന്നുപോയെന്ന് എനിക്ക് മനസ്സിലായി. റോഡിൽവച്ച് ഞങ്ങളുടെ ഒപ്പമെത്തിയ മനുഷ്യൻ ചുറ്റും നോക്കുന്നത് കണ്ടപ്പോൾ അയാൾ അന്വേഷിക്കുന്നതെന്താണെന്ന് എനിക്ക് തൽക്ഷണം മനസ്സിലായി.”

“കൊള്ളാം.” പാദുഷാ പറഞ്ഞു. “ഒട്ടകത്തിന്റെ ഇടത്തെ കണ്ണിനു കാഴ്ചയില്ലെന്ന് അയാളോട് പറഞ്ഞത് നിങ്ങളിലാരാണ്?”

രണ്ടാമത്തെ സഹോദരൻ എഴുന്നേറ്റുനിന്നു,

"ഞാനാണ്." അയാൾ പറഞ്ഞു.

"ഒട്ടകത്തിന്റെ ഇടത്തെ കണ്ണിനു കാഴ്ചയില്ലെന്ന് എങ്ങനെ മനസ്സിലായി? അന്ധതയുടെ പാടുകൾ റോഡിൽ കാണാൻ പറ്റുകയില്ലല്ലോ."

"റോഡിന്റെ വലതുവശത്തെ പുല്ലെല്ലാം കടിച്ചുതിന്നിരുന്നു. ഇടതുവശത്തേത് തൊട്ടിട്ടുമില്ല. അതിൽനിന്നു ഞാൻ അനുമാനിച്ചതാണ്." രണ്ടാമത്തെ സഹോദരൻ പറഞ്ഞു.

"ഭേഷ്!" പാദുഷാ പറഞ്ഞു."ഒരു സ്ത്രീയും കുഞ്ഞും ഒട്ടകത്തിന്റെ പുറത്ത് സഞ്ചരിക്കുന്നുണ്ടായിരുന്നുവെന്ന് ഊഹിച്ചത് ആരാണ്.?"

"ഞാനാണ്." ഇളയ സഹോദരൻ പറഞ്ഞു. "ഒട്ടകം മുട്ടുകുത്തിനിന്ന ഒരിടം ഞാൻ കണ്ടു. അടുത്തുതന്നെ മണലിൽ ഒരു സ്ത്രീയുടെ ചെരിപ്പിന്റെ പാടുകളും കണ്ടു. അതിലും ചെറിയ പാടുകൾ കണ്ടപ്പോൾ സ്ത്രീയുടെ കൂടെ ഒരു കുഞ്ഞുമുണ്ടായിരുന്നുവെന്ന് മനസ്സിലായി."

"കൊള്ളാം, നിങ്ങൾ പറഞ്ഞതു നേരാണ്." പാദുഷാ പറഞ്ഞു. "പക്ഷേ പാകം വരാത്ത ഒരു മാതളനാരങ്ങയാണു പെട്ടിയിലുള്ളതെന്ന് നിങ്ങൾ എങ്ങനെ കണ്ടുപിടിച്ചു? എനിക്കതു തീരെ മനസ്സിലാകുന്നില്ല."

മൂത്ത സഹോദരൻ പറഞ്ഞു:

"രണ്ടു ഭൃത്യന്മാർ പെട്ടി ചുമന്നുകൊണ്ടുവന്ന വിധത്തിൽനിന്ന് അതിനു തീരെ ഘനമില്ലെന്നു വ്യക്തമായിരുന്നന്നു. അവർ അത് താഴെ ഇറക്കിവയ്ക്കുമ്പോൾ വളരെ വലിപ്പമില്ലാത്ത ഒരു ഉരുണ്ട സാധനം ഒരറ്റത്തുനിന്നും മറ്റേ അറ്റത്തേയ്ക്കു ഉരുണ്ടു പോകുന്നതുപോലുള്ള ഒരു ശബ്ദം ഞാൻ അതിനകത്തുനിന്നു കേട്ടു."

രണ്ടാമത്തെ സഹോദരൻ പറഞ്ഞു:

"പെട്ടി കൊണ്ടുവന്നത് തോട്ടത്തിൽനിന്നായതുകൊണ്ടും അതിനകത്തുള്ളത് ചെറിയൊരു ഉരുണ്ട സാധാനമായതുകൊണ്ടും അത് ഒരു മാതളനാരങ്ങയായിരിക്കുമെന്ന് ഞാൻ അനുമാനിച്ചു. കാരണം അങ്ങയുടെ കൊട്ടാരത്തിനടുത്ത് ധാരാളം മാതളനാരകങ്ങൾ നില്പുണ്ട്."

"ഭേഷ്!" പാദുഷാ പറഞ്ഞു. അദ്ദേഹം ഇളയ സഹോദരന്റെ നേരെ തിരിഞ്ഞു.

"പക്ഷേ മാതളനാരങ്ങപാകം വന്നതല്ലെന്ന് എങ്ങനെ

മനസ്സിലായി?" അദ്ദേഹം ചോദിച്ചു.

"ആണ്ടിന്റെ ഈ സമയത്ത് മാതളനാരങ്ങകൾ പാകം വരാത്തതായിരിക്കും. അങ്ങേക്കു തന്നെ കാണാവുന്നതാണത്."

അയാൾ തുറന്നുകിടക്കുന്ന ജനാലയുടെ നേരെ കൈ ചൂണ്ടി.

പാദുഷാ പുറത്തേക്കു നോക്കിയപ്പോൾ തന്റെ തോട്ടത്തിലെ മാതളനാരകങ്ങൾ നിറയെ പച്ച കായ്കളാണെന്നു കണ്ടു.

സഹോദരന്മാരുടെ അസാധാരണമായ നിരീക്ഷണപാടവും ബുദ്ധികൂർമ്മതയും കണ്ട് പാദുഷായ്ക്ക് അത്ഭുതപ്പെടാതിരിക്കാൻ കഴിഞ്ഞില്ല.

"നിങ്ങൾക്ക് പണവും ഐഹികസമ്പാദ്യങ്ങളും കുറവായിരിക്കും. പക്ഷേ നിങ്ങൾ തീർച്ചയായും ബുദ്ധിയിൽ സമ്പന്നരാണ്.!" അദ്ദേഹം പറഞ്ഞു.

അത്യാഗ്രഹിയായ കസി

ഒരു താജിക്ക് നാടോടിക്കഥ

പണ്ടൊരിക്കൽ ഒരിടത്ത് ഒരു ദരിദ്രനുണ്ടായിരുന്നു. അയാൾ വളരെ കഠിനമായി അദ്ധ്വാനിച്ചെങ്കിലും ദരിദ്രനായിത്തന്നെ കഴിഞ്ഞു. അതുകൊണ്ട് അയാൾ നാടുവിട്ട് ദൂരെയുള്ള ഒരു പട്ടണത്തിൽ പോയി കാലാക്ഷേപം കഴിക്കാൻ നിശ്ചയിച്ചു. വീട്ടുകാരോട് യാത്ര പറഞ്ഞുകൊണ്ട് അയാൾ പുറപ്പെട്ടു.

അയാൾ എത്രദൂരം സഞ്ചരിച്ചെന്ന് ആർക്കുമറിഞ്ഞുകൂടാ. ഏതായാലും അവസാനം അയാൾ ഉദ്ദേശിച്ച പട്ടണത്തിൽ എത്തി. ഉടൻതന്നെ ജോലിയന്വേഷിച്ച് വീട്ടുതോറും കയറിയിറങ്ങാൻ തുടങ്ങി. അയാൾ ഒരു ജോലിയും നിരസിച്ചില്ല-അത് എത്ര കഠിനമാണെങ്കിൽക്കൂടി കിട്ടിയതെല്ലാം ചെയ്തു. ഏതു ജോലി ഏല്പിച്ചാലും അയാൾ അത് സന്തോഷത്തോടെ ചെയ്യും. അതും ഭംഗിയായി ചെയ്തു തീർക്കും.

കിട്ടിയ പണത്തിൽ നിന്നും അയാൾ ഭക്ഷണത്തിനുള്ളതു മാത്രമേ ചെലവാക്കിയുള്ളൂ. ബാക്കി ചെറിയൊരു സഞ്ചിയിൽ സൂക്ഷിച്ചുപോന്നു.

"ഞാൻ കുറച്ചുകാലംകൂടി ജോലി ചെയ്ത്

കുറേക്കൂടി പണം സമ്പാദിക്കും. എന്നിട്ടു വീട്ടിലേക്കു മടങ്ങും." അയാൾ സ്വയം പറഞ്ഞു.

അങ്ങനെ ഏതാനും വർഷങ്ങൾ അയാൾ കഠിനമായി അദ്ധ്വാനിച്ചു. ആയിരം തങ്കാ*[1] അയാൾക്ക് സമ്പാദിക്കാൻ കഴിഞ്ഞു. ഒരു ദരിദ്രനെ സംബന്ധിച്ചിടത്തോളം അതൊരു വലിയ തുകയായതുകൊണ്ട് അയാൾ അതേപ്പറ്റി ആലോചിച്ച് ക്ലേശിക്കാൻ തുടങ്ങി. അയാൾ സ്വയം പറഞ്ഞു:

"ഈ പണം ഗ്രഹപ്പിഴയ്ക്ക് കളഞ്ഞുപോയാലോ?... അത് കൊണ്ടുനടക്കുന്നത് മഠയത്തരമാണ്; നഷ്ടപ്പെട്ടെന്നു വരും. അതുമല്ല, ചിലപ്പോൾ വല്ല കള്ളനും കാര്യമറിഞ്ഞ് എന്നെ കൊന്ന് പണമെടുത്തെന്നും വരും. ഞാൻ താമസിക്കുന്ന സ്ഥലത്ത് പണം ഒളിച്ചുവയ്ക്കാനും നിവൃത്തിയില്ല. അത് അവിടന്നും കാണാതെപോകാൻ ഇടയുണ്ട്. ഞാൻ പണം ഒളിച്ചുവയ്ക്കുന്നത് ആരെങ്കിലും കണ്ടെന്നുവരും. കൗശലക്കാരും കുബുദ്ധികളുമായി പലരുമുണ്ട് ഈ ലോകത്ത്. അവർ എന്റെ പണം തട്ടിയെടുക്കും. അപ്പോൾ എനിക്ക് വെറുംകയ്യോടെ വീട്ടിലേക്കു മടങ്ങേണ്ടിവരും..."

അയാളുടെ ചിന്തകൾ അങ്ങനെ പോയി. എന്തു ചെയ്യേണ്ടു എന്ന് അയാൾക്ക് നിശ്ചയമില്ലായിരുന്നു. അവസാനം തന്റെ ആയിരം തങ്കാ തനിക്കുവേണ്ടി സൂക്ഷിക്കാനായി കസി*[2]യെ ഏല്പിക്കാൻ അയാളുറച്ചു.

"സത്യസന്ധനും ധർമ്മിഷ്ഠനുമായ ഒരാളാണദ്ദേഹം എന്നാണ് ആളുകൾ പറയുന്നത്." അയാൾ സ്വയം പറഞ്ഞു. "എന്റെ പണം അദ്ദേഹത്തിന്റെ കയ്യിൽ സുരക്ഷിതമായിരിക്കും. വീട്ടിലേക്കു മടങ്ങിപ്പോകാൻ നേരത്ത് ഞാനത് അദ്ദേഹത്തിന്റെ കയ്യിൽനിന്ന് തിരിച്ചുവാങ്ങിച്ചോളാം."

ദരിദ്രന്റെ ആലോചന പോയത് അങ്ങനെയാണ്. അതു മനസ്സിൽ വച്ചു കൊണ്ടാണ് അയാൾ കസിയെ ചെന്നു കണ്ടത്. കസി അയാളെ സ്വീകരിച്ചിട്ട് വന്നതെന്തിനാണെന്നു ചോദിച്ചു.

"അല്ലയോ ബഹുമാനപ്പെട്ട കസി, എന്റെ പണം എനിക്കുവേണ്ടി സൂക്ഷിച്ചുവയ്ക്കാനായി അങ്ങയെ ഏല്പിക്കണമെന്നാണ് എന്റെ

---

1 * തങ്കാ - പ്രാചീന താജിക്ക് നാണയം -എഡി.

2 * കസി- ന്യായാധിപൻ - എഡി.

ആഗ്രഹം. ഇതിലും സുരക്ഷിതമായ ഒരിടം എനിക്കറിഞ്ഞുകൂടാ. ഞാൻ ഈ പട്ടണത്തിൽ താമസിച്ച് പണിയെടുക്കുന്നിടത്തോളം കാലം ദയവുചെയ്ത് ഇത് സൂക്ഷിച്ചു വയ്ക്കു."

കസി പണസഞ്ചി വാങ്ങിക്കൊണ്ട് ഗൗരവപൂർവ്വം പറഞ്ഞു:

"ഞാൻ നിന്റെ അപേക്ഷ സസന്തോഷം നിറവേറ്റാം. നീ പറഞ്ഞതു നേരാണ്. നിന്റെ പണം സൂക്ഷിക്കാൻ ഇതിലും സുരക്ഷിതമായ ഒരിടം കാണാൻ സാദ്ധ്യമല്ല."

ദരിദ്രൻ അവിടന്ന് ഇറങ്ങി. കസി പണം എണ്ണി വലിയൊരു പെട്ടിക്കകത്തു വച്ചു.

കുറെക്കാലം കഴിഞ്ഞു. പണത്തിന്റെ ഉടമസ്ഥൻ വീട്ടിൽ പോകാൻ തയ്യാറായി. അയാൾ കസിയുടെ അടുത്തു ചെന്ന് പറഞ്ഞു:

"ബഹുമാനപ്പെട്ട കസി, എന്റെ പണം തിരിച്ചുതരൂ, ഞാൻ നാളെ പട്ടണം വിടുകയാണ്."

കസി അയാളെ നോക്കി.

"ഏതു പണത്തിന്റെ കാര്യമാണ് നീ പറയുന്നത്?" അയാൾ ചോദിച്ചു.

"ബഹുമാനപ്പെട്ട കസി, എനിക്കുവേണ്ടി സൂക്ഷിക്കാൻ ഏല്പിച്ച ആയിരം തങ്കായുടെ കാര്യം."

"നിനക്കു ഭ്രാന്താണ്!" കസി അട്ടഹസിച്ചു. "നീ എപ്പോഴാണ് എന്നെ പണം ഏല്പിച്ചത്? ഇതു നല്ല കാര്യം! ആയിരം തങ്കപോലും! നിന്റെ പൂർവ്വികർ കഴിഞ്ഞ ഏഴു തലമുറകളായി ഒരു നൂറു തങ്കാപോലും ഒരുമിച്ചു കണ്ടിട്ടില്ലല്ലോ! നിനക്കു പിന്നെ എവിടുന്നാണ് ആയിരം തങ്കാ കിട്ടുന്നത്?"

താൻ പണം കൊണ്ടുവന്ന ദിവസവും അവർ തമ്മിൽ അപ്പോൾ പറഞ്ഞ കാര്യങ്ങളും കസിയെ ഓർമ്മപ്പെടുത്താൻ ദരിദ്രൻ ശ്രമിച്ചുനോക്കി. പക്ഷേ കസി അയാൾ പറഞ്ഞതു ചെവിക്കൊണ്ടില്ല, നിലത്ത് ആഞ്ഞു ചവുട്ടിക്കൊണ്ട് അയാൾ ഭൃത്യന്മാരെ വിളിച്ചു.

"ഇവൻ ഒരു തട്ടിപ്പുകാരനാണ്!" അയാൾ അട്ടഹസിച്ചു. "ഇവന് നല്ല അടിയും തൊഴിയും കൊടുത്ത് വീട്ടിൽനിന്നു പിടിച്ചു പുറത്താക്കിൻ!"

കസിയുടെ ഭൃത്യന്മാർ ദരിദ്രന്റെ നേരെ ചാടി വീണു. അയാളെ

ക്രൂരമായി പ്രഹരിച്ചശേഷം വീട്ടിൽനിന്ന തള്ളിപ്പുറത്താക്കി.

അലമുറയിട്ടു കരഞ്ഞുകൊണ്ട് ദരിദ്രൻ തെരുവിലൂടെ വേച്ചുവേച്ച് നടന്നു.

"ഞാൻ പാട്ടുപെട്ടതു മുഴുവൻ വെറുതെയായി!. എന്റെ പണം പൊയ്പോയി!" അയാൾ സങ്കടത്തോടെ ഉരുവിട്ടുകൊണ്ടിരുന്നു. "അത്യാഗ്രഹിയായ കസി അതു മുഴുവൻ എടുത്തു.!"

ആ സമയത്ത് ഒരു സ്ത്രീ ആ വഴി കടന്നുപോയി. ദരിദ്രന്റെ കരച്ചിൽ കേട്ട് അവൾ അയാളോട് ശാസനരൂപത്തിൽ പറഞ്ഞു:

"എന്തു പറ്റി സഹോദരാ? താടിയും തലപ്പാവുമെല്ലാമുള്ള ഒരു മുതിർന്ന മനുഷ്യനാണ് നിങ്ങൾ. എന്നിട്ട് ഒരു കുഞ്ഞിനെപ്പോലെ കരയുന്നതെന്താണ്?"

ദരിദ്രൻ വിഷാദപൂർവ്വം പറഞ്ഞു:

"സഹോദരി, എന്നെ ഭയങ്കരമായി ചതിച്ചിരിക്കുകയാണ്! വർഷങ്ങളായി ഞാൻ എന്റെ ശേഷിയിൽ കവിഞ്ഞ് പണിയെടുക്കുകയായിരുന്നു. ഒരിക്കൽപ്പോലും വയർനിറയെ മതിയാവോളം ഉറങ്ങുകയോ ചെയ്തിട്ടില്ല. അങ്ങനെ അങ്ങേയറ്റം വിഷമിച്ച് ഞാൻ ഒരു ആയിരം തങ്കാ സമ്പാദിച്ചു. ഇപ്പോൾ അത് നഷ്ടപ്പെട്ടു. സംഭവിച്ചതെന്താണെന്നറിഞ്ഞാൽ നീ എന്നെ ശാസിക്കുകയില്ല."

"നടന്നതെന്താണെന്നു പറയൂ." സ്ത്രീ പറഞ്ഞു.

തന്റെ പണം തട്ടിയെടുത്തതെങ്ങിനെയാണെന്ന് ദരിദ്രൻ പറഞ്ഞു കേൾപ്പിച്ചു.

"കസി സത്യസന്ധനും ധർമ്മിഷ്ഠനമാണെന്നാണ് ആളുകൾ പറയുന്നത്!" അയാൾ നിരാശയോടെ പറഞ്ഞു.

അയാൾ പറഞ്ഞത് സ്ത്രീ സഹതാപപൂർവ്വം കേട്ടു.

"സങ്കടപ്പെടേണ്ട, എല്ലാം നഷ്ടപ്പെട്ടിട്ടില്ല." അവൾ പറഞ്ഞു. "എന്റെ കൂടെ വരൂ. ഞാൻ എന്തെങ്കിലും വഴി ആലോചിക്കാം."

അവർ അവളുടെ വീട്ടിൽചെന്നു. സ്ത്രീ അവിടെ ഉണ്ടായിരുന്ന വലിയൊരു പെട്ടി എടുത്തു. അവൾ തന്റെ കൊച്ചു മകനോടു പറഞ്ഞു:

"ഞാൻ ഇയാളുമൊന്നിച്ച് കസിയുടെ അടുത്തു പോവുകയാണ്. നീ ഞങ്ങളുടെ പിറകെ വരണം. പക്ഷേ വളരെ അടുത്ത് നടക്കരുത്. മറ്റാരും കാണാതിരിക്കാൻ ശ്രമിക്കണം. കസിയുടെ

വീട്ടിലെത്തുമ്പോൾ നീ ഒളിച്ചിരിക്കണം. കസി ഇയാൾക്ക് പണം കൊടുക്കുന്നതുവരെ കാത്തിരിക്ക്. കസി ഈ പെട്ടി വാങ്ങാൻ കൈ നീട്ടുമ്പോൾ നീ ഓടിവന്ന് 'അച്ഛൻ ഒട്ടകങ്ങളും ചരക്കുകളുമായി തിരിച്ചെത്തി' എന്നു വിളിച്ചുപറയണം."

"ശരി, അമ്മ പറഞ്ഞതുപോലെ ചെയ്യാം." ബാലൻ പറഞ്ഞു.

സ്ത്രീ പെട്ടിയെടുത്ത് തലയിൽ വച്ചു. അവളും ദരിദ്രനും കൂടി കസിയുടെ വീട്ടിലേക്കു തിരിച്ചു. സ്ത്രീയുടെ മകൻ പുറകിൽ അല്പം ദൂരെ മാറി നടന്നു.

അവർ കസിയുടെ വീട്ടിലെത്തി. സ്ത്രീ ദരിദ്രനോടു പറഞ്ഞു:

"ഞാൻ ആദ്യം പോകാം. നിങ്ങൾ പുറകെ വന്നാൽ മതി."

അവൾ വീട്ടിനകത്തു കയറി. കസി അവളേയും അവളുടെ തലയിലിരിക്കുന്ന വലിയ പെട്ടിയേയും നോക്കിക്കൊണ്ടു പറഞ്ഞു:

"സഹോദരി, ഇവിടെ വന്നതെന്തിനാണ്?"

സ്ത്രീ പറഞ്ഞു:

"ബഹുമാനപ്പെട്ട കസി, ഒരുപക്ഷേ അങ്ങ് എന്നെപ്പറ്റി കേട്ടുകാണും. റഹിം എന്ന ധനികനായ വ്യാപാരിയുടെ ഭാര്യയാണ് ഞാൻ. എന്റെ ഭർത്താവ് ചരക്കുകളുമായി ദൂരദേശത്തു പോയിരിക്കുകയാണ്. എന്നു തിരിച്ചുവരുമെന്ന് ആർക്കും അറിഞ്ഞുകൂടാ. പല രാത്രികളായി എനിക്ക് സമാധാനത്തോടെ ഉറങ്ങാൻ കഴിയുന്നില്ല. കള്ളന്മാർ ഞങ്ങളുടെ വീടിനു ചുറ്റും നടക്കുകയാണ്. ഞങ്ങളുടെ സ്വത്ത് അപഹരിക്കാനാണ്. അവരുടെ ഉദ്ദേശമെന്ന് എനിക്ക് തീർച്ചയുണ്ട്. ഞങ്ങളുടെ പണവും കൈവശമുള്ള മുഴുവൻ സ്വർണ്ണവും രത്നങ്ങളും ഈ പെട്ടിക്കകത്തുണ്ട്. വളരെ പ്രയാസപ്പെട്ടാണ് ഞാൻ അത് ചുമന്നു കൊണ്ടുവന്നത്. അത്രയ്ക്ക് ഘനമുണ്ട് ഇതിന്. ഇത് എനിക്കുവേണ്ടി സൂക്ഷിച്ചുവയ്ക്കണമെന്നാണ് എന്റെ അപേക്ഷ. എന്റെ ഭർത്താവ് മടങ്ങിവരുമ്പോൾ അദ്ദേഹം വന്ന് ഇതു വാങ്ങിക്കൊള്ളും."

കസി പെട്ടി പൊക്കിനോക്കി. അതിന്റെ ഭാരം അനുഭവപ്പെട്ടപ്പോൾ അയാളുടെ കൈകൾ അത്യാർത്തികൊണ്ട് വിറച്ചു.

"ഇതിനകത്ത് ചുരുങ്ങിയത് നാല്പതിനായിരമോ അമ്പതിനായിരമോ തങ്കാ പണമായിട്ടുണ്ട്. കൂടാതെ രത്നങ്ങളും," അയാൾ ആലോചിച്ചു. "ഈ റഹീം വളരെ ധനികനായ ഒരു

വ്യാപാരിയാണെന്നു ഞാൻ കേട്ടിട്ടുണ്ട്..."

സ്ത്രീയുടെ നേരെ തിരിഞ്ഞ് അയാൾ പറഞ്ഞു:

"അങ്ങനെയാകട്ടെ, സഹോദരീ. ഞാൻ നിങ്ങളുടെ മുതൽ സൂക്ഷിച്ചുകൊള്ളാം. എന്റെ കയ്യിൽ അതു ഭദ്രമായിരിക്കുമെന്ന് നിങ്ങൾക്ക് ഉറപ്പിക്കാം. അവസാനത്തെ തങ്കാവരെ നിങ്ങൾക്കു തിരിച്ചുകിട്ടും."

പക്ഷേ സ്ത്രീ കസിയുടെ കയ്യിൽനിന്നും പെട്ടി വാങ്ങി.

"സത്യത്തിൽ ഇതു മുഴുവൻ എനിക്കു തിരിച്ചുകിട്ടുമോ?" അവൾ ചോദിച്ചു.

"സഹോദരി, അതു സംശയിക്കുകയേ വേണ്ട!" കസി പറഞ്ഞു. "ഞാൻ സത്യസന്ധനും ധർമ്മിഷ്ഠനുമാണെന്ന് ഈ പട്ടണത്തിലുള്ള മുഴുവൻ പേർക്കും അറിയാം."

ആ സമയത്ത് ദരിദ്രൻ കയറി വന്നു. അയാളെ കണ്ടപ്പോൾ കസിക്ക് വളരെ വലിയ സന്തോഷമായി.

"ഇവൻ ഇപ്പോൾ ഇവിടെ വന്നത് ദൈവാനുഗ്രഹമായി." അയാൾ വിചാരിച്ചു. "ഈ സ്ത്രീയുടെ മുമ്പിൽ തന്റെ സത്യസന്ധത സ്ഥാപിക്കാൻ ഇതിലും നല്ല ഒരു അവസരം കിട്ടുകയില്ല. ഞാൻ ഈ തൊണ്ടിക്ക് അവന്റെ ആയിരം തങ്കാ മടക്കിക്കൊടുക്കും. പകരം ഒരു പെട്ടിനിറയെ പണവും രത്നങ്ങളുമാണ് കിട്ടുക. അതിൽ തെറ്റില്ല, ഹാ! ഹാ! "

സ്ത്രീയുടെ നേരെ തിരിഞ്ഞ് കസി പറഞ്ഞു:

"സഹോദരി, ഞാൻ വീണ്ടും പറയട്ടെ. കസിയുടെ വീടിനേക്കാൾ സുരക്ഷിതമോ വിശ്വസിക്കാവുന്നതോ ആയ ഒരിടം വേറെ ഇല്ല. ഈ പെട്ടി നിങ്ങളുടെ വീട്ടിൽ വയ്ക്കുന്നതിനേക്കാൾ സുരക്ഷിതമായിരിക്കും ഇവിടെ. നിങ്ങളുടെ ഭർത്താവു മടങ്ങിവരുമ്പോഴോ നിങ്ങൾക്കുതന്നെ വേണമെന്നു തോന്നുമ്പോഴോ-എപ്പോൾ വേണമെങ്കിലും പെട്ടി തിരികെ കൊണ്ടുപോകാം."

കസി പറയുന്നത് നേരാണെന്നും അയാളുടെ ഓരോ വാക്കും വിശ്വസിക്കാവുന്നതാണെന്നുമുള്ള മട്ടിൽ അയാളുടെ ഭൃത്യന്മാരും സ്വീകരണമുറിയിലുണ്ടായിരുന്ന മറ്റെല്ലാവരും തലയാട്ടി.

ദരിദ്രൻ അവിടെ നിൽക്കുന്ന കാര്യം അപ്പോൾ മാത്രമേ കണ്ടുള്ളു വെന്നു നടിച്ച് കസി പറഞ്ഞു:

"മൊത്തം സാമ്പാദ്യമായ ആയിരം തങ്കാ എന്നെ ഏല്പിച്ച ഒരാൾ ഇതാ ഇവിടെയുണ്ട്. ഇയാൾ ഇന്ന രാവിലെ ഇവിടെ വന്ന് പണം ആവശ്യപ്പെട്ടു. ഒരു കള്ളനാണെന്ന തെററിദ്ധരിച്ച് ഞാൻ പണം മടക്കിക്കൊടുക്കാൻ വിസമ്മതിച്ചു. ഇയാളെ അറിയാവുന്ന ആരെങ്കിലും ഇവിടെ ഉണ്ടെങ്കിൽ ഞാൻ ഇപ്പോൾത്തന്നെ പണം മടക്കിക്കൊടുക്കാം."

സ്ത്രീ പറഞ്ഞു:

"ബഹുമാനപ്പെട്ട കസി, ഈ സാധുമനുഷ്യനെ ഏതാണ്ടു രണ്ടുവർഷമായി ഞങ്ങൾക്കറിയാം. വളരെ ദൂരെനിന്ന് ഈ പട്ടണത്തിൽ വന്നതാണ്. അപ്പോൾ മുതൽ വളരെ കഠിനമായി പണിയെടുക്കുന്നുണ്ട്. കുറച്ചുകാലം ഞങ്ങളുടെ വീട്ടിലും പണിയെടുത്തു. എന്നെ വിശ്വസിക്കൂ, ഇയാൾ വേലചെയ്തു സമ്പാദിച്ചതുതന്നെയാണ് ഈ പണം. കാരണം, ഇയാളേക്കാൾ അദ്ധ്വാനശീലനായ ഒരാളെ ഞാൻ കണ്ടിട്ടില്ല. ഇയാളുടെ കൈകൾ ഇങ്ങനെ പരുപരുത്തതായിത്തീർന്നത് വെറുതെയല്ല."

കസി ഒരു പച്ചച്ചിരിയോടെ പറഞ്ഞു.

"എന്ത്! നിങ്ങൾക്ക് ഇയാളെ അറിയാമെന്നോ! എന്നാൽപ്പിന്നെ ഇനി താമസിപ്പിച്ചിട്ടു കാര്യമില്ല. സഹോദരാ, അടുത്തു വരൂ. നിങ്ങളുടെ ആയിരം തങ്കാ എടുത്തോളൂ. ഉടൻ വാങ്ങിക്കോളൂ."

കസി പെട്ടി തുറന്ന് കുറെ പണമെടുത്തു, ആയിരം തങ്കാ എണ്ണി ഉപചാരപൂർവ്വം ഉടമസ്ഥനെ ഏൽപിച്ചു.

"സഹോദരി, മറ്റുള്ളവരുടെ പണം എന്റെ കയ്യിൽ വളരെ സുരക്ഷിതമാണെന്നും ഞാനത് ഉടമസ്ഥർക്ക് തിരിച്ചുകൊടുക്കുന്നവനാണെന്നും നിങ്ങൾ ഇപ്പോൾ കണ്ടല്ലോ," കസി തിടുക്കത്തിൽ പറഞ്ഞു. "നിങ്ങൾ പെട്ടി ഇവിടെ വച്ചിട്ട് സമാധാനമായി വീട്ടിൽ പോകൂ."

അയാൾ പെട്ടിക്കുവേണ്ടി കൈനീട്ടി.

ആ സമയത്ത് സ്ത്രീയുടെ മകൻ തെരുവിൽനിന്ന് ഓടി വന്നു.

"അമ്മേ!" അവൻ വിളിച്ചു പറഞ്ഞു. "വേഗം വരൂ! അച്ഛൻ ഒട്ടകങ്ങളും ചരക്കുകളുമായി തിരിച്ചുവന്നു. അമ്മയെ കാത്ത് ഇരിക്കുകയാണ്."

"നന്നായി. ഭർത്താവ് തിരിച്ചുവന്നതുകൊണ്ട് എനിക്ക് ഇനി

കള്ളന്മാരെ പേടിക്കേണ്ട." സ്ത്രീ ചിരിച്ചുകൊണ്ടു പറഞ്ഞു. 'ബഹ്മാനപ്പെട്ട കസിയുടെ സഹായമില്ലാതെതന്നെ അദ്ദേഹം ഞങ്ങളുടെ മുതൽ നോക്കിക്കൊള്ളും."

ഇങ്ങനെ പറഞ്ഞുകൊണ്ട് സ്ത്രീ പെട്ടിയെടുത്ത് തലയിൽവച്ച് ദരിദ്രനമൊന്നിച്ച് കസിയുടെ വീട്ടിൽനിന്നിറങ്ങി.

"സഹോദരാ, ഒരിക്കലും ആശ വെടിയരുത്." അവൾ പറഞ്ഞു. "എല്ലാത്തവണയും ആളുകളെ പറ്റിക്കാൻ കഴിയുന്ന ഒരൊറ്റ തട്ടിപ്പുകാരനോ വഞ്ചകനോ ഉണ്ടായിട്ടില്ലെന്ന് ഓർക്കണം. വീട്ടിലേക്കു മടങ്ങിച്ചെന്ന് സമാധാനമായി ജീവിക്കു. നിങ്ങൾ അന്യനാട്ടിൽ വേണ്ടത്ര അലഞ്ഞുനടന്നിരിക്കുന്നു. പാടുപെട്ടു സമ്പാദിച്ച പണം ചെലവു ചെയ്ത് സുഖമായി കഴിയൂ ."

അവർ പരസ്പരം യാത്ര പറഞ്ഞു പിരിഞ്ഞു.

ഇനി കസിയുടെ കാര്യമോ? ഒറ്റയ്ക്കായപ്പോൾ അയാൾ കോപിച്ചു കലിതുള്ളിക്കൊണ്ട് താടിപിടിച്ചു വലിക്കുകയും നിലത്ത് ആഞ്ഞു ചവിട്ടുകയും ചെയ്തു. കോപവും നിരാശയും സഹിക്കാതെ എന്തു ചെയ്യേണ്ടു എന്ന് അയാൾക്കു നിശ്ചയമില്ലായിരുന്നു.

"ഞാൻ എന്തൊരു ഭാഗ്യദോഷിയാണ്!" അയാൾ വീണ്ടും വീണ്ടും ആർത്തസ്വരത്തിൽ വിലപിച്ചു. "എന്തൊരു ഭയങ്കര അത്യാഹിതമാണിത്! ആ വ്യാപാരി റഹിം പോയി തുലയട്ടെ! ഒരു മണിക്കൂർ കഴിഞ്ഞ്, ഒരൊറ്റ മണിക്കൂർ കഴിഞ്ഞ്, അയാൾക്കു വന്നാലെന്തായിരുന്നു! അതിനകം കാര്യമെല്ലാം കഴിഞ്ഞേനെ. ദ്രവ്യമുള്ള പെട്ടി എന്റേതാകുമായിരുന്നു. എന്റെ ധനം ഇരട്ടിയാകുമായിരുന്നു. എന്റെ വലിയ പെട്ടി നിറഞ്ഞു കവിയുമായിരുന്നു. എനിക്കിതു താങ്ങാനാവില്ല. ഒരിക്കലും താങ്ങാനാവില്ല, ഹാ! കഷ്ടം! ഹാ! കഷ്ടം!"

ബൊറൊൾദോയ്- മെർഗേനും ധീരനായ മകനും

ഒരു അൾട്ടായ് നാടോടിക്കഥ

പണ്ട് പണ്ട് നീലിമയാർന്ന അൾട്ടായ് മലയിൽ അൾമിസ് എന്ന് പേരുള്ള മനുഷ്യഭുക്കായ ഒരു രാക്ഷസനുണ്ടായിരുന്നു.

അൾമിസിന് നീണ്ടു കറുത്ത മീശയുണ്ടായിരുന്നു. അവനത് കടിഞ്ഞാൺപോലെ ചുമലിന്റെ മീതെക്കൂടി പുറകോട്ടിട്ടാണു നടക്കുന്നത്.

താടി മുട്ടുവരെ നീണ്ടുകിടക്കും. ചോരപോലെ ചുവന്ന കണ്ണുകൾ. മൂർച്ചയുള്ള വലിയ പല്ലുകൾ. വിരലുകളിൽ മൃഗങ്ങളുടേതുപോലെ കൂർത്തു വളഞ്ഞ നഖങ്ങൾ. അവന്റെ ദേഹം മുഴുവൻ കട്ടിയുള്ള രോമംകൊണ്ടു മൂടിയിരുന്നു.

നിർദ്ദയനും രക്തദാഹിയുമായ ഒരു ഭയങ്കരനായിരുന്നു അൾമിസ്. അവൻ കാട്ടിൽവച്ച് നായാട്ടുകാരേയും ഗ്രാമങ്ങളിൽ ചെന്ന് സ്ത്രീകളേയും ആക്രമിക്കും. വൃദ്ധന്മാരായാലും കൊച്ചുകുഞ്ഞുങ്ങളായാലും വെറുതെ വിടുകയില്ല. ആളുകളുടെ നേരെ ചാടിവീണ് അവരെ തിന്നും.

അൾമിസ് വളരെ കരുത്തനും കൗശലക്കാരനുമായതുകൊണ്ട് ആരും അവനെ എതിർക്കാൻ ധൈര്യപ്പെട്ടില്ല. അൾമിസിനെ കാണുന്നയുടൻ ആളുകൾ ഓടിയൊളിക്കാൻ ശ്രമിച്ചു.

വേറെന്തു ചെയ്യണമെന്ന് അവർക്ക് അറിഞ്ഞുകൂടായിരുന്നു.

"അൾമിസിന് നമ്മേക്കാൾ കരുത്തും കൗശലവുമുണ്ട്." അവർ പറഞ്ഞു. "ആർക്കും അവനെ ജയിക്കാൻ സാദ്ധ്യമല്ല. ആർക്കും

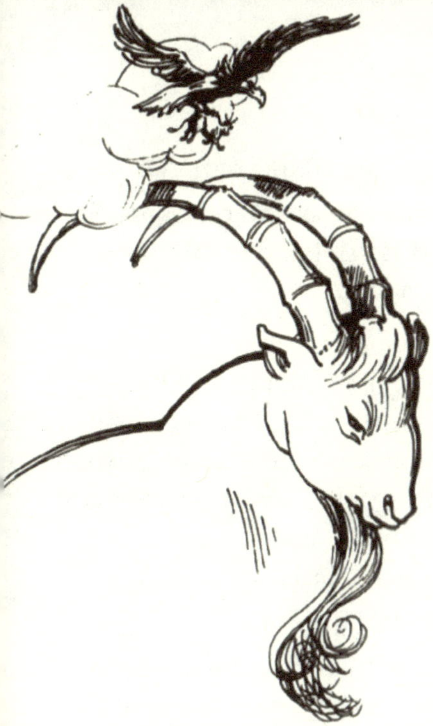

അവനെ ഉപായത്തിൽ തോല്പിക്കാൻ സാദ്ധ്യമല്ല. മിണ്ടാതെ സഹിക്കാൻ നാം പഠിക്കണം."

അങ്ങനെ അവർ മിണ്ടാതെ സഹിച്ചു പോന്നു.

ഗ്രാമങ്ങളിലൊന്നിൽ ബൊറൊൾദോയ്-മെർഗേൻ എന്നു പേരുള്ള ഒരു നായാട്ടുകാരൻ ഉണ്ടായിരുന്നു. അയാൾ ബലവാനും ധീരനും ബുദ്ധിശാലിയുമായിരുന്നു. ചിലർ നായാട്ടിനു പോയാൽ വെറും കയ്യോടെയായിരിക്കും മടങ്ങുക. പക്ഷേ ബൊറോൾദോയ് -മെർഗേൻ അത്തരക്കാരനല്ല. വേട്ടയാടിയ അനേകം മൃഗങ്ങളേയും കൊണ്ടേ തിരിച്ചുവരൂ. കുറുക്കൻ, കാട്ടുകീരി, അണ്ണാൻ തുടങ്ങിയ ജന്തുക്കളുമായിട്ടായിരിക്കും അയാൾ വരിക. അയാൾ ചുറ്റിനടക്കാത്ത കാടില്ല. കയറാത്ത മലയില്ല. ഒരൊറ്റ വന്യമൃഗം പോലും അയാളെ തൊട്ടിട്ടില്ല. ഒരിക്കൽപ്പോലും അയാൾക്ക് ആപത്തു പിണഞ്ഞിട്ടില്ല. കാരണം, അയാൾക്ക് കൂർമ്മ ബുദ്ധിയും സൂക്ഷ്മദൃഷ്ടിയും കരുത്തുറ്റ കൈകളും ഉണ്ടായിരുന്നു.

ഒരു ദിവസം അൾമിസ് മലയിൽനിന്നിറങ്ങി ബൊറൊൾദോയ്-മെർഗേന്റെ ഗ്രാമത്തിൽ വന്നു. ഭയചകിതരായ ആളുകൾ എവിടെ ഒളിക്കണമെന്നറിയാതെ നാലുപാടും ഓടി. ഒരു കുട്ടിയെ പിടിച്ചുകൊണ്ട് അൾമിസ് മലയിലേക്കു മടങ്ങി.

അവൻ അടുത്തുണ്ടായിരുന്നപ്പോൾ ഗ്രാമവാസികൾ കുശുകുശുക്കാൻ മാത്രമേ ധൈര്യപ്പെട്ടുള്ളൂ. പക്ഷേ അവൻ പൊയ്ക്കഴിഞ്ഞപ്പോൾ അവർ ഉറക്കെ സംസാരിക്കാനും അലമുറയിടാനും തുടങ്ങി.

"അടുത്ത തവണ രാക്ഷസൻ ആരുടെ കുഞ്ഞിനെ ആയിരിക്കുമോ പിടിച്ചുകൊണ്ടു പോകുന്നത്?" അമ്മമാർ തേങ്ങിക്കരഞ്ഞുകൊണ്ട് ചോദിച്ചു.

കുഞ്ഞുങ്ങൾ വിതുമ്മിക്കരഞ്ഞു. പുരുഷന്മാർ നെറ്റിചുളിച്ച് മൗനം പൂണ്ടു.

ബൊറൊൾദോയ് -മെർഗേൻ മൗനം ഭജ്ഞിച്ചുകൊണ്ടു പറഞ്ഞു:

"കണ്ണീരൊഴുക്കിയതുകൊണ്ടോ ഓടിയൊളിക്കാൻ ശ്രമിച്ചതുകൊണ്ടോ ഒരു പ്രയോജനവുമില്ല. നമ്മൾ അൾമിസിനെ കൊല്ലണം. എന്നാലേ പേടിക്കാതെ ജീവിക്കാൻ കഴിയൂ."

പുരുഷന്മാർ പറഞ്ഞു:

"നമുക്ക് എങ്ങനെ അൾമിസിനെ വകവരുത്താൻ കഴിയും? എങ്ങനെ അവന്റെ ഉപദ്രവം ഒഴിവാക്കാൻ കഴിയും? നമുക്ക് പക്ഷികളെപ്പോലെ ആകാശത്തേക്കു പറന്നുയരാനോ മീനുകളെപ്പോലെ വെള്ളത്തിൽ ഒളിക്കാനോ സാദ്ധ്യമല്ല. ഈ ശപിക്കപ്പെട്ട രാക്ഷസന്റെ മാന്തും കടിയുമേറ്റു മരിക്കുകയെന്നതാണ് നമ്മുടെ വിധി."

ബൊറൊൾദോയ്- മെർഗേന് കടുത്ത വിഷാദവും നിരാശയും തോന്നി. അയാൾ മകനെ നോക്കിവിചാരിച്ചു.

"എന്റെ മകൻ ഭൂമിയിൽ പിറന്നത് അൾമിസിന് ക്രൂരത്ത പല്ലുകൾ കൊണ്ട് കടിച്ചുകീറാനല്ല. മറ്റു കുട്ടികൾ ജനിച്ചതും അതിനുവേണ്ടിയല്ല. അൾമിസിനെ കൊന്നേപറ്റൂ. അമ്മമാരുടെ ദുഃഖത്തിന് ഒരറുതിവരുത്തണം."

പക്ഷേ അതെങ്ങനെ ചെയ്യും?

അൾമിസിനെ പോരിനു വിളിക്കുന്ന പ്രശ്നമേയില്ല. ഒരാളെയെന്നല്ല, അവരെ എല്ലാവരേയും കൊല്ലാനുള്ള കരുത്തുണ്ട് അവന് അതുമല്ല, ഗ്രാമവാസികൾ അവനോടു പൊരുതാൻ വിസമ്മതിക്കും. അൾമിസ് അവരെ ഭയപ്പെടുത്തി വിറപ്പിച്ചുനിർത്തിയിരിക്കുകയാണ്. അവരുടെ ധൈര്യവും വീര്യവുമെല്ലാം അവൻ നശിപ്പിച്ചു. അൾമിസിനെ ഉപായത്തിൽ തോല്പിക്കാനും സാദ്ധ്യമല്ല. അവൻ എപ്പോഴും കരുതലോടെയാണ് നടക്കുന്നത്. കുഴപ്പമെന്തെങ്കിലുമുണ്ടോയെന്ന് ഞൊടിയിടയിൽ മനസ്സിലാക്കും.

ആളുകളെ അൾമിസിൽനിന്ന് രക്ഷിക്കാൻ എങ്ങനെ കഴിയുമെന്നാലോചിച്ച് ബൊറെൾദോയ്-മെർഗേന്റെ മനസ്സിന് സ്വസ്ഥതയില്ലാതായി. അയാൾ വളരെ നേരം തല പുകഞ്ഞ് ആലോചിച്ച് അവസാനം ഒരു പോംവഴി കണ്ടെത്തി.

പക്ഷേ അതെന്താണെന്ന് അയാൾ ആരോടും പറഞ്ഞില്ല.

അയാൾ ഏറ്റവും ബലമുള്ള വില്ലും ഏറ്റവും മൂർച്ചയുള്ള അമ്പുകളുമെടുത്ത് മകനോടു ചോദിച്ചു:

“നിനക്ക് ധൈര്യമുണ്ടോ?”

“ഉണ്ട്!” ബാലൻ പറഞ്ഞു.

ആളുകളോട് അനുകമ്പയുണ്ടോ?”

“ഉണ്ട്!”

“എന്നാൽ എന്റെ കൂടെ വാ. നമ്മുടെ വഴി നീണ്ടതാണ്. നമ്മുടെ ദൗത്യം അപകടകരമാണ്. എങ്കിലും നാം പോയേതീരൂ. നിനക്ക് എന്നോട് എന്തെങ്കിലും ചോദിക്കാനുണ്ടോ?”

ബാലൻ തലകുലുക്കി. നായാട്ടുകാരനും മകനും നിശ്ശബ്ദം യാത്ര തിരിച്ചു. അൾമിസിന്റെ ഇരിപ്പിടമായ മലയിലേക്കാണ് അവൻ പോയത്.

ഇടതൂർന്നു നിൽകുന്ന ഒരു വനം കടന്ന്, പാറകൾ നിറഞ്ഞ മലഞ്ചെരിവുകൾ കയറി, വഴി തിരിച്ചറിയാൻ ഒരു നടപ്പാതപോലു മില്ലാതെ, അവർ നടന്നു, അവസാനം ഒരു വെളിപ്രദേശത്തെത്തി.

ഒരു ഉയരമുള്ള മരക്കുറ്റി അവിടെ നില്പുണ്ടായിരുന്നു. അടുത്ത് കുറെ കുറ്റിച്ചെടികളും മരങ്ങളുമുണ്ട്. ഒരൊറ്റ മൃഗത്തേയോ പക്ഷിയേയോ അവിടെങ്ങും കാണ്മാനില്ലായിരുന്നു.

ബെറൊൾദോയ്-മെർഗേൻ നിന്ന് നായാട്ടുവേഷം ഊരി മരക്കുറ്റിയെ അണിയിച്ചു. മകൻ മൗനമായി അതു നോക്കിനിന്നു. ചോദ്യമൊന്നും ചോദിച്ചില്ല. അച്ഛൻ മരക്കുറ്റിക്കടുത്ത് തീകൂട്ടി. എന്നിട്ടും ബാലൻ അതു നോക്കിക്കൊണ്ടു നിന്നതല്ലാതെ യാതൊന്നും പറഞ്ഞില്ല.

നായാട്ടുകാരൻ മകനോടു പറഞ്ഞു:

“ ഈ തീയുടെ അടുത്ത് ഇരിക്ക്, എന്തു സംഭവിച്ചാലും ഓടിപ്പോകരുത്.”

“ഇല്ല.”

“ഇവിടെ നടക്കാൻ പോകുന്നത് കാണുമ്പോൾ നീ ഭയന്നു ഞെട്ടും.”

“ഇല്ല”

“എന്നാൽ ഇവിടെ ഇരിക്ക്.”

ബാലൻ തീയ്ക്കു സമീപം ഇരുന്നു. അച്ഛൻ അമ്പും വില്ലുമായി കുറ്റിച്ചെടികൾക്കിടയിൽ ഒളിച്ചിരുന്നു.

അവർ അങ്ങനെ വളരെ നേരം ഇരുന്നു.

പെട്ടന്ന് കൊമ്പുകൾ ഇളകുന്നതിന്റേയും ചില്ലകൾ ഒടിയുന്നതിന്റേയും ശബ്ദം കേട്ടു. അൽമിസ് മരങ്ങൾക്കിടയിൽനിന്നും പുറത്തു വന്നു. അവന്റെ കറുത്ത മീശ ചുമലുകളിലൂടെ പിന്നിലേക്കു തൂങ്ങിക്കിടന്നു. കണ്ണുകൾ ചോരപോലെ ചുവന്നിരുന്നു. അവൻ കൂർത്ത പല്ലുകൾ ഞെരിക്കുകയായിരുന്നു. തീയ്ക്കടുത്ത് ബാലൻ ഇരിക്കുന്നത് കണ്ടപ്പോൾ അവൻ സന്തോഷം കൊണ്ട് അലറി:

"ഞാൻ ഇറച്ചിക്കുവേണ്ടി ഗ്രാമത്തിലേക്കു പോകാൻ തുടങ്ങുകയായിരുന്നു. എന്നിട്ടിതാ എന്നെ കാത്ത് ഇറച്ചി ഇരിക്കുന്നു!"

അവൻ മരക്കുറ്റി കണ്ടത് അപ്പോഴാണ്. അതൊരു നായാട്ടുകാരനാണെന്നു ധരിച്ച് അവൻ പൊട്ടിച്ചിരിച്ചുകൊണ്ടു പറഞ്ഞു:

"എടാ നായാട്ടുകാരാ, ഞാൻ നിന്റെ മകനെ പിടിച്ചുതിന്നുന്നതു കണ്ടോ! അവനെ രക്ഷിക്കാൻ നീ ധൈര്യപ്പെടുകയില്ല."

ഇങ്ങനെ പറഞ്ഞുകൊണ്ട് അൽമിസ് തീയുടെനേരെ ഓടിയടുത്തു.

ഓടുമ്പോൾ അവന്റെ താടി കാറ്റിൽ പറന്നു. നീണ്ട രോമക്കോട്ടിന്റെ മടക്കുകൾ തുറന്നുമലർന്നു. അൽമിസ് ബാലനെ പിടിക്കാൻ ഭാവിച്ചു. പക്ഷേ അവൻ മരക്കുറ്റിയുടെ പിന്നിലേക്ക് ഓടി. അൽമിസ് അവന്റെ പിറകെ ഓടി. പക്ഷേ ബാലൻ മരക്കുറ്റിക്കു ചുറ്റും ഓടിക്കൊണ്ടിരുന്നു. രാക്ഷസന് അവനെ പിടി കിട്ടിയില്ല.

ബൊറൊൾദോയ്-മെർഗേൻ ഉന്നം പിടിച്ച് ഒരു അമ്പെയ്തു. അത് അൽമിസിന്റെ നെഞ്ചിന്റെ ഒത്ത നടുക്ക് തറച്ചു. അൽമിസ് വേദന കൊണ്ട് അലറി. അവന്റെ നിലവിളിയുടെ ശബ്ദത്താൽ വൃക്ഷങ്ങൾ വളഞ്ഞു. മലയിൽനിന്ന് ഉരുൾപൊട്ടി വീണു.

ബൊറോൾദോയ്-മെർഗേൻ രാക്ഷസന്റെ നേരെ ഒന്നിനു പിറകെ ഒന്നായി അമ്പുകൾ തൊടുത്തുവിട്ടുകൊണ്ടിരുന്നു.

അൽമിസ് കോപം സഹിക്കവയ്യാതെ നായാട്ടുകാരന്റെ വേഷമണിഞ്ഞു നിൽക്കുന്ന മരക്കുറ്റിയുടെ നേരെ ഓടിയടുത്തു. അവൻ അത് കടിക്കാനും കരളാനും തുടങ്ങി. പക്ഷേ പെട്ടന്ന് അവൻ നിലത്തേക്കു മറിഞ്ഞു. ബൊറൊൾദോയ്-മെർഗേൻ അടുത്തു ചെന്നു നോക്കിയപ്പോൾ അൽമിസ് കൊല്ലപ്പെട്ടെന്നു മനസ്സിലായി.

ബൊറൊൾദോയ്-മെർഗേൻ മകനോട് പേടി തോന്നിയോ

ഇല്ലയോ എന്ന ചോദിച്ചില്ല. അയാൾ ഓരേയൊരു വാക്കേ അവനോട്ടു പറഞ്ഞുള്ളൂ:

"വാ!"

രണ്ടുപേരും ഗ്രാമത്തിലേക്കു തിരിച്ചു.

ഗ്രാമത്തിലെത്തിയപ്പോൾ ബൊറോൾദേയ്- മെർഗേൻ ആളുകളോട്ടു പറഞ്ഞു:

"ഇനി നമ്മുടെ കുട്ടികൾക്ക് സമാധാനമായി വളരാം. അവരുടെ അമ്മമാർക്ക് ഭയമില്ലാതെ ജീവിക്കാം. അൾമിസ് ചത്തു. അവനെ കൊന്നു."

"ആരു കൊന്നു?"ആളുകൾ ചോദിച്ചു.

"ഞാൻ കൊന്നു"

"നിങ്ങൾ നിങ്ങളുടെ കൊച്ചുമകനെ കൂടെ കൊണ്ടുപോയതെന്തിനാണ്?"

"അൾമിസിനെ പിടിക്കാനുള്ള ഇരയായി അവൻ ഉപകരിച്ചു."

"പക്ഷേ അൾമിസ് അവനെ പിച്ചിച്ചീന്താനുള്ള സാദ്ധ്യതയുണ്ടായിരുന്നില്ലേ?"

"സാദ്ധ്യതയുണ്ടായിരുന്നു."

കൂടുതലൊന്നും പറയാതെ ബൊറൊൾദോയ്-മെർഗേൻ അയാളുടെ വീട്ടിലേക്കു കയറി.

നീലിമയാർന്ന അൾട്ടായ്മലയിലുള്ളവർക്ക് അവരുടെ ക്രൂരമായ ചിരകാലശത്രുവിൽനിന്നു വിടുതി ലഭിച്ചത് ഇങ്ങനെയാണ്.

ആരാണ് ഏറ്റവും വലുത്?

ഒരു കിർഗീസ് നാടോടിക്കഥ

പണ്ട് ഒരു ഗ്രാമത്തിൽ മൂന്നു സഹോദരന്മാർക്കു കൂടി ഒരു പുള്ളിക്കാളയുണ്ടായിരുന്നു.

ഒരു ദിവസം സഹോദരന്മാർ ഒറ്റക്കൊറ്റയ്ക്ക് താമസിക്കാൻ തീരുമാനിച്ചു. പക്ഷേ ഒരു കാളയെ മൂന്നു പേർക്കായി വീതിക്കുന്നതെങ്ങിനെ? അതിനെ വിൽക്കാൻ അവർ ആദ്യം ആലോചിച്ചു. പക്ഷേ അടുത്തുള്ളവരാരും അതിനെ വാങ്ങാൻമാത്രം ധനികരായിരുന്നില്ല.. പിന്നീട് അവർ കാളയെ കശാപ്പുചെയ്ത് മാംസം പങ്കുവയ്ക്കാൻ ആലോചിച്ചു. പക്ഷേ അതും അവർ ചെയ്തില്ല. കാരണം അവർക്കു കാളയോടു ദയതോന്നി. മൂന്നുപേരിൽ ഒരാൾക്കു കൊടുക്കാമെന്നുവച്ചാൽ, അതിനും അവർക്കു സമ്മതമില്ലായിരുന്നു.

അതുകൊണ്ട് ഒരു സിദ്ധന്റെ അടുത്തുപോയി ഉപദേശം തേടാൻ അവർ തീരുമാനിച്ചു.

"സിദ്ധൻ തീരുമാനിക്കുന്നപ്രകാരം നമുക്കു ചെയ്യാം." എന്നു പറഞ്ഞുകൊണ്ട് അവർ സിദ്ധന്റെ ഗ്രാമത്തിലേക്കു തിരിച്ചു. ഏറ്റവും മുതിർന്ന സഹോദരൻ കാളയുടെ തലയ്ക്കലും രണ്ടാമത്തെയാൾ കാളയുടെ വശത്തും ഏറ്റവും ഇളയ സഹോദരൻ ഒരു വടിയുമായി പുറകിലും നടന്നു.

വെളുപ്പിന് ഒരു കുതിരസവാരിക്കാരൻ ഒപ്പമെത്തി. ഇളയ സഹോദരനെ അഭിവാദനം ചെയ്തു ശേഷം. കാളയെ എവിടെ കൊണ്ടുപോവുകയാണെന്ന് അയാൾ ചോദിച്ചു. ഇളയ സഹോദരൻ എല്ലാ കാര്യങ്ങളും വിവരിച്ചു.

"ഞങ്ങൾ കാളയെ ഒരു സിദ്ധന്റെ അടുത്തേക്കു കൊണ്ടുപോവുകയാണ്. ഞങ്ങൾ അദ്ദേഹത്തിന്റെ തീരുമാനത്തിനു വിടും. അദ്ദേഹത്തിന്റെ ഉപദേശമനുസരിച്ചു ചെയ്യും."

കുതിരസവാരിക്കാരൻ വിടവാങ്ങുമ്പോൾ ഇളയ സഹോദരൻ പറഞ്ഞു:

"നിങ്ങൾ താമസിയാതെ എന്റെ നേരെ മൂത്ത സഹോദരനെ കണ്ടുമുട്ടും. ജ്യേഷ്ഠൻ കാളയുടെ വശത്ത് നടക്കുകയാണ്. ജ്യേഷ്ഠനെ എന്റെ അന്വേഷണങ്ങൾ അറിയിക്കു. കാളയെ വേഗം ഓടിച്ചുകൊണ്ടു പോകാൻ പറയൂ. ഇരുട്ടാകുന്നതിനുമുമ്പ് സിദ്ധന്റെ അടുത്തെത്തണം."

"അങ്ങനെയാവട്ടെ." എന്നു പറഞ്ഞുകൊണ്ട് സവാരിക്കാരൻ കുതിരയെ വേഗം ഓടിച്ചുപോയി.

ഉച്ചയായപ്പോൾ അയാൾ കാളയുടെ വശത്തു നടക്കുന്ന രണ്ടാമത്തെ സഹോദരന്റെ ഒപ്പമെത്തി.

അഭിവാദനങ്ങൾക്കുശേഷം അയാൾ പറഞ്ഞു:

"നിങ്ങളുടെ അനുജൻ അന്വേഷണം അറിയിക്കാൻ പറഞ്ഞു. നിങ്ങൾ എത്തേണ്ട ഇടത്ത് ഇരുട്ടിനുമുമ്പ് എത്തണമെങ്കിൽ കാളയെ വേഗം തെളിച്ചുകൊണ്ട് പോകണമെന്നാണു പറഞ്ഞത്."

രണ്ടാമത്തെ സഹോദരൻ സവാരിക്കാരനോട് നന്ദിപ്രകടിപ്പിച്ച ശേഷം പറഞ്ഞു:

നിങ്ങൾ കാളയുടെ തലയ്ക്കൽ എത്തുമ്പോൾ ജ്യേഷ്ഠനെ എന്റെ അന്വേഷണങ്ങൾ അറിയിക്കു. കാളയെ വേഗം തെളിച്ചുകൊണ്ട് പോകാൻ പറയൂ. സിദ്ധന്റെ ഗ്രാമത്തിൽ കഴിയുന്നതും വേഗം എത്തണം."

സവാരിക്കാരൻ യാത്ര തുടർന്നു. അയാൾ കാളയുടെ തലയ്ക്കൽ എത്തിയപ്പോഴേക്ക് വൈകുന്നേരമായിക്കഴിഞ്ഞിരുന്നു. അയാൾ മൂത്ത സഹോദരനെ അനുജന്മാർ രണ്ടുപേരുടേയും അന്വേഷണങ്ങളും അപേക്ഷകളും അറിയിച്ചു.

"ഞാൻ വിചാരിച്ചാൽ നിവൃത്തിയില്ല." മൂത്ത സഹോദരൻ പറഞ്ഞു. "നേരം സന്ധ്യയായി. കാളയെ ഇനി തെളിച്ചുകൊണ്ടു പോയിട്ടു കാര്യമില്ല. രാത്രി വഴിയരികിൽ എവിടെയെങ്കിലും കഴിച്ചുകൂട്ടിയ പറ്റൂ."

അയാൾ നടപ്പിന്റെ വേഗത കുറച്ചു.

പക്ഷേ സവാരിക്കാരൻ നിൽക്കാതെ കുതിരയോടിച്ചു പോയി.

സഹോദരന്മാർ രാത്രി പുൽപ്രദേശത്തു കഴിച്ചുകൂട്ടി. പിറ്റേന്നു രാവിലെ കാളയെ തെളിച്ചുകൊണ്ട് വീണ്ടും യാത്ര തുടർന്നു. പെട്ടന്ന് ഒരു ഭയങ്കരസംഭവം ഉണ്ടായി. ഒരു കൂറ്റൻ പരുന്ത് ആകാശത്തുനിന്ന് താഴോട്ടു പറന്നു വന്ന് കാളയെ നഖങ്ങൾക്കുള്ളിലാക്കി അതിനേയും പൊക്കിയെടുത്തുകൊണ്ട് പറന്നുപോയി.

സഹോദരന്മാർ കുറേനേരം സങ്കടപ്പെട്ടു കരഞ്ഞശേഷം വെറും കയ്യോടെ വീട്ടിലേക്കു മടങ്ങി.

ഈ സമയത്ത് പരുന്ത് കാളയെ അള്ളിപ്പിടിച്ചുകൊണ്ട്. ആകാശത്തുകൂടി പറക്കുകയായിരുന്നു. താമസിയാതെ അത് താഴെ ഒരു പറ്റം ആടുകൾ മേയുന്നതു കണ്ടു. അവയുടെ കൂട്ടത്തിൽ വളരെ നീണ്ട കൊമ്പുകളോടുകൂടിയ ഒരു ആടുണ്ടായിരുന്നു. പരുന്ത് താഴോട്ടു പറന്നു വന്ന് ആടിന്റെ കൊമ്പിൽ ഇരുന്ന് കാളയെ കൊത്തിത്തിന്നാൽ തുടങ്ങി. കാളയുടെ എല്ലുകൾ നാലുപാടും തെറിച്ചു വീണു.

പെട്ടന്ന് മഴ ശക്തിയായി പെയ്തു തുടങ്ങി. ആട്ടിടയനും ആടുകളും മഴനനയാതിരിക്കാൻ വേണ്ടി ഇതേ ആടിന്റെ താടിക്കു കീഴിൽ അഭയം തേടി.

പെട്ടന്ന് ആട്ടിടയന് ഇടത്തെ കണ്ണിൽ കലശലായ വേദന തോന്നി.

"എന്റെ കണ്ണിൽ ഒരു കരടു പോയെന്നു തോന്നുന്നു." അയാൾ വിചാരിച്ചു.

വൈകുന്നേരമായപ്പോൾ ഇടയൻ ആട്ടിൽപറ്റത്തെ ഗ്രാമത്തിലേക്കു

തെളിച്ചുകൊണ്ടു പോയി. അയാളുടെ കണ്ണിലെ വേദന വർദ്ധിച്ചു. അയാൾ യാചിച്ചു:

"നാട്ടുകാരേ, വൈദ്യന്മാരെ വിളിച്ചുകൊണ്ടു വരിൻ! അവർ നാല്പതു തോണികളിലായി എന്റെ കണ്ണിൽ തുഴഞ്ഞ് കരടു കണ്ടുപിടിക്കട്ടെ. എനിക്ക് ഒരു നിമിഷം പോലും സൈ്വരം കിട്ടുന്നില്ല."

ഗ്രാമവാസികൾ പോയി നാല്പതു വൈദ്യന്മാരെ കണ്ടു. അവർ പറഞ്ഞു:

"നിങ്ങൾ ഞങ്ങളുടെ ആട്ടിടയന്റെ കണ്ണിൽ ഇറങ്ങി കരടു കണ്ടു പിടിക്കു. അയാളുടെ വേദന ശമിപ്പിക്കു. അയാളുടെ കണ്ണിനു കേടു വരുത്താതെ സൂക്ഷിക്കണമെന്നു മാത്രം."

നാല്പതു വൈദ്യന്മാർ നാല്പതു തോണികളിലേറി ആട്ടിടയന്റെ കണ്ണിൽ തുഴഞ്ഞുനടന്നു. അവർ കണ്ണിൽ പോയ കരട് കണ്ടുപിടിച്ചു. അതു വാസ്തവത്തിൽ ഒരു കരടായിരുന്നില്ല. കാളയുടെ തോൾപ്പലകയായിരുന്നു. മഴ നനയാതിരിക്കാൻ ആടിന്റെ താടിക്കുകീഴിൽ പോയി നിന്നപ്പോഴാണ് അത് ആട്ടിടയന്റെ കണ്ണിൽ പോയത്.

അത് എടുത്തപ്പോൾ ആട്ടിടയന്റെ കണ്ണിലെ വേദന പോയി. വൈദ്യന്മാർ വീടുകളിലേക്കു മടങ്ങി. കാളയുടെ തോൽപ്പലക ഗ്രാമത്തിന്റെ പുറത്തുകൊണ്ടുപോയി ദൂരെക്കറിഞ്ഞു.

കുറേ കഴിഞ്ഞ് കുറെ നാടോടികൾ തോൾപ്പലക കിടന്നിരുന്നതിന്റെ അടുത്തുകൂടി കടന്ന്പോയി. നേരം ഇരുട്ടിത്തുടങ്ങിയതുകൊണ്ട് കാരണവന്മാർ കൂടിയാലോചിച്ച് രാത്രി അവിടെ തങ്ങാനും തീകൂട്ടാനും നിശ്ചയിച്ചു.

"ഈ ചതുപ്പുനിലമാണ് നമ്മുടെ രാത്രി കഴിച്ചുകൂട്ടാൻ ഏറ്റവും പറ്റിയ സ്ഥലം." അവൻ പറഞ്ഞു.

പക്ഷേ അവർ ഭാണ്ഡങ്ങളെല്ലാം അഴിച്ചു വച്ച് ഉറങ്ങാൻ തയ്യാറായപ്പോൾ പെട്ടന്ന് ഭൂമി കുലുങ്ങാനും ഇളകാനും തുടങ്ങി. നാടോടികൾ പേടിച്ചു വിരണ്ടു. അവർ വേഗം സാമാനങ്ങൾ വണ്ടികളിലിട്ട് കുതിരകളെ പൂട്ടി സ്ഥലം വിട്ടു.

നേരം പുലർന്നപ്പോഴേ അവർക്കു ശ്വാസം വീണുള്ളു. അവർ താവളമടിച്ചശേഷം കാരണവന്മാർ തലേന്നു രാത്രി സംഭവിച്ചതെന്താണെന്ന് അറിയാൻ വേണ്ടി നാല്പതു സവാരിക്കാരെ ഭൂമികുലുക്കം നടന്ന സ്ഥലത്തേക്കയച്ചു.

സവാരിക്കാർ താമസിയാതെ അവിടെ എത്തി. രാത്രി ഒരു ചതുപ്പുനിലമാണെന്നു തങ്ങൾ ധരിച്ചത് വാസ്തവത്തിൽ ഒരു ക്കുറ്റൻ എല്ലാണെന്ന്- ഒരു കാളയുടെ തോൾപ്പലകയാണെന്ന്-അവർക്കു മനസ്സിലായി. ഒരു കുറുക്കൻ അത് കരളുന്നത് അവർ കണ്ടു.

“അപ്പോൾ ഇങ്ങനെയാണ് ഭൂമികുലുക്കം ഉണ്ടായത്?” സവാരിക്കാർ പറഞ്ഞു. അവർ ഉന്നം പിടിച്ച് അമ്പുകൾ എയ്തു. കുറുക്കനെ കൊന്നു.

അതുകഴിഞ്ഞ് അവർ കുറുക്കന്റെ തൊലിയുരിക്കാൻ തുടങ്ങി. പക്ഷേ അവർക്ക് ഒരു വശത്തെ തൊലിയുരിക്കാനേ കഴിഞ്ഞുള്ളൂ. എത്ര ശ്രമിച്ചിട്ടും കുറുക്കനെ തിരിച്ചിടാൻ കഴിഞ്ഞില്ല.

സാവാരിക്കാർ താവളത്തിലേക്കു മടങ്ങി. നടന്ന കാര്യങ്ങളെല്ലാം കാരണവന്മാരോടു പറഞ്ഞു. എന്തു ചെയ്യണമെന്ന് കാരണവന്മാർ ആലോചിക്കാൻ തുടങ്ങി.

ആ സമയത്ത് ഒരു ചെറുപ്പക്കാരി അവരുടെ അടുത്തു വന്നു പറഞ്ഞു:

“നിങ്ങളുടെ സവാരിക്കാർ കൊണ്ടുവന്ന കുറുക്കന്റെ തോല് ദയവു ചെയ്ത് എനിക്കു തരൂ. ഞാൻ ഇപ്പോൾ പ്രസവിച്ച കുഞ്ഞിന് ഒരു തൊപ്പിയുണ്ടാക്കാനാണ്.”

“ശരി,” കാരണവന്മാർ പറഞ്ഞു. “നീ അതെടുത്തോ.”

സ്ത്രീ കുഞ്ഞിന്റെ തല അളന്ന് തൊപ്പിക്കായി തോൽ മുറിക്കാൻ തുടങ്ങി. പക്ഷേ ആ തോല് പകുതി തൊപ്പിക്കേ തികയൂ എന്ന് താമസിയാതെ അവൾക്കു മനസ്സിലായി. അതുകൊണ്ട് അവൾ വീണ്ടും കാരണവന്മാരുടെ അടുത്തു ചെന്ന് തോലിന്റെ മറ്റേ പകുതികൂടി കൊടുക്കാൻ അപേക്ഷിച്ചു.

തങ്ങൾക്ക് കുറുക്കനെ തിരിച്ചിട്ട് മറ്റേ വശത്തെ തൊലിയുരിക്കാൻ കഴിഞ്ഞില്ലെന്ന കാര്യം നാല്പതു സവാരിക്കാർ തുറന്നുപറഞ്ഞു.

“തോലിന്റെ പകുതികൊണ്ട് തൊപ്പി തീരുന്നില്ലെങ്കിൽ നീ തന്നെ പോയി കുറുക്കന്റെ മറുവശത്തെ തൊലി ഉരിഞ്ഞെടുത്തോ.” അവർ പറഞ്ഞു.

സ്ത്രീ കുഞ്ഞിനെയുമെടുത്ത് കുറുക്കൻ കിടക്കുന്ന സ്ഥലത്തു വന്നു. അവൾ നിഷ്പ്രയാസം കുറുക്കനെ മറിച്ചിട്ട് അതിന്റെ മറുവശത്തെ

തൊലി ഉരിഞ്ഞെടുത്തു. തോലിന്റെ രണ്ടു പകുതികളും ചേർത്ത് അവൾ കുഞ്ഞിന് ഒരു തൊപ്പിയുണ്ടാക്കി.

ഇനി ഞങ്ങൾക്ക് നിങ്ങളോട് ഒരു കാര്യം ചോദിക്കാനുണ്ട്; നിങ്ങളുടെ അഭിപ്രായത്തിൽ ആരായിരുന്നു ഏറ്റവും വലുത്?- കാളയാണോ?

ഒരു സവാരിക്കാരന് അതിന്റെ വാലു മുതൽ തലവരെ എത്താൻ ഒരു പകൽമുഴുവൻ വേണ്ടിവന്നുവെന്ന് മറക്കരുത്.

പരുന്താണോ?

അത് കാളയേയുമെടുത്ത് ആകാശത്തേക്കു പറന്നു പോയെന്ന് മറക്കരുത്.

ആടാണോ?

അതിന്റെ കൊമ്പിൽ ഇരുന്നാണ് പരുന്ത് കാളയെ കൊത്തിത്തിന്നതെന്ന് മറക്കരുത്.

ആട്ടിടയനാണോ?

നാല്പതു വൈദ്യന്മാർ നാല്പതു തോണികളിലായി അയാളുടെ കണ്ണിൽ തുഴഞ്ഞുനടന്നുവെന്ന് മറക്കരുത്.

കുറുക്കനാണോ?

അത് കാളയുടെ തോൾപ്പലക കരണ്ടപ്പോൾ ഒരു ഭൂമികുലുക്കം തന്നെയുണ്ടായ കാര്യം മറക്കരുത്.

കുഞ്ഞാണോ?

കുറുക്കന്റെ തോല് അതിന്റെ ഒരു തൊപ്പിക്കേ തികഞ്ഞുള്ളു. എന്നു മറക്കരുത്.

അതോ ഇതുപോലുള്ള ഒരു ഭീമനെ പ്രസവിച്ച സ്ത്രീയാണോ?

ആലോചിക്കൂ. ഗാഢമായി ആലോചിക്കൂ. ഒരു പക്ഷേ നിങ്ങൾക്ക് ശരിയായ ഉത്തരം കണ്ടെത്താൻ കഴിയും.

അൾദാർ–കൊസേയും ഷിഗൈ–ബൈയും

ഒരു കസാക്ക് നാടോടിക്കഥ

പണ്ട് പണ്ട് ഒരു പുൽപ്രദേശത്ത് അൾദാസ്-കൊസേ എന്ന പേരുള്ള ഒരു ദരിദ്രനുണ്ടായിരുന്നു. സ്വന്തമായി ആകെക്കൂടി അയാൾക്കുണ്ടായിരുന്നത് ഒരു കുതിരയാണ്. എങ്കിലും ആളൊരു വിരുതനായിരുന്നു. സൂത്രങ്ങളുടേയും നേരമ്പോക്കുകളുടേയും ഒരു കലവറതന്നെയായിരുന്നു അയാൾ.

അതേ പുൽപ്രദേശത്ത് ഷിഗൈ-ബൈ എന്ന പേരുള്ള ഒരു ധനികനുമുണ്ടായിരുന്നു. ഷിഗൈ-ബൈ മഹാപിശുക്കനായിരുന്നു. വാസ്തവത്തിൽ അയാൾ ധനികനെന്നതിനേക്കാളേറെ പിശുക്കനായിരുന്നു. ഒരു അതിഥി ചെന്നാൽ ഒരു കഷ്ണം റൊട്ടിയോ ഒരു ഗ്ലാസ് വെള്ളമോ പോലും കൊടുക്കുകയില്ല.

ഒരു ദിവസം വിരുതനും സൂത്രശാലിയുമായ അൾ-കൊസേ ഈ ഷിഗൈ-ബൈയെ ഒരു പാഠം പഠിപ്പിക്കാൻ നിശ്ചയിച്ചു.

അയാൾ കുതിരപ്പുറത്തു കയറി ഷിഗൈ-ബൈയെ കാണാൻ പുറപ്പെട്ടു. അൾദാർ-കൊസേ പോകുന്നതെങ്ങോട്ടാണെന്ന് അയാളുടെ കൂട്ടുകാരും അയൽവാസികളും അറിഞ്ഞപ്പോൾ അവർ പൊട്ടിച്ചിരിച്ചു.

"അങ്ങോട്ടു ചെന്നേച്ചാൽ മതി, അൾദാർ-കൊസേ," അവർ പറഞ്ഞു.

"ഷിഗൈ-ബൈ നിങ്ങളെ രാജോചിതമായി സൽക്കരിക്കും.

കൊഴുത്ത മാംസവും സ്വാദേറിയ ഐറാനും*[1] നിങ്ങൾക്കു വയർ നിറയെ കിട്ടും."

"സാരമില്ല," അൽദാർ-കൊസേ പറഞ്ഞു. "നമുക്കു കാണാം."

ഷിഗൈ-ബൈയുടെ കൂടാരമന്വേഷിച്ച് അയാൾ അനേകം ദിവസം പുൽപ്രദേശത്തുകൂടി കുതിരയോടിച്ചു നടന്നു. പക്ഷേ പോയിടത്തെല്ലാം ആളുകൾ പറഞ്ഞു:

"ഷിഗൈ-ബൈയെ ഇവിടെ തിരക്കേണ്ട. അയാൾ ഞങ്ങളിൽ നിന്നെല്ലാം അകന്നുമാറി ദൂരെയെവിടെയോ പോയിരിക്കുകയാണ്."

അൽദാർ-കൊസേയ്ക്കു കുതിരയോടിച്ചു മുന്നോട്ടു പോവുകയല്ലാതെ ഗത്യന്തരമില്ലായിരുന്നു. അവസാനം പുൽപ്രദേശത്ത് ഒരു കൂടാരം ഒറ്റയ്ക്കു നിൽക്കുന്നതു കണ്ടു. ചുറ്റും കോരപ്പുല്ലിനിടയിൽ താമസമുറപ്പിച്ചിരുന്നതു വെറുതെയല്ല." അൽദാർ-കൊസേ സ്വയം പറഞ്ഞു.

അതു ശരിയായിരുന്നുതാനും. കാരണം, അപരിചിതരാരെങ്കിലും അടുത്തുണ്ടോയെന്ന് ഗൃഹനാഥനും കുടുംബത്തിനും മുൻകൂട്ടി അറിയാനാണ് അവർ ഇങ്ങനെ ചെയ്തത്. കോരപ്പുല്ലിന്റെ മർമ്മരശബ്ദം കേൾക്കുമ്പോൾ ആരോ വരുന്നുണ്ടെന്ന് മുന്നറിയിപ്പു കിട്ടും. ഉടനെ അവർ അതിഥിയെ സൽക്കരിക്കാതിരിക്കാൻ വേണ്ടി വീട്ടിലുള്ള ഭക്ഷണ സാധനങ്ങൾ മുഴുവൻ ബന്ധപ്പെട്ട് ഒളിച്ചുവയ്ക്കും.

ബുദ്ധിമാനായ അൽദാർ-കൊസേ ഈ സൂത്രം തൽക്ഷണം മനസ്സിലാക്കി. കോരപ്പുല്ലിനിടയിലൂടെ ഒച്ചകേൾപ്പിക്കാതെ നടന്ന് ഷിഗൈ-ബൈയുടെ കൂടാരത്തിൽ എങ്ങനെ എത്താമെന്ന് അയാൾ

1 ഐറാൻ - പാൽ പുളിപ്പിച്ചുണ്ടാക്കുന്ന പാനീയം

ആലോചിച്ചു.

പക്ഷേ എത്ര ആലോചിച്ചിട്ടും ഒരു പോംവഴി കണ്ടില്ല. അവസാനം അയാൾ ഒരു ഉപായം കണ്ടെത്തി.

കുതിരയെ മാറ്റിനിർത്തി അയാൾ കൊച്ചുകൊച്ചു കല്ലുകൾ പെറുക്കാൻ തുടങ്ങി. കല്ലുകൾ കുറെയേറെയാകുന്നതുവരെ അയാൾ പെറുക്കിക്കൊണ്ടിരുന്നു. പിന്നീട് നേരം ഇരുട്ടാൻ കാത്തുനിന്നു. ഇരുട്ടിയപ്പോൾ കല്ലുകൾ ഓരോന്നായി കൊരപ്പുല്ലിനിടിയിലേക്ക് എറിഞ്ഞു തുടങ്ങി.

അയാൾ ആദ്യം ഒരു കല്ലെറിഞ്ഞു. കോരപ്പുല്ല് മർമ്മരശബ്ദത്തോടെ ഇളകി. ഷിഗൈ-ബൈ കൂടാരത്തിനകത്തുനിന്ന് പുറത്തേക്ക് ഓടിവന്ന് ചുറ്റും കണ്ണോടിച്ചുകൊണ്ട് ചെവിയോർത്തു.

"ആരവിടെ?" അയാൾ ചോദിച്ചു.

ആരും മറുപടി പറഞ്ഞില്ല. ഷിഗൈ-ബൈ കൂടാരത്തിനകത്തേക്കു മടങ്ങി.

അപ്പോൾ അൾദാർ കൊസേ ഒരു കല്ലുകൂടി എറിഞ്ഞു. വീണ്ടും കോരപ്പുല്ല് മുമ്പത്തെപ്പോലെ മർമ്മരശബ്ദത്തോടെ ഇളകി. വീണ്ടും ഷിഗൈ-ബൈ കൂടാരത്തിനകത്തുനിന്ന് പുറത്തേക്കോടിവന്നു. അയാൾ ചുറ്റും നോക്കി, പക്ഷേ ആരെയും കണ്ടില്ല.

"കോരപ്പുല്ല് കാറ്റടിച്ച് ഇളകുന്നതായിരിക്കും" എന്നു വിചാരിച്ചുകൊണ്ട് ഷിഗൈ-ബൈ കൂടാരത്തിനകത്തുനിന്ന് പുറത്തേക്ക് ഓടിവരാതായി.

ഇതിനുവേണ്ടിയാണ് അൾദാർ-കൊസേ കാത്തുനിന്നത്. അയാൾ കുതിരയുടെ കടിഞ്ഞാണും പിടിച്ചുകൊണ്ട് പതുങ്ങിപ്പതുങ്ങി പിശുക്കന്റെ കൂടാരത്തിനടുത്തേക്കു നടന്നു. അയാൾ ആദ്യം ഒരു ചുവടു വയ്ക്കും. കുറച്ചു സമയം നിൽക്കും. ഒരു ചുവടുകൂടി വയ്ക്കും. വീണ്ടും നിൽക്കും.

അങ്ങനെ ഓരോ ചുവടു വച്ച് അയാൾ അവസാനം കൂടാരത്തിന്റെ വാതുക്കൽ എത്തി.

അയാൾ കട്ടിയുള്ള കമ്പിളിമറ പൊക്കി അകത്തേക്കു കയറി നോക്കി. കൂടാരത്തിനകം നിറയെ പലതരം സാധനങ്ങളായിരുന്നു. എവിടെ നോക്കിയാലും കമ്പളങ്ങളും കുഷനുകളും സ്വർണ്ണംപൂശിയ കട്ടിയുള്ള പെട്ടികളും അടുക്കിയടുക്കി വെച്ചിരിക്കുന്നു. നടുവിൽ

തീയ്ക്കടുത്തായി ഷിഗൈ-ബൈയും കുടുംബവും ഇരിക്കുന്നുണ്ട്. തീയുടെ മുകളിൽ തൂക്കിയിട്ടിരിക്കുന്ന വലിയൊരു കലത്തിൽ ഇറച്ചി കിടന്നു വേവുന്നു. ഷിഗൈ-ബൈ അതു നോക്കി ഇരിക്കുകയാണ്. അതു വെന്തോ എന്നറിയാൻ ഇടയ്ക്കിടെ രുചിച്ചുനോക്കുന്നുണ്ട്. അതേ സമയം അയാൾ ഒരു തൊലിക്കകത്ത് കൊത്തിയരിഞ്ഞ മാംസം നിറച്ച് സോസേജ് തയ്യാറാക്കുന്നുമുണ്ട്. ഷിഗൈ- ബൈയുടെ ഭാര്യ മാവു കുഴയ്ക്കുന്നു. മകൾ ഒരു താറാവിന്റെ പൂട പറിക്കുന്നു. അയാളുടെ പണിക്കാരൻ ഒരു ആട്ടിൻ തല തീയുടെ മുകളിൽ പിടിച്ച് ചുടുന്നു.

ആ സമയത്താൻ അൾദാർ-കോസേ പെട്ടന്ന് അകത്തു കയറിയത്.

"നമസ്ക്കാരം!" അയാൾ പറഞ്ഞു.

ഷിഗൈ-ബൈ കലത്തിന്റെ മൂടി അടയ്ക്കുകയും സോസേജിന്റെ മുകളിൽ കയറി ഇരിക്കുകയും ചെയ്തു. ഭാര്യ മാവിന്റെ പുറത്തിരുന്നു. മകൾ പാവാടത്തലപ്പുകൊണ്ട് താറാവിനെ മൂടി. ചുട്ടുകൊണ്ടിരുന്ന ആട്ടിൽ തല പണിക്കാരൻ പിന്നിലൊളിച്ചു. ഇതെല്ലാം ഒരു നിമിഷംകൊണ്ടു കഴിഞ്ഞു.

ഷിഗൈ- ബൈ അൾദാർ-കൊസേയെ അഭിവന്ദിച്ചശേഷം ചോദിച്ചു:

"എന്തെല്ലാമാണ് പുൽപ്രദേശത്തെ വിശേഷങ്ങൾ?"

അൾദാർ-കൊസേ പറഞ്ഞു:

"രസകരവും കൗതുകകരവുമായ ഒരുപാടു കാര്യങ്ങൾ പുൽപ്രദേശത്തു നടക്കുന്നുണ്ട്. അതെല്ലാം പറയാൻ വളരെയേറെ സമയമെടുക്കും."

"എല്ലാം പറഞ്ഞില്ലെങ്കിലും കുറച്ചെങ്കിലും പറയൂ"

"ശരി, ഞാൻ നിങ്ങളുടെ കൂടാരത്തിലേക്ക് കുതിരയോടിച്ചു വരുമ്പോൾ തടിച്ചു കൊഴുത്ത ഒരു കൂറ്റൻ പാമ്പ് ഇഴഞ്ഞുപോകുന്നതു കണ്ടു. ഞാൻ കൂടാരത്തിനകത്തു കയറിയപ്പോൾ നിങ്ങൾ ഒരു സോസേജിന്റെ പുറത്ത് ഇരുന്നില്ലെ, അതിലും വലുതായിരുന്നു. ആ പാമ്പ്."

ഷിഗൈ-ബൈ മുഖം ചുളിച്ചെങ്കിലും ഒന്നും പറഞ്ഞില്ല. അൾദാർ-കൊസേ തുടർന്നു.:

"ബൈ, ഞാൻ പറഞ്ഞാൽ വിശ്വസിക്കുമോ? ആ പാമ്പിന്റെ തല ഏതുപോലെ ഇരുന്നിരുന്നുവെന്നോ? അല്പം മുമ്പ് നിങ്ങളുടെ പണിക്കാരൻ തീയുടെ മുകളിൽ ചുട്ടുകൊണ്ടിരുന്നതും ഇപ്പോൾ പിന്നിൽ ഒളിച്ചുവച്ചിരിക്കുന്നതുമായ ആട്ടിൻതലയുണ്ടല്ലോ. അതുപോലെ കറുത്ത വലിയ ഒരു തലയായിരുന്നു അത്."

ഷിഗൈ-ബൈ വീണ്ടും മുഖം ചുളിച്ചു. പക്ഷേ ഒന്നും പറഞ്ഞില്ല, സൂത്രശാലിയായ അൾദാർ-കൊസേ കഥ തുടർന്നു.

"പാമ്പ് ഇഴഞ്ഞുപോകുമ്പോൾ, ഇറച്ചി കിടന്നു വേവുന്ന നിങ്ങളുടെ കുടത്തെപ്പോലെ ചീറുന്നുണ്ടായിരുന്നു. ഞാൻ കുതിരപ്പുറത്തുനിന്നു ചാടിയിറങ്ങി വലിയൊരു കല്ലെടുത്ത്സർവ്വശക്തിയുമെടുത്ത് പാമ്പിന്റെ തലയ്ക്കടിച്ചു. അത് ചതഞ്ഞ്, നിങ്ങളുടെ ഭാര്യ ഇപ്പോൾ കയറിയിരിക്കുന്ന കുഴച്ച മാവുപോലെ ആയി. ഇതെല്ലാമാണ് ഞാൻ പുൽപ്രദേശത്തു കണ്ട അത്ഭുതങ്ങൾ. ഞാൻ കളവു പറയുകയാണെങ്കിൽ നിങ്ങളുടെ മകൾ ഇപ്പോൾ പൂട പറിച്ചു കൊണ്ടിരുന്ന താറാവിന്റെ വിധിതന്നെ എനിക്കും വരട്ടെ."

ഷിഗൈ-ബൈ നീരസംകൊണ്ടു പുളഞ്ഞു. എങ്കിലും ഒരക്ഷരം മിണ്ടിയില്ല. അൾദാർ -കൊസേയ്ക്ക് ഭക്ഷണം കൊടുത്തുമില്ല.

അൾദാർ-കൊസേയും ഷിഗൈ-ബൈയും വളരെ നേരം കുശലം പറഞ്ഞിരുന്നു. കലത്തിനകത്ത് ഇറച്ചി കിടന്നു വേവുന്നുണ്ടായിരുന്നു. അതിന്റെ കൊതിയൂറുന്ന വാസന കൂടാരത്തിൽ പരന്നു.

അൾദാർ-കൊസേ വളരെ ദൂരം സഞ്ചരിച്ചു വന്നിരിക്കുകയാണ്. അയാൾക്ക് നല്ല വിശപ്പുണ്ട് ഇടയ്ക്കിടെ വായിൽ വെള്ളമൂറിക്കൊണ്ട്, കലത്തിന്റെ നേരേ നോക്കും, ഷിഗൈ-ബൈ അതു കണ്ട് പറഞ്ഞു:

"തിളയ്ക്ക്, കലമേ, അരവർഷം അങ്ങനെ തിളയ്ക്ക്!"

ഇതു കേട്ടയുടനെ അൾദാർ-കൊസേ ചെരുപ്പൂരി കിടന്ന് കോട്ടുവായിട്ടുകൊണ്ടു പറഞ്ഞു:

"വിശ്രമിക്ക് ചെരിപ്പേ, രണ്ടുവർഷം അങ്ങനെ വിശ്രമിക്ക്.!"

തന്റെ അതിഥി പോകാൻ ഭാവമില്ലെന്നു കണ്ടപ്പോൾ ഷിഗൈ-ബൈ അത്താഴം കഴിക്കാതെ കിടന്നുറങ്ങാൻ തീരുമാനിച്ചു.

എല്ലാവരും കമ്പളത്തിൽ നീണ്ടു നിവർന്നു കിടന്നു. ഇറച്ചിക്കലം മുക്കാലിയിൽ തൂങ്ങിക്കിടന്നു.

"അൾദാർ-കൊസേ ഉറങ്ങിക്കഴിഞ്ഞാലുടൻ ഞാൻ വീട്ടുകാരെ വിളിച്ചുണർത്തും. ഞങ്ങൾ എന്നിട്ട് കുറെ ഇറച്ചി തിന്നും." ഷിഗൈ-ബൈ മനസ്സിൽ കരുതി.

"ആ പിശുക്കൻ ഷിഗൈ-ബൈ ഉറങ്ങിക്കഴിഞ്ഞാലുടൻ ഞാൻ വയർ നിറയെ തിന്നും." അൾദാർ -കൊസേ വിചാരിച്ചു. "കലത്തിൽ ഇറച്ചി വെന്തു കിടക്കുമ്പോൾ ഞാൻ എന്തിന് വിശന്നിരിക്കണം?"

രണ്ടുപേരിൽ ആദ്യം ഉറങ്ങിപ്പോയത് ഷിഗൈ-ബൈയാണ്. കുറേ നേരം കിടന്നപ്പോൾ അയാളുടെ കണ്ണുകൾ താനേ അടഞ്ഞു. അയാളുടെ കൂർക്കംവലികൾ കൂടാരത്തിൽ മുഴങ്ങിക്കേട്ടു.

അൾദാർ-കൊസേ എഴുന്നേറ്റ് കലത്തിലുണ്ടായിരുന്ന ഇറച്ചി മുഴുവൻ തിന്നുതീർന്നു. എന്നിട്ട് ഷിഗൈ-ബൈയുടെ പഴയ ചെരിപ്പ് കലത്തിനകത്തിട്ട് മൂടിയടച്ച് അടുത്തു സംഭവിക്കാൻ പോകുന്നതും കാത്തു വീണ്ടും കിടന്നു.

കുറച്ച് കഴിഞ്ഞ് ഷിഗൈ-ബൈ ഉണർന്നു. ഒരു നിമിഷം ചെവിയോർത്തു. അൾദാർ-കൊസേയെ നോക്കി. അയാൾ ഉറങ്ങുകയാണെന്നു ധരിച്ച് ഒച്ചകേൾപ്പിക്കാതെ ഭാര്യയേയും മകളേയും വിളിച്ചുണർത്തി.

'എണീക്ക്, എണീക്ക്," അയാൾ പറഞ്ഞു. "അൾദാൾ-കൊസോ ഉറങ്ങുന്ന സമയത്ത് നമുക്ക് കുറച്ച് ഇറച്ചി തിന്നാം."

ഷിഗൈ- ബൈ മൂടി തുറന്ന് ചെരിപ്പ് പുറത്തെടുത്ത് കത്തികൊണ്ടു മുറിച്ചു കഷ്ണങ്ങളാക്കി. അവർ തിന്നാൻ തുടങ്ങി. എത്ര ചവച്ചിട്ടും കഷ്ണങ്ങൾ മുറിയുന്നില്ല. എന്തു പറ്റി? ഇറച്ചിക്ക് എന്താണിത്ര ബലം?

"കൊള്ളരുതാത്തവനായ ആ അൾദാർ-കൊസേയുടെ കുറ്റമാണ് ഇതെല്ലാം." ഷിഗൈ-ബൈ ഭാര്യയോടു പറഞ്ഞു. "അയാളു കാരണമാണ് ഇറച്ചിക്ക് ഇത്ര ബലം. സാരമില്ല. അയാൾ ഇവിടുന്നു പോകുമ്പോൾ നമുക്ക് അത് മാർദ്ദവമാകുന്നതുവരെ വേവിച്ചിട്ടു തിന്നാം. കഷ്ണങ്ങൾ കലത്തിലേക്ക് തിരിച്ചിട്."

ഷിഗൈ-ബൈയുടെ ഭാര്യ തുകലിന്റെ കഷ്ണങ്ങൾ പെറുക്കിയെടുത്ത് കലത്തിലിട്ടു. തലേന്നു കുഴച്ച മാവുകൊണ്ട് അപ്പമുണ്ടാക്കിക്കൊടുക്കാൻ ഷിഗൈ-ബൈ അവരോടു പറഞ്ഞു.

അപ്പങ്ങൾ തയ്യാറായപ്പോൾ ചൂടാറാൻ കാക്കാതെ ഷിഗൈ-ബൈ വേഗം അവ കുപ്പായത്തിനുള്ളിലേക്കു തിരുകി ആട്ടുകളെ

നോക്കാനായി പുൽപ്രദേശത്തേക്കു പോയി.

പിശുക്കൻ കൂടാരത്തിൽ നിന്ന് ഇറങ്ങിയയുടൻ അൾദാർ-കൊസേ പുറകേ ചെന്നു. ഷിഗൈ-ബൈയുടെ അടുക്കലേക്ക് ഓടി ച്ചെന്ന് അയാൾ പറഞ്ഞു:

"ഹാ, ഷിഗൈ-ബൈ. ഞാൻ ഉണർന്നത് എത്ര നന്നായി. അല്ലെങ്കിൽ നിങ്ങളോട് യാത്ര പറയാതെ പോകേണ്ടിവരുമായിരുന്നു. ഞാൻ ഇന്ന് വീട്ടിലേക്ക് മടങ്ങുകയാണ്."

അയാൽ ഷിഗൈ-ബൈയെ കെട്ടിപ്പിടിച്ചു. ചൂടുള്ള അപ്പങ്ങൾ അമർന്നു കൊണ്ടപ്പോൾ പിശുക്കന്റെ ദേഹം വല്ലാതെ പൊള്ളി.

ഷിഗൈ-ബൈ ആദ്യമൊക്കെ വേദന സഹിച്ചു. പക്ഷേ വേദന സഹിക്കാതായപ്പോൾ അയാൾ വിളിച്ചു പറഞ്ഞു.

"അയ്യോ! അയ്യോ! എനിക്കു പൊള്ളുന്നു! എനിക്കു പൊള്ളുന്നു!"

കുപ്പായത്തിനുള്ളിൽ നിന്നും അപ്പങ്ങൾ പുറത്തെടുത്തുകൊണ്ട് അയാൾ അട്ടഹസിച്ചു:

"ഇവ നായ്ക്കൾ തിന്നട്ടെ!"

"ഷിഗൈ-ബൈ," അൾദാർ-കൊസേ പറഞ്ഞു."നിങ്ങൾ എന്തിന് ഈ ചൂടപ്പങ്ങൾ നായ്ക്കൾക്കു കൊടുക്കുന്നു! കുറച്ച് എനിക്ക് തന്നുകൂടെ!"

അയാൾ അപ്പങ്ങൾ പിടിച്ചുവാങ്ങി തിന്നു.

"നിങ്ങളുടെ ഭാര്യയ്ക്ക് ഒന്നാംതരം അപ്പമുണ്ടാക്കാൻ അറിയാം. ഷിഗൈ ബൈ." അൾദാർ-കൊസേ പറഞ്ഞു. "ഇത്രയും സ്വാദുള്ള അപ്പം ഞാൻ തിന്നിട്ട് ഒരുപാടു നാളായി"

ഷിഗൈ-ബൈ മറുപടിയൊന്നും പറഞ്ഞില്ല. വിശക്കുന്നുണ്ടെങ്കിലും അയാൾ പുൽപ്രദേശത്തേക്ക് കുതിരയോടിച്ചു പോയി.

വൈകുന്നേരം മടങ്ങിവന്നപ്പോൾ അത്ഭുതം! അൾദാർ-കൊസേ കൂടാരത്തിലിരിക്കുന്നു.

"നിങ്ങൾ എന്നോടു യാത്ര പറഞ്ഞതല്ലേ? പോവുകയാണെന്നാണല്ലോ ഞാൻ വിചാരിച്ചത്." ഷിഗൈ-ബൈ പറഞ്ഞു.

"ഞാൻ പോകാൻ തുടങ്ങിയതാണ്, പക്ഷേ ആലോചിച്ചുനോക്കിയപ്പോൾ വേണ്ടെന്നു തീരുമാനിച്ചു." അൾദാർ-കൊസേ പറഞ്ഞു. "എനിക്ക് നിങ്ങളുടെ കൂടാരത്തിൽ നല്ല സുഖം തോന്നുന്നു."

ഷിഗൈ-ബൈ നെറ്റിചുളിച്ച് നീരസം പ്രകടിപ്പിച്ചു. പക്ഷേ എന്തു ചെയ്യാം. അതിഥിയെ പിടിച്ചു പുറത്താക്കാൻ പറ്റില്ലല്ലോ.

പിറ്റേന്നു രാവിലെ ഷിഗൈ-ബൈ വീണ്ടും പുൽപ്രദേശത്തേക്കു പോകാനൊരുങ്ങി. അയാൾ ഭാര്യയോടു പറഞ്ഞു:

"എനിക്ക് കൂടെ കൊണ്ടുപോകാൻ ഒരു പാത്രത്തിൽ കുറെ ഐറാൻതാ. പക്ഷേ അൽദാർ-കൊസേ കാണാതെ നോക്കണം."

ഷിഗൈ-ബൈ യുടെ ഭാര്യ, തോൽകൊണ്ടുള്ള വലിയൊരു പാത്രത്തിൽ ഐറാൻ നിറച്ച് അയാൾക്കു കൊടുത്തു. ഷിഗൈ-ബൈ പാത്രം കുപ്പായത്തിനടിയിൽ ഒളിച്ചുവച്ചുകൊണ്ട് കൂടാരത്തിൽനിന്ന് ഇറങ്ങി.

"ഇത്തവണ കുഴപ്പമൊന്നുമുണ്ടാവില്ല" അയാൾ സ്വയം പറഞ്ഞു.

പക്ഷേ അയാൾ വിചാരിച്ചതുപോലെയല്ല നടന്നത്. അൽദാർ-കൊസേ ഉടൻ പുറത്തേക്ക് ഓടിവന്ന് അയാളെ കെട്ടിപ്പിടിച്ചു. അയാൾ ഷിഗൈ-ബൈയെ വളരെ മുറുകെ പുണർന്നതു കാരണം ഐറാൻ നിറച്ച പാത്രം ചരിഞ്ഞു. ഐറാൻ ഷിഗൈ-ബൈയുടെ കുപ്പായത്തിലൂടെ കുഴകി.

കോപം സഹിക്കവയ്യാതെ ഷിഗൈ-ബൈ പാത്രം വലിച്ചു പുറത്തെടുത്ത് അൽദാർ-കൊസേയുടെ കൈയിലേക്കു വച്ചുകൊടുത്തു.

"കുടിക്ക്! കുടിക്ക്!" അയാൾ വിളിച്ചു പറഞ്ഞു.

"നിങ്ങൾ കുടിക്കാൻ പറഞ്ഞ സ്ഥിതിക്ക് ഞാൻ കുടിക്കാം" അൽദാർ-കൊസേ പറഞ്ഞു."അല്ലെങ്കിൽ നിങ്ങൾക്കു പരിഭവം തോന്നും."

അയാൾ ഐറാൻ മുഴുവൻ കുടിച്ചു തീർത്തു.

ഒരിക്കൽക്കൂടി ഷിഗൈ-ബൈക്ക് വിശന്ന വയറുമായി പുൽപ്രദേശത്തേക്കു പോകേണ്ടിവന്നു.

കൗശലക്കാരനായ അൽദാർ-കൊസേയാകട്ടെ, കൂടാരത്തിൽ വന്ന് ഷിഗൈ-ബൈയുടെ ഭാര്യയും മകളുമായി കുശലം പറഞ്ഞുകൊണ്ടിരുന്നു.

അൽദാർ-കൊസേ പിശുക്കന്റെ വീട്ടിൽ വളരെ ദിവസങ്ങൾ താമസിച്ചു. എന്തു സൂത്രം പ്രയോഗിച്ചിട്ടും ഏതു ഉപായം ആലോചിച്ചിട്ടും ഷിഗൈ - ബൈക്ക് തന്റെ അതിഥിയെ തോല്പിക്കാൻ

കഴിഞ്ഞില്ല. മനസ്സില്ലാമനസ്സോടെ അൾദാർ-കൊസേക്കു ഭക്ഷണം കൊടുക്കാൻ അയാൾ നിർബന്ധിതനായി.

തന്റെ അതിഥിയെ കൂടാരത്തിൽ നിന്നും പുറത്തിറക്കാനും അയാളുടെ നേരെ പകപോക്കാനുള്ള മാർഗ്ഗത്തെപ്പറ്റി ഷിഗൈ-ബൈ രാപകൽ ആലോചിച്ചുകൊണ്ടിരുന്നു. ആലോചിച്ചാലോചിച്ച് അയാൾ അവസാനം ഒരു ഉപായം കണ്ടെത്തി.

നെറ്റിയിൽ വെളുത്ത നക്ഷത്രക്കലയുള്ള കുതിരയുടെ പുറത്താണ് അൾദാർ-കൊസേ വന്നത്. ആ കുതിരയെ കൊല്ലാൻ ഷിഗൈ-ബൈ തീരുമാനിച്ചു. കടന്നുപോകുമ്പോഴെല്ലാം അയാൾ അതിനെ സൂക്ഷിച്ചു നോക്കി. അയാളുടെ കണ്ണുകളിൽ പ്രതികാരം സ്ഫുരിച്ചിരുന്നു.

അൾദാർ-കൊസേ അതു ശ്രദ്ധിച്ചു. അന്നു വൈകിട്ടുതന്നെ അയാൾ കുറെ കരിയെടുത്ത് തന്റെ കുതിരയുടെ നെറ്റിയിലെ വെളുത്തനക്ഷത്രക്കലയിൽ തേച്ചു. അതേസമയം കുറെ വെളുത്ത കളിമണ്ണെടുത്ത് ഷിഗൈ-ബൈയുടെ ഏറ്റവും നല്ല വിത്തുകുതിരയുടെ നെറ്റിയിൽ പുരട്ടി.

അതു കഴിഞ്ഞ് അയാൾ കൂടാരത്തിലേക്കു കയറി ഉറങ്ങാൻ കിടന്നു.

രാത്രി ഷിഗൈ-ബൈ രഹസ്യമായി കൂടാരത്തിൽനിന്ന് ഇറങ്ങി കുതിരകളുടെ കൂട്ടത്തിൽനിന്ന് നെറ്റിയിൽ വെളുത്ത നക്ഷത്രക്കലയുള്ള കുതിരയെ തിരഞ്ഞു പിടിച്ചു കൊന്നു. പിന്നീട് അയാൾ ഉച്ചത്തിൽ വിളിച്ചു പറഞ്ഞു:

"ഹാ! അൾദാർ-കൊസേ! നിങ്ങളുടെ കഷ്ടകാലം! നിങ്ങളുടെ കുതിരയ്ക്ക് ഭയങ്കരമായി എന്തോ സംഭവിച്ചു!"

പക്ഷേ അൾദാർ-കൊസേ കൂടാരത്തിൽ നിന്ന് ഇറങ്ങിവന്നുപോലുമില്ല.

"ഇത്രയേറെ വിഷമിക്കാനൊന്നുമില്ല, ഷിഗൈ-ബൈ" അയാൾ പറഞ്ഞു. "ഇങ്ങനെ വിളിച്ചുകൂവല്ലെ. സാരമില്ല. കുതിരയെ കശാപ്പുചെയ്യൂ. നമുക്കു രണ്ടു പേർക്കും ധാരാളം ഇറച്ചി തിന്നാമല്ലോ."

ഇതു കേട്ട് ഷിഗൈ- ബൈ ആഹ്ലാദം കൊണ്ട് പൊട്ടിച്ചിരിച്ചു. തന്റെ വെറുക്കപ്പെട്ട അതിഥിയുടെ നേരെ പക പോക്കാൻ കഴിഞ്ഞതിൽ അയാൾക്ക് അത്രയേറെ സന്തോഷമുണ്ടായിരുന്നു.

താൻ തന്റെ ഏറ്റവും നല്ല വിത്തുകുതിരയെയാണ് കൊന്നതെന്ന് പിറ്റേന്ന രാവിലെ മാത്രമാണ അയാൾക്കു മനസ്സിലായത്.

ഷിഗൈ-ബൈ കോപം കൊണ്ട് പൊട്ടിത്തെറിച്ചില്ലെന്നേയുള്ളൂ. പക്ഷേ ഇനി എന്തു ചെയ്യാനാണ്. അയാൾക്ക് ഇറച്ചി പാകം ചെയ്തു അൽദാർ- കോസേയുമായി പങ്കിടേണ്ടിവന്നു.

അവസാനം അൽദാർ കൊസേയ്ക്ക് ഷിഗൈ-ബൈയുടെകൂടെ താമസിച്ചുമടുത്തു. സ്വന്തം ഗ്രാമത്തിലേക്കു മടങ്ങാനും ഷിഗൈ-ബൈയുടെ മകളെ കൂടെ കൊണ്ടുപോകാനും അയാൾ തീരുമാനിച്ചു.

"ഞാൻ അവളെ എന്റെ ഭാര്യയാക്കുന്നതാണ് അവൾക്കു നല്ലത്."

അയാൾ സ്വയം പറഞ്ഞു. "ഷിഗൈ- ബൈയെപ്പോലുള്ള ഒരു അച്ഛന്റെ കൂടെ താമസിച്ചാൽ അവളും അയാളെപ്പോലെ പിശുക്കിയാവുമെന്നു തീർച്ചയാണ്."

ബിസ്-ബൂൾദുക്ക് എന്നായിരുന്നു ഷിഗൈ-ബൈയുടെ മകളുടെ പേർ. സരസനും രസികനുമായ അൽദാർ-കൊസേയെ പ്രഥമദൃഷ്ടിയിൽത്തന്നെ അവൾക്ക് ഇഷ്ടപ്പെട്ടു. അവൾ അയാളെ ഇടയ്ക്കിടെ ഏറുകണ്ണിട്ട് നോക്കുമായിരുന്നു.

ഒരു സുപ്രഭാതത്തിൽ ഷിഗൈ-ബൈ പതിവുപോലെ പുൽപ്രദേശത്തു പോകാൻ തുടങ്ങുകയായിരുന്നു. അയാൾ കുതിരപ്പുറത്തു കയറിക്കഴിഞ്ഞു. അപ്പോഴാണ് അൽദാർ-കൊസേ അയാളോടു പറഞ്ഞത്:

"ഷിഗൈ-ബൈ, ഞാൻ വളരെ നാളായി നിങ്ങളുടെ അതിഥിയായി കഴിയുന്നു. എനിക്കു വീട്ടിലേക്കു മടങ്ങാൻ സമയമായി. നിങ്ങൾ ഇന്നു രാത്രി മടങ്ങിവരുമ്പോൾ നിങ്ങളുടെ കൂടാരത്തിൽ വേണ്ടത്ര ഇടം കാണും."

ഷിഗൈ-ബൈയ്ക്കു ഇതു കേട്ടപ്പോൾ തന്റെ കാതുകളെ വിശ്വസിക്കാൻ കഴിഞ്ഞില്ല.

"നിങ്ങളുടെ ബിസ്* [2]എനിക്കൊന്നു തരാമോ." അൽദാർ-കൊസേ തുടർന്നു. "എനിക്ക് പുറപ്പെടുന്നതിനുമുമ്പ് ചെരുപ്പു നന്നാക്കണം."

"ശരി, ശരി," ഷിഗൈ -ബൈ പറഞ്ഞു."ബിസ് എടുത്തോളൂ. ചെരുപ്പു നന്നാക്കി സ്ഥലം വിടൂ. നിങ്ങൾക്കു പോകാനുള്ള സമയം അതിക്രമിച്ചിരിക്കുന്നു!"

---

2 * ബിസ് - ഉളി -എഡി

ഇങ്ങനെ പറഞ്ഞുകൊണ്ട് അയാൾ പുൽപ്രദേശത്തേക്കു പുറപ്പെട്ടു.

അൾദാർ -കൊസേയാകട്ടെ, കൂടാരത്തിനകത്തു കയറി ഷിഗൈ-ബൈയുടെ ഭാര്യയോടു പറഞ്ഞു:

"ബിസ്-ബൂൾദൂക്കിനെ തയ്യാറാക്കൂ. അവൾ എന്റെ കൂടെ വരികയാണ്.

"നിങ്ങൾക്കു ഭ്രാന്തുണ്ടോ!" ഷിഗൈ-ബൈയുടെ ഭാര്യ ചോദിച്ചു. "ഷിഗൈ -ബൈ എന്നെങ്കിലും ഞങ്ങളുടെ ബിസിനെ നിങ്ങളെപ്പോലെ കാശിനു വകയില്ലാത്ത ഒരുത്തനു തരുമെന്നാണോ വിചാരം?"

"അയാൾ അവളെ എനിക്കു തന്നുകഴിഞ്ഞു. വിശ്വാസമില്ലെങ്കിൽ നിങ്ങൾതന്നെ ചോദിച്ചോളൂ."

ഷിഗൈ-ബൈയുടെ ഭാര്യ കൂടാരത്തിനു പുറത്തേക്ക് ഓടിവന്ന് ഭർത്താവിനോടു വിളിച്ചു ചോദിച്ചു:

"ഷിഗൈ-ബൈ! ഷിഗൈ -ബൈ! നിങ്ങളുടെ ബിസിനെ അൾദാർ - കൊസേയ്ക്കു കൊടുക്കാമെന്നു പറഞ്ഞത് നേരാണോ?"

"അതെയതെ!" ഷിഗൈ-ബൈ വിളിച്ചുപറഞ്ഞു. "എന്റെ ബിസ് അയാൾക്കു കൊടുക്ക്. അയാൾ വേഗം സ്ഥലം വിടട്ടെ!"

ഇങ്ങനെ പറഞ്ഞുകൊണ്ട് ഷിഗൈ-ബൈ കുതിരയെ ചാട്ടകൊണ്ടടിച്ച് അതിവേഗം പുൽപ്രദേശത്തേക്ക് ഓടിച്ചുപോയി.

ഷിഗൈ-ബൈയുടെ ഭാര്യ അയാൾ പറഞ്ഞതിനെ ധിക്കരിക്കാൻ ധൈര്യപ്പെട്ടില്ല. അവർ മകളെ ഒരുക്കി കൂടാരത്തിനു വെളിയിലേക്ക് ഇറക്കിക്കൊണ്ടുവന്നു. അൾദാർ-കൊസേ അവളെ നെറ്റിയിൽ വെളുത്ത നക്ഷത്രക്കലയുള്ള കുതിരയുടെ പുറത്തേറ്റി. അവർ കുതിരയോടിച്ചു ബഹുദൂരം പോയി. ഷിഗൈ-ബൈയുടെ കൂടാരം വളരെ പിന്നിലായി.

ഒരുമിച്ച് കുതിരയോടിച്ചു പോകുമ്പോൾ, അൾദാർ-കൊസേ അവളോടു പറഞ്ഞു:

"നീ നല്ല ആളുകളുടെ ഇടയിൽ ജീവിക്കും. അങ്ങനെ നീയും നല്ലവളായിത്തീരും."

രാത്രി ഷിഗൈ-ബൈ കൂടാരത്തിൽ തിരിച്ചെത്തി. തന്റെ അഭാവത്തിൽ നടന്ന കാര്യങ്ങൾ അറിഞ്ഞപ്പോൾ അയാളുടെ മുഖം കോപം

കൊണ്ടു ചുവന്നു. അയാൾ കുതിരപ്പുറത്തു ചാടിക്കയറി പുറകെ പാഞ്ഞു. പുൽപ്രദേശം മുഴുവൻ അയാൾ കുതിരയോടിച്ചു നടന്നു. പക്ഷേ ഒരിടത്തും അൽദാർ-കൊസേയെ കണ്ടില്ല. അയാൾക്ക് വെറും കയ്യോടെ മടങ്ങേണ്ടിവന്നു.

പന്നൽ ബാലിക

ഒരു യക്കുത് നാടോടിക്കഥ

അഞ്ചുപശുക്കളുടെ ഉടമസ്ഥയായ, ഒരു കൊച്ചു വൃദ്ധ ഒരു ദിവസം രാവിലെ ഉണർന്നെഴുന്നേറ്റ് വയലിലേക്കു പോയത്രെ.

വിശാലമായ ആ വലിയ വയലിൽ അവർ അഞ്ചു കൊമ്പുകളോടുകൂടിയ ഒരു പന്നൽച്ചെടി നിൽക്കുന്നതു കണ്ടു. വേരോ കമ്പുകളോ പൊട്ടിക്കാതെ അവരത് പിഴുതെടുത്ത് കൂടാരത്തിൽ കൊണ്ടുവന്ന് തലയിണയിൽ വെച്ചു. പിന്നീടവർ വീണ്ടും പുറത്തിറങ്ങി പശുക്കളെ കറക്കാനിരുന്നു.

അവർ അവിടെ ഇരിക്കുമ്പോൾ പെട്ടന്ന് കൂടാരത്തിനകത്തുനിന്ന് മണികിലുക്കം കേട്ടു. വൃദ്ധ തിടുക്കത്തിൽ പാൽപ്പാത്രം താഴെവച്ചു. പാലെല്ലാം തുകിപ്പോയി. അവർ കൂടാരത്തിനകത്തേക്ക് ഓടി ചുറ്റും നോക്കി. എല്ലാം പഴയപടിതന്നെ. പന്നൽച്ചെടി തലയിണയിൽ കിടപ്പുണ്ട്. വൃദ്ധവീണ്ടും പുറത്തിറങ്ങി പാൽ കറക്കാനിരുന്നു. അപ്പോൾ വീണ്ടും അതാ മണികിലുക്കം കേൾക്കുന്നു. പാൽപ്പാത്രം താഴെയിട്ടുകൊണ്ട് അവർ വീണ്ടും കൂടാരത്തിനകത്തേക്ക് ഓടിച്ചെന്നു. അത്ഭുതം! അതിസുന്ദരിയായ ഒരു ബാലിക അവരുടെ മെത്തയിൽ ഇരിക്കുന്നതാണ് അവർ കണ്ടത്. ബാലികയുടെ കണ്ണുകൾ രത്നങ്ങൾ പോലെ തിളങ്ങി. അവളുടെ പുരികങ്ങൾ കരിപോലെ കറുത്തിരുന്നു. പന്നൽച്ചെടി ഒരു ബാലികയായി മാറിയിരിക്കുന്നു!

കൊച്ചു വൃദ്ധയ്ക്കു് വലിയ സന്തോഷമായി.

അവർ ബാലികയോട് പറഞ്ഞു:

“നീ എന്റെ കൂടെ ഒരു മകളെപ്പോലെ താമസിക്ക്.”

അങ്ങനെ അവർ രണ്ടുപേരും ഒന്നിച്ച് കൂടാരത്തിൽ താമസം തുടങ്ങി.

ഒരു ദിവസം ഖർജീത്- ബെർഗേൻ എന്ന പേരുള്ള യുവാവായ ഒരു നായാട്ടുകാരൻ വേട്ടയാടാൻ കാട്ടിൽ പോയി. ചാരനിറത്തിലുള്ള ഒരു അണ്ണാനെ കണ്ട് അയാൾ അതിന്റെ നേരം ഒരമ്പ് എയ്തു. അതിരാവിലെ മുതൽ അന്തിയാവുന്നതുവരെ അമ്പെയ്തുകൊണ്ടിരുന്നെങ്കിലും ഒരിക്കൽപ്പോലും അമ്പ് അണ്ണാന്റെ ദേഹത്ത് കൊണ്ടില്ല.

അണ്ണാൻ മരങ്ങൾ മാറിമാറിച്ചാടി അവസാനം കൊച്ചു വൃദ്ധയുടെ കൂടാരത്തിനടുത്തുള്ള ഒരു പൈൻമരത്തിന്റെ ഇരിപ്പുറപ്പിച്ചു.

ഖർജീത് - ബെർഗേൻ പൈൻമരത്തിന്റെ അടുത്തു ചെന്ന് ഒരമ്പു കൂടി എയ്തു. പക്ഷേ അണ്ണാൻ വീണ്ടും ചാടിപ്പോയി. അമ്പ് കൊച്ചു വൃദ്ധയുടെ കൂടാരത്തിന്റെ പുകക്കുഴലിൽ ചെന്നു വീണു.

“അമ്മൂമ്മേ, എനിക്കെന്റെ അമ്പ് വേണം. അതു തിരിച്ചുതരൂ!”ഖർജീത്-ബെർഗേൻ വിളിച്ചു പറഞ്ഞു. പക്ഷേ കൊച്ചു വൃദ്ധ പുറത്തു വരികയോ മറുപടി പറയുകയോ ചെയ്തില്ല.

ഖർജീത്-ബെർഗേന് കലശലായ കോപം വന്നു. അയാളുടെ മുഖം ചുവന്നു. അയാൾ കൂടാരത്തിനകത്തേക്ക് ഓടിക്കയറി.

അവിടെ അയാളുടെ മുമ്പിൽ സുന്ദരിയായ ഒരു ബാലിക ഇരിപ്പുണ്ടായിരുന്നു. അവളുടെ സൗന്ദര്യലഹരിയിൽ അയാൾക്കു വീർപ്പുമുട്ടി. തല കറങ്ങി. ഒരു വാക്കുപോലും പറയാതെ അയാൾ പുറത്തേക്ക് ഓടിയിറങ്ങി കുതിരപ്പുറത്ത് ചാടിക്കയറി വീട്ടിലേക്കു പാഞ്ഞു.

"അച്ഛാ, അമ്മേ, അഞ്ചു പശുക്കളുടെ ഉടമസ്ഥയായ കൊച്ചു വൃദ്ധയുടെ കൂടാരത്തിൽ അതിസുന്ദരിയായ ഒരു ബാലികയുണ്ട്. വിവാഹാലോചനയ്ക്ക് ആളയയ്ക്കു. കാരണം എനിക്ക് അവളെ ഭാര്യയായി കിട്ടണം."

ഖർജീത്-ബെർഗേന്റെ അച്ഛൻ ഉടനെ പെണ്ണിന്റെ അടുത്തേക്ക് ഒമ്പതു കുതിരകളുടെ പുറത്ത് ഒമ്പതു സവാരിക്കാരെ അയച്ചു.

വിവാഹാലോചനക്കാർ കൊച്ചു വൃദ്ധയുടെ കൂടാരത്തിൽ ചെന്നു. പെണ്ണിനെ കണ്ടപ്പോൾ അവളുടെ സൗന്ദര്യം അവരെ വീർപ്പു മുട്ടിച്ചു. ഒടുവിൽ പ്രജ്ഞ വീണ്ടുകിട്ടി അവർ കൂടാരത്തിൽനിന്നിറങ്ങി. കൂട്ടത്തിൽ ഏറ്റവും പ്രായം ചെന്ന, ഏറ്റവും ആദരണീയനായ ഒരാൾമാത്രം അവിടെ നിന്നു.

"കൊച്ചു വൃദ്ധേ" അയാൾ പറഞ്ഞു. "ഈ ബാലിക ഖർജീത്-ബെർഗേനു വിവാഹം ചെയ്തു കൊടുക്കുകയില്ലേ?"

"കൊടുക്കാം," കൊച്ചു വൃദ്ധ പറഞ്ഞു.

പിന്നീട് അവർ ബാലികയ്ക്ക് സമ്മതമാണോ എന്നു ചോദിച്ചു. സമ്മതമാണെന്ന് അവൾ പറഞ്ഞു.

"നിങ്ങൾ കാര്യമായ സ്ത്രീധനം തരേണ്ടിവരും." കൊച്ചു വൃദ്ധ പറഞ്ഞു. "എന്റെ വയലിൽ കൊള്ളാവുന്നിടത്തോളം പശുക്കളേയും കുതിരകളേയും തരണം."

താമസിയാതെ പശുക്കളേയും കുതിരകളേയും കൊച്ചു വൃദ്ധയുടെ വയലിലേക്കു തെളിച്ചുകൊണ്ടുവന്നു. എണ്ണാൻപോലും കഴിയാത്തത്ര യേറെ ഉണ്ടായിരുന്നു അവ.

പിന്നീട് അവർ ബാലികയെ മോടിയുള്ള പുതുവസ്ത്രങ്ങൾ അണിയിച്ചു. അവർ അവളെ ഭംഗിയായും വേഗത്തിലും വസ്ത്രമണിയിച്ചു.. ഒരു പുള്ളിക്കുതിരയെ കൊണ്ടുവന്ന് വെള്ളി കടിഞ്ഞാണിട്ടു. വെള്ളി ജീനി കെട്ടി, ഒരു വെള്ളിചാട്ട വശത്തു തൂക്കി. ഖർജീത്-ബെർഗേൻ വധുവിനെ കയ്യുപിടിച്ച് പുറത്ത് കൊണ്ടു വന്ന്

പുള്ളിക്കുതിരയുടെ പുറത്തിരുത്തി അവളൊന്നിച്ച് വീട്ടിലേക്കു കുതിരയോടിച്ചു പോയി.

പോകുന്ന വഴിക്ക് പെട്ടന്ന് ഖർജീത്-ബെർഗേൻ ഒരു കുറുക്കനെ കണ്ടു.

ഖർജീത്-ബെർഗേന് ഇരിപ്പുറച്ചില്ല. അയാൾ പറഞ്ഞു:

"ഞാൻ ആ കുറുക്കന്റെ പുറകെ പോവുകയാണ്. വേഗം തിരിച്ചു വരാം. നീ ഈ വഴിതന്നെ പോയാൽ മതി. കുറെ ചെല്ലുമ്പോൾ വഴി രണ്ടായി തിരിയും. കിഴക്കേ വഴിയിൽ ഒരു രോമക്കീരിയുടെ തോൽ തൂങ്ങിക്കിടപ്പുണ്ടാവും. പടിഞ്ഞാറെ വഴിയിൽ തൊണ്ടയിൽ വെളിച്ചപ്പാടുള്ള ഒരു കരടിയുടെ തോലും. പടിഞ്ഞാറെ വഴിക്കു തിരിയരുത്. രോമക്കീരിയുടെ തോൽകാണുന്ന വഴിയിലൂടെ വേണം പോകാൻ."

ഇങ്ങനെ പറഞ്ഞുകൊണ്ട് അയാൾ കുതിരയെ കുതിച്ചോടിച്ചു പോയി.

ബാലിക ഒറ്റയ്ക്കു സഞ്ചരിച്ചു. കുറെ കഴിഞ്ഞപ്പോൾ അവൾ വഴി രണ്ടായി തിരിയുന്ന ഇടത്തെത്തി. പക്ഷേ അവിടെ എത്തിയ ഉടനെ ഖർജിത്-ബെർഗേൻ പറഞ്ഞ കാര്യം അവൾ മറന്നു. അവൾ കരടിത്തോൽ തൂങ്ങിക്കിടക്കുന്ന വഴയിലൂടെ പോയി. കുറെ ദൂരം ചെന്നപ്പോൾ ഇരുമ്പുകൊണ്ടുള്ള വലിയൊരു കൂടാരത്തിലെത്തി.

കൂടാരത്തിനകത്തുനിന്നും ഇരുമ്പുവസ്ത്രങ്ങളണിഞ്ഞുകൊണ്ട് പിശാചിന്റെ മകൾ ഇറങ്ങിവന്നു. അവൾക്ക് ഒരു കാലേ ഉണ്ടായിരുന്നുള്ളൂ. അതുതന്നെ വളഞ്ഞതായിരുന്നു. ഒരു കയ്യുള്ളത് കാലുപോലെതന്നെ വളഞ്ഞിരുന്നു. നെറ്റിയുടെ ഒത്ത നടുവിൽ കാഴ്ചയില്ലാത്ത ഭയങ്കരമായ ഒരു കണ്ണുണ്ട്. നീണ്ടു കറുത്ത നാക്ക് മാറു വരെത്തൂങ്ങിക്കകിടന്നു.

പിശാചിന്റെ മകൾ ബാലികയെ കുതിരപ്പുറത്തുനിന്നു വലിച്ചിറക്കി. അവളുടെ മുഖത്തെ തൊലിയുരിഞ്ഞ് സ്വന്തം മുഖത്ത് വച്ചുപിടിപ്പിച്ചു. ബാലികയുടെ ഭംഗിയുള്ള വസ്ത്രങ്ങൾ ഉരിഞ്ഞുമാറ്റി തന്നത്താൻ അണിഞ്ഞു. ബാലികയെ കൂടാരത്തിനു പുറത്തേക്ക് എറിഞ്ഞു. അതു കഴിഞ്ഞ് അവൾ പുള്ളിക്കുതിരയുടെ പുറത്തേറി കിഴക്കോട്ട് ഓടിച്ചുപോയി.

അവൾ ഖർജിത്-ബെർഗേന്റെ അച്ഛന്റെ കൂടാരത്തിന് അടുത്തെത്താറായപ്പോഴേയ്ക്കു് അയാൾ ഒപ്പമെത്തി. പക്ഷേ അയാൾ

യാതൊന്നും കണ്ടില്ല. യാതൊന്നും സംശയിച്ചുമില്ല.

ഖർജിത്-ബെർഗേന്റെ ബന്ധുക്കളെല്ലാവരും വധുവിനെ എതിരേൽക്കാൻ കൂടിയിരുന്നു. യുവസുഭഗന്മാരായ ഒമ്പതു പേരും എട്ടു ബാലികമാരും അവളെ സ്വീകരിക്കാൻ കുതിരയെ കെട്ടുന്ന കുറ്റിവരെ വന്നു.

ബാലികമാർ പരസ്പരം പറഞ്ഞു:

"വധു വാതുറന്ന് ഒരു വാക്കു പറയുകയേ വേണ്ടൂ. ഏറ്റവും ഭംഗിയുള്ള മുത്തുകൾ വായിൽനിന്നു പൊഴിഞ്ഞു നിലത്തുരുളും."

മുത്തുകൾ കോർക്കാൻ നൂലും കൊണ്ടാണ് അവർ വന്നത്.

യുവാക്കന്മാർ പരസ്പരം പറഞ്ഞു:

"വധു ഒരു ചുവടു വയ്ക്കുകയേ വേണ്ടു. പോകുന്നിടത്തെല്ലാം കറുത്ത രോമക്കീരികൾ അവളുടെ കാല്പാടുകൾ പിന്തുടരും."

രോമക്കീരികളെ എയ്തു വീഴ്ത്താൻ അമ്പുകളും വില്ലുകളുമായിട്ടാണ് അവർ വന്നത്.

പക്ഷേ വധു സംസാരിച്ചുതുടങ്ങിയപ്പോൾ അവളുടെ വായിൽനിന്നു വീണത് തവളകളാണ്. അവൾ ഒരു ചുവടു വച്ചപ്പോൾ പുറകെ ഓടിച്ചെന്നത് ചൊറിപിടിച്ച കാട്ടുകീരികളാണ്.

വധുവിനെ വരവേൽക്കാൻ വന്നവർ വാപൊളിച്ചുപോയി. അവരുടെ മനസ്സിടിഞ്ഞു.

എങ്കിലും അവർ, കുതിരയെ കെട്ടുന്ന കുറ്റിമുതൽ വരന്റെ കൂടാരം വരെ പച്ചപ്പുല്ലുകൊണ്ടുള്ള ഒരു പരവതാനി വിരിച്ച് വധുവിനെ കയ്ക്കുപിടിച്ച് അതിലൂടെ നടത്തി.

വധു കൂടാരത്തിൽ പ്രവേശിച്ച് മൂന്ന് ഇളം ലാർച്ചുമരങ്ങളുടെ തലപ്പുകളെടുത്ത് അടുപ്പിൽ തീകൂട്ടി.

അതുകഴിഞ്ഞായിരുന്നു വിവാഹസദ്യ. എല്ലാവരും തിന്നുകയും കുടിക്കുകയും പല കളികളും കളിക്കുകയും ആഹ്ലാദിക്കുകയും ചെയ്തു. ഇതു ശരിക്കുള്ള വധുവല്ലെന്ന് ആരും സംശയിച്ചില്ല.

ഇതു നടന്ന് അധികം കഴിയുംമുമ്പ് കൊച്ചുവൃദ്ധ പശുക്കളെ കറക്കാൻ വയലിലേക്കു പോയി. നോക്കിയപ്പോൾ അഞ്ചു കൊമ്പുകളോടു കൂടിയ ഒരു പുതിയ പന്നൽച്ചെടി ആദ്യത്തേതു നിന്നിരുന്ന അതേ സ്ഥലത്തു നിൽക്കുന്നതു കണ്ടു. ആദ്യത്തേതിനേക്കാൾ

നേർത്തതും ഭംഗിയുള്ളതുമായിരുന്ന അത്.

കൊച്ചുവൃദ്ധ പന്നൽച്ചെടി വേരോടെ പിഴുതെടുത്ത് തലയിണയിൽ വച്ചു. എന്നിട്ട് വയലിലേക്കു തിരിച്ചുപോയി. പശുക്കളെ കറക്കാൻ തുടങ്ങി. പെട്ടന്ന് കൂടാരത്തിൽ മണികിലുക്കം കേട്ടു. അവർ അകത്തു ചെന്നു നോക്കിയപ്പോൾ അതേ ബാലിക മുമ്പത്തേക്കാൾ സുന്ദരിയായി ഇരിക്കുന്നതാണു കണ്ടത്.

“നീ എങ്ങനെ ഇവിടെ വന്നു? എന്തിനു തിരിച്ചുപോന്നു?” കൊച്ചുവൃദ്ധ ചോദിച്ചു.

“അമ്മേ,” ബാലിക പറഞ്ഞു. “ഖർജീത്-ബെർഗേനും ഞാനും കൂടി അദ്ദേഹത്തിന്റെ കൂടാരത്തിലേക്കു പോകുമ്പോൾ ഒരു കുറുക്കനെ കണ്ട് അതിനെ പിടിക്കാൻ പോവുകയാണെന്ന് അദ്ദേഹം പറഞ്ഞു. രോമക്കീരിയുടെ തോൽ തൂക്കിയിട്ടിരിക്കുന്ന വഴിയിലൂടെ വേണം പോകാനെന്നും കരടിത്തോൽ തൂക്കിയിട്ടിരിക്കുന്ന വഴിയിലൂടെ പോകരുതെന്നും അദ്ദേഹം എന്നോടു പറഞ്ഞതാണ്. പക്ഷേ ഞാൻ അതു മറന്നുപോയി. തെറ്റായ വഴിയിലൂടെ കുറെ ദൂരം ചെന്നപ്പോൾ ഇരുമ്പുകൊണ്ടുള്ള ഒരു കൂടാരം കണ്ടു. പിശാചിന്റെ മകൾ എന്നെ കണ്ടു. അവൾ എന്റെ മുഖത്തെ തൊലി ഉരിഞ്ഞെടുത്ത് അവളുടെ മുഖത്ത് ചേർത്തു വയ്ക്കുകയും എന്റെ ഭംഗിയുള്ള വസ്ത്രങ്ങൾ അഴിച്ചെടുത്ത് തന്നത്താൻ അണിയുകയും ചെയ്തു. എന്നെ ഇരുമ്പുകൂടാരത്തിനു പുറത്തേക്കു വലിച്ചെറിഞ്ഞിട്ട് അവൾ എന്റെ പുള്ളിക്കുതിരയുടെ പുറത്തു കയറി ഓടിച്ചുപോയി. ചാരനിറത്തിലുള്ള കുറെ പട്ടികൾ എന്നെ കടിച്ചുവലിച്ച് ഈ കൂടാരത്തിനടുത്തുള്ള വലിയ വയലിലേക്കു കൊണ്ടുവന്നു. ഞാൻ ഒരു പന്നൽച്ചെടിയായി വീണ്ടും ജീവൻവച്ചു. അമ്മേ, എനിക്ക് ഖർജീത്-ബെർഗേനെ ഇനി എന്നെങ്കിലും കാണാനൊക്കുമോ?”

കൊച്ചു വൃദ്ധ അവൾ പറഞ്ഞതു കേട്ടശേഷം അവളെ സമാധാനിപ്പിക്കാൻ ശ്രമിച്ചു.

“വിഷമിക്കേണ്ട. നീ അയാളെ കാണും.” അവർ പറഞ്ഞു. “അതുവരെ നീ മുമ്പത്തെപ്പോലെ എന്റെ മകളായി എന്റെകൂടെ താമസിക്ക്.”

അങ്ങനെ പന്നൽബാലിക വീണ്ടും കൊച്ചുവൃദ്ധയുടെ കൂടാരത്തിൽ താമസം തുടങ്ങി.

പന്നൽ ബാലിക വീണ്ടും ജീവൻവച്ചെന്ന് അറിഞ്ഞപ്പോൾ പുള്ളിക്കുതിര ഖർജീത്-ബെർഗേന്റെ അച്ഛനോടു മനുഷ്യശബ്ദത്തിൽ പറഞ്ഞു:

"ഖർജീത്-ബെർഗേൻ തന്റെ വധുവിനെ കൂട്ടിക്കൊണ്ടു വരുന്ന വഴി അവളെ ഒറ്റയ്ക്കാക്കിയിട്ട് പോയെന്നും അവൾക്ക് തനിച്ച് കുതിരയോടിക്കേണ്ടിവന്നുവെന്നും അറിയുക. വഴി രണ്ടായി തിരിഞ്ഞ ഇടത്തുവന്നപ്പോൾ അവൾ കരടിത്തോൽ തൂക്കിയിട്ടിരിക്കുന്ന വഴിയിലൂടെ പോയി ഒരു ഇരുമ്പുകൂടാരത്തിലെത്തി. പിശാചിന്റെ മകൾ പുറത്തേക്ക് ഓടിവന്ന് അവളുടെ മുഖത്തെ തൊലിയുരിഞ്ഞെടുത്ത് സ്വന്തം മുഖത്തു വച്ചുപിടിപ്പിക്കുകയും അവളുടെ ഭംഗിയുള്ള വസ്ത്രങ്ങൾ അഴിച്ചെടുത്ത് തന്നത്താൽ അണിയുകയും അതുകഴിഞ്ഞ് അവളെ ഇരുമ്പുകൂടാരത്തിനു പുറത്തേക്ക് എറിയുകയും ചെയ്തു. ഇപ്പോൾ നിങ്ങളുടെ കൂടാരത്തിലുള്ളത് പിശാചിന്റെ മകളാണ്. നിങ്ങൾക്ക് മരുമകളായി കിട്ടിയിരിക്കുന്നത് അവളെയാണ്. എന്റെ ശരിക്കുള്ള യജമാനത്തിക്ക് വീണ്ടും ജീവൻ വച്ചിട്ടുണ്ട്. നിങ്ങൾ അവളെ നിങ്ങളുടെ കൂടാരത്തിലേക്കു കൊണ്ടുവന്ന് നിങ്ങളുടെ മകന് വിവാഹം ചെയ്തു കൊടുക്കണം അല്ലെങ്കിൽ കാര്യങ്ങൾ കുഴപ്പമാകും. പിശാചിന്റെ മകൾ നിങ്ങളുടെ അടുപ്പും കൂടാരവും തകർക്കും. നിങ്ങൾക്ക് ഭയങ്കരകെടുതികൾ വരുത്തിവയ്ക്കും. നിങ്ങളെ എല്ലാവരേയും കൊല്ലും."

ഇതു കേട്ട് വൃദ്ധൻ കൂടാരത്തിനകത്തേക്ക് ഓടിച്ചെന്നു.

"മകനേ, നീ എവിടുന്നാണ് നിന്റെ ഭാര്യയെ കൊണ്ടുവന്നത്?" അയാൾ ഖർജീത്-ബെർഗേനോടു ചോദിച്ചു. "ആരാണവൾ?"

"അഞ്ചു പശുക്കളുടെ ഉടമസ്ഥയായ കൊച്ചുവൃദ്ധയുടെ മകളാണവൾ." ഖർജീത്-ബെർഗേൻ പറഞ്ഞു.

അച്ഛൻ പറഞ്ഞു:

"പുള്ളിക്കുതിര എന്നോടു പരാതിപ്പെടുകയായിരുന്നു. നീ നിന്റെ വധുവിനെ കൂട്ടിക്കൊണ്ടുവരുമ്പോൾ അവളെ ഒറ്റയ്ക്കാക്കിയിട്ടു പോയെന്നും വഴി രണ്ടായി പിരിഞ്ഞിടത്ത് എത്തിയപ്പോൾ അവൾ തിരിഞ്ഞ് ഇരുമ്പുകൂടാരത്തിനടുത്തെത്തിയെന്നുമാണ് അവൻ പറഞ്ഞത്. പിശാചിന്റെ മകൾ അവളെ കുതിരപ്പുറത്തുനിന്നു വലിച്ചിറക്കി അവളുടെ തൊലിയുരിഞ്ഞ്. സ്വന്തം മുഖത്ത് വച്ചുപിടിപ്പിക്കുകയും

അവളുടെ ഭംഗിയുള്ള വസ്ത്രങ്ങൾ മുഴുവൻ അണിയുകയും ചെയ്തു. പിശാചിന്റെ മകൾ നമ്മളെ എല്ലാവരേയും കബളിപ്പിച്ചിരിക്കുന്നു. അവൾ സൂത്രത്തിൽ ഇവിടെ കടന്നുകൂടിയിരിക്കുകയാണ്... നീ കൊച്ചുവൃദ്ധയുടെയടുത്തു പോയി വധുവിനോട് തിരിച്ചുവരാൻ അപേക്ഷിക്ക്. നീ അവളെ കൂട്ടിക്കൊണ്ടുവാ. പിശാചിന്റെ മകളെ ഒരു കാട്ടു കുതിരയുടെ വാലിൽ കെട്ടി കുതിരയെ തുറന്ന വയലിലേക്ക് ഓടിച്ചു വിട്. അവളുടെ അസ്ഥികൾ വയലിൽ ചിന്നിച്ചിതറട്ടെ! അല്ലെങ്കിൽ അവൾ നമ്മളെ എല്ലാവരേയും-മനുഷ്യരേയും പറ്റങ്ങളേയും-കൊല്ലും."

ഇതു കേട്ട് പിശാചിന്റെ മകളുടെ മുഖം ഭയവും കോപവും കൊണ്ട് കറുത്തു.

ഇതു കേട്ട് ഖർജീത്- ബെർഗേന്റെ മുഖം ക്രോധം കൊണ്ടു ചുവന്നു.

അയാൾ പിശാചിന്റെ മകളെ കാലിനു പിടിച്ചു കൂടാരത്തിനു വെളിയിലേക്കു വലിച്ചിഴിച്ചു കൊണ്ടുവന്നു. അവളെ ഒരു കാട്ടുകുതിരയുടെ വാലിൽ കെട്ടി.

കുതിര വിസ്തൃതമായ വയലിലേക്കു കുതിച്ചുപാഞ്ഞു. അത് പിശാചിന്റെ മകളെ തൊഴിക്കുകയും ചവുട്ടിമെതിക്കുകയും ചെയ്തു. അവളുടെ കരി ദേഹമാകെ പുഴുക്കളും പാമ്പുകളുമായി മാറി. ഖർജീദ്-ബെർഗേനും അയാളുടെ അച്ഛനും കൂടി അവയെ പിടിച്ച് ചുട്ടെരിച്ചു.

അതു കഴിഞ്ഞ് ഖർജീത്-ബെർഗേൻ കുതിരപ്പുറത്ത് കൊച്ചുവൃദ്ധയുടെ കൂടാരത്തിലേക്കു തിരിച്ചു. കുതിരയെ കെട്ടുന്ന കുറ്റിക്കടുത്തെത്തിയപ്പോൾ അയാൾ ചാടിയിറങ്ങി. കൊച്ചു വൃദ്ധ അയാളെ കണ്ട് കൂടാരത്തിനകത്തുനിന്ന് ഓടി വന്നു. കാണാതെപോയ ആരെയോ കണ്ടുകിട്ടിയതുപോലെയോ മരിച്ചുപോയ ആർക്കോ ജീവൻ വച്ചതുപോലെയോ ഉള്ള സന്തോഷമാണ് അവരുടെ മുഖത്ത് കണ്ടത്. കുതിരയെ കെട്ടുന്ന കുറ്റി മുതൽ കൂടാരം വരെ വൃദ്ധ പച്ചപ്പുല്ലുകൊണ്ടുള്ള ഒരു പരവതാനി വിരിക്കുകയും ഏറ്റവും കൊഴുത്ത പശുവിനേയും ഏറ്റവും കൊഴുത്ത കുതിരയേയും കശാപ്പുചെയ്ത് വിവാഹസദ്യ ഒരുക്കുകയും ചെയ്തു.

പന്നൽ ബാലികയാകട്ടെ, ഖർജീത്-ബെർഗേനെ നോക്കി പൊട്ടിക്കരയുകയാണു ചെയ്തത്.

"എന്തിനാണ് എന്റെ അടുത്തുവന്നത്?" അവൾ ചോദിച്ചു.

"പിശാചിന്റെ മകൾ എന്റെ ചോര ചിന്താനും എന്റെ നേർത്ത തൊലി പിച്ചിച്ചീന്താനും നിങ്ങൾ അനുവദിച്ചു. എന്റെ ദേഹം ചാരനിറത്തിലുള്ള നായ്ക്കൾക്ക് ഇട്ടുകൊടുത്തു. എന്നിട്ട് എങ്ങനെ ഇവിടെ വരാൻ തോന്നി? ഈ ലോകത്ത് ആറ്റമീനുള്ളതിനേക്കാളേറെ കന്യകകളുണ്ട്. വാളമീനുള്ളതിനേക്കാളേറെ സ്ത്രീകളുണ്ട്. അവരിൽനിന്ന് ആരെയെങ്കിലും വിവാഹം ചെയ്താളു. ഞാൻ നിങ്ങളെ വിവാഹം ചെയ്യുകയില്ല"

"ഞാൻ നിന്നെ പിശാചിന്റെ മകൾക്കു കൊടുത്തില്ല." ഖർജീത്-ബെർഗേൻ പറഞ്ഞു. "ഞാൻ നിന്നെ ചാരനിറത്തിലുള്ള നായ്ക്കൾക്ക് എറിഞ്ഞുകൊടുത്തതുമില്ല. ഞാൻ കുറുക്കന്റെ പിറകെ കുതിരയോടിച്ചു കാട്ടിലേക്കു പോകുമ്പോൾ നീ പോകേണ്ട വഴി കാണിച്ചുതന്നു. നീ പോയി മരിക്കണമെന്നു ഞാൻ പറഞ്ഞില്ലല്ലോ."

കൊച്ചുവൃദ്ധ വലത്തെ കണ്ണിൽനിന്നു കണ്ണുനീർ തുടച്ചുകളഞ്ഞു. ഇടത്തെ കണ്ണിൽനിന്നു കണ്ണുനീർ തുടച്ചുകളഞ്ഞു. എന്നിട്ട് പന്നൽ ബാലികയുടേയും ഖർജീത്- ബെർഗേന്റെയും ഇടയിൽ ഇരുന്നു.

കൊച്ചുവൃദ്ധ പറഞ്ഞു:

"മരിച്ചിട്ട് വീണ്ടും ജീവൻ കിട്ടിയ നീയും കാണാതെപോയിട്ട് വീണ്ടും കണ്ടെത്തിയ നീയും സന്തോഷിക്കാത്തത് എന്തുകൊണ്ടാണ്? നിങ്ങൾ രണ്ടുപേരും മുമ്പത്തെപ്പോലെ പരസ്പരം സ്നേഹിക്കണം. സ്നേഹമായും സമാധാനമായും കഴിയണം. രണ്ടുപേരും ഞാൻ പറയുന്നതു കേൾക്കണം. അതുപോലെ പ്രവർത്തിക്കണം."

ബാലിക അനുസരിച്ചു. അവൾ മൃദുവായി പറഞ്ഞു:

"ശരി, ഞാൻ അമ്മ പറഞ്ഞതുപോലെ ചെയ്യാം. കഴിഞ്ഞതെല്ലാം മറക്കുകയും പൊറുക്കുകയും ചെയ്യാം."

ഇതു കേട്ട് ഖർജീത്-ബെർഗേൻ ചാടിയെഴുന്നേറ്റ് നൃത്തം വയ്ക്കാനും തുള്ളിച്ചാടാനും പന്നൽ ബാലികയെ ആശ്ലേഷിച്ച് ചുംബിക്കാനും തുടങ്ങി.

പിന്നീട് അവർ പുള്ളിക്കുതിരയ്ക്ക് വെള്ളിജീനി കെട്ടുകയും വെള്ളികടിഞ്ഞാണിടുകയും പുറത്ത് വെള്ളിക്കസവ് വിരിക്കുകയും വശത്തു വെള്ളിച്ചാട്ട തൂക്കുകയും ചെയ്തു. പന്നൽ ബാലികയെ ഏറ്റവും മോടിയായ വസ്ത്രങ്ങൾ ധരിപ്പിച്ചു. അങ്ങനെ അവളും ഖർജീത്-ബെർഗേനും യാത്രതിരിച്ചു.

അവൾ വളരെവളരെക്കാലം സഞ്ചരിച്ചു. മഞ്ഞു പെയ്തപ്പോൾ ശൈത്യകാലമായെന്നും മഴ പെയ്തപ്പോൾ മഴക്കാലമായെന്നും വയലുകളിൽ മൂടൽ മഞ്ഞു പരന്നപ്പോൾ ശരൽക്കാലമായെന്നും അവൾ മനസ്സിലാക്കി. അവർ പോയിപ്പോയി അവസാനം ഖർജീത്-ബെർഗേന്റെ അച്ഛന്റെ കൂടാരത്തിലെത്തി.

ഖർജീത്-ബെർഗേന്റെ ബന്ധുക്കളെല്ലാവരും സഹോദരന്മാർ ഒമ്പതു പേരും വധുവിനെ എതിരേൽക്കാൻ ഇറങ്ങിവന്നു. കുതിരയെ കെട്ടുന്ന കുറ്റി മുതൽ കൂടാരം വരെ അവർ പച്ചപ്പുല്ലുകൊണ്ടുള്ള ഒരു പരവതാനി വിരിച്ചു.

"വധു വരുമ്പോൾ അവൾ ആദ്യം ഒരു ചുവടുവയ്ക്കും. പിന്നീട് മറ്റൊരു ചുവടുവയ്ക്കും. എവിടെ നടന്നാലും അവളുടെ കാല്പാടുകളിൽനിന്ന് രോമക്കീരികൾ പുറത്തു ചാടും." അവർ പരസപരം പറഞ്ഞു:

ഇതു മനസ്സിൽ കരുതിക്കൊണ്ട് അവർ അമ്പുകളും വില്ലുകളും ഉണ്ടാക്കാൻ തുടങ്ങി. ഉള്ളം കൈയിലെ തൊലി ഉരിഞ്ഞുപോകത്തക്കവണ്ണം അത്ര കഠിനമായിട്ടാണ് അവർ പണിയെടുത്തത്.

ഖർജീത്-ബെർഗേന്റെ എട്ടു സഹോദരിമാർ നൂൽ നൂൽക്കാൻ തുടങ്ങി. അവരും വിരലുകളിലെ തൊലി ഉരിഞ്ഞുപോകുമാറ് കഠിനമായി പണിയെടുത്തു. വധു വരാൻ കാക്കുമ്പോൾ അവർ പരസ്പരം പറഞ്ഞു.

"അവൾ വന്ന് മണിനാദംപോലുള്ള ശബ്ദത്തിൽ സംസാരിക്കുമ്പോൾ അമൂല്യമായ പവിഴങ്ങൾ അവളുടെ വായിൽനിന്നു പൊഴിയും."

അപ്പോഴേക്കും ഖർജീത്-ബെർഗേൻ വധുവുമായി എത്തി. അയാളുടെ രണ്ടു സഹോദരിമാർ കുതിരകളെ കുറ്റിയിൽ കെട്ടി. അവർ വധുവിനെ എടുത്തു താഴെയിറക്കി. വധു മണികിലുക്കംപോലെയുള്ള ശബ്ദത്തിൽ സംസാരിച്ചപ്പോൾ അവളുടെ വായിൽനിന്നു പവിഴങ്ങൾ പൊഴിയുകയും സഹോദരിമാർ അവ പെറുക്കിയെടുത്ത് നൂലിൽ കോർക്കുകയും ചെയ്തു. വധു കൂടാരത്തിലേക്കു നടന്നപ്പോൾ അവളുടെ കാല്പാടുകളിൽനിന്നും കറുത്ത രോമക്കീരികൾ പുറത്തു ചാടുകയും ചെറുപ്പക്കാർ അമ്പും വില്ലുമെടുത്ത് അവയെ എയ്തു വീഴ്ത്തുകയും ചെയ്തു.

വധു കൂടാരത്തിൽ പ്രവേശിച്ചു. മൂന്നു ഇളം ലാർച്ചമരങ്ങളുടെ തലപ്പുകളുപയോഗിച്ച് അടുപ്പു കത്തിച്ചു.

ഉല്ലാസപ്രദമായ ഒരു വിവാഹസദ്യ നടത്തപ്പെട്ടു. എല്ലാ ഗ്രാമങ്ങളിൽ നിന്നും അതിഥികൾ വന്നെത്തിയിരുന്നു. അവരുടെ കൂട്ടത്തിൽ ഗായകരും നർത്തകരും കഥ പറയുന്നവരും മൽപ്പിടുത്തക്കാരും അഭ്യാസികളുമുണ്ടായിരുന്നു.

സദ്യമൂന്നു ദിവസം നീണ്ടുനിന്നു. അതു കഴിഞ്ഞപ്പോൾ അതിഥികൾ കാൽനടയായും കുതിരപ്പുറത്തും വീടുകളിലേക്കു മടങ്ങി.

ഖർജീത്-ബെർഗേനും ഭാര്യയും ഒന്നിച്ചു പൊറുതി തുടങ്ങി. അവർ സ്നേഹമായും രമ്യമായും കഴിഞ്ഞു. സന്തോഷത്തോടെ വളരെക്കാലം ജീവിച്ചു. അവരുടെ മക്കളുടെ മക്കൾ ഇപ്പോഴും ജീവിച്ചിരിപ്പുണ്ടത്രെ.

സ്വർണ്ണക്കപ്പ്

ഒരു ബുറിയാത്ത് നാടോടിക്കഥ

വളണ്ട് പണ്ട് സനാദ് എന്ന പേരുള്ള ഒരു ഖാനുണ്ടായിരുന്നുവത്രെ.

ഒരു ദിവസം അദ്ദേഹം കൂടുതൽ മെച്ചപ്പെട്ട താവളസൗകര്യങ്ങളും കൂടുതൽ പുഷ്ടിയുള്ള മേച്ചിൽസ്ഥലങ്ങളുമുള്ള പുതിയൊരു ദേശത്തേക്ക് തന്റെ പ്രജകളോടൊപ്പം മാറിത്താമസിക്കാൻ തീരുമാനിച്ചു. പക്ഷേ ആ ദേശത്തേക്കുള്ള വഴി വളരെ ദീർഘവും ദുർഘടം നിറഞ്ഞതുമായിരുന്നു.

പുറപ്പെടുന്നതിനുമുമ്പ് വയസ്സായവരെ മുഴുവൻ വധിക്കാൻ സനാദ്ഖാൻ കല്പിച്ചു.

"വയസ്സായവർ നമുക്ക് വഴിയിൽ ഭാരമായിരിക്കും." അദ്ദേഹം പറഞ്ഞു. "വയസ്സു ചെന്ന ഒരൊറ്റ പുരുഷനോ സ്ത്രീയോ നമ്മുടെ കൂടെ പാടില്ല. ഒരൊറ്റയാളെപ്പോലും ജീവനോടെ വിടരുത്. എന്റെ കല്പന നിറവേറ്റാത്തവരെ കഠിനമായി ശിക്ഷിക്കുന്നതാണ്."

ഒരു ക്രൂരമായ കല്പനയായിരുന്നു അത്. ആളുകൾ ദുഃഖിച്ചു. പക്ഷേ എന്തുചെയ്യാം? ഖാന്റെ ഇച്ഛ നിറവേറ്റിയേ കഴിയൂ. കാരണം എല്ലാവർക്കും ഖാനെ ഭയമായിരുന്നു. അദ്ദേഹത്തെ ധിക്കരിക്കാൻ അവർ ധൈര്യപ്പെട്ടില്ല.

സനാദ്ഖാന്റെ പ്രജകളിൽ ഒരാൾ മാത്രം- ത്സിരേൻ എന്ന പേരുള്ള ഒരു യുവാവ് -തന്റെ വൃദ്ധപിതാവിനെ വധിക്കുകയില്ലെന്നു ശപഥം ചെയ്തു.

ത്സിരേൻ വൃദ്ധനെ വലിയൊരു തോൽചാക്കിൽ ഒളിച്ചിരുത്തുമെന്നും സനാദ്ഖാനോ മറ്റാരെങ്കിലുമോ അറിയാതെ പുതിയ ദേശത്തേക്ക് ചുമന്നുകൊണ്ടുപോകുമെന്നും അച്ഛനും മകനും തമ്മിൽ തീരുമാനിച്ചു. പിന്നീട് എന്തു സംഭവിക്കും? ഏതായാലും വരുന്നിടത്ത് വെച്ചു കാണാം. എന്നവർ നിശ്ചയിച്ചു....

സനാദ്ഖാൻ പഴയ താവളം വെടിഞ്ഞു തന്റെ ആളുകളും പറ്റങ്ങളുമായി വടക്കുള്ള ദൂരദേശത്തേക്കു തിരിച്ചു. അവരോടൊപ്പം, കുതിരപ്പുറത്ത് തൂക്കിയിട്ടിരുന്ന ഒരു വലിയ ചാക്കിനകത്ത് ത്സരേന്റെ വൃദ്ധപിതാവും സഞ്ചരിച്ചു. മറ്റുള്ളവർ കാണാതെ ത്സിരേൻ അച്ഛന് ആഹാരം കൊടുത്തു. വഴിക്കെവിടെയെങ്കിലും താവളമടിക്കുമ്പോൾ അയാൾ നേരം ഇരുട്ടുന്നതുവരെ കാത്തിരിക്കും. അതുകഴിഞ്ഞ് ചാക്കു തുറന്ന് വൃദ്ധനെ വിശ്രമിക്കാനും വേദനിക്കുന്ന കൈകാലുകൾ നിവർത്താനുംവേണ്ടി പുറത്തിറക്കും.

അങ്ങനെ വളരെക്കാലം സഞ്ചരിച്ച് അവസാനം അവർ ഒരു വൻകടലിന്റെ കരയിലെത്തി.

രാത്രി അവിടെ താവളമടിക്കാൻ സനാദ്ഖാൻ ആളുകളോടു കല്പിച്ചു. ഖാന്റെ പരിചാരകരിലൊരാൾ വെള്ളത്തിന്റെ വക്കിലേക്കു നടന്നപ്പോൾ കടലിനടിയിൽ എന്തോ തിളങ്ങുന്നതു കണ്ടു. സൂക്ഷിച്ചുനോക്കിയപ്പോൾ അത് അസാധാരണരൂപത്തിലുള്ള ഒരു വലിയ സ്വർണ്ണക്കപ്പാണെന്ന് മനസ്സിലായി. അയാൾ ഉടനെ ഖാന്റെയടുക്കൽ ചെന്ന് കടലിന്നടിയിൽ കരയ്ക്കടുത്തായി വിലപിടിച്ച ഒരു സ്വർണ്ണക്കപ്പു കിടപ്പുണ്ടെന്ന വിവരം അറിയിച്ചു.

സനാദ്ഖാൻ കൂടുതലാലോചിക്കാതെ കപ്പ് ഉടനെ തന്നെ ഏല്പി ക്കണമെന്ന് ഉത്തരവിട്ടു. പക്ഷേ കടലിലിറങ്ങാൻ ആരും ധൈര്യ പ്പെട്ടുമില്ല. ഇഷ്ടപ്പെട്ടുമില്ല. അതുകൊണ്ട് നറുക്കിടാൻ ഖാൻ കല്പിച്ചു.

ഖാന്റെ സ്വന്തക്കാരിലൊരാളുടെ പേരിലാണ് നറുക്ക് വീണത്.

അയാൾ കടലിൽ ചാടി. പക്ഷേ പിന്നെ പൊങ്ങിയില്ല.

അവർ വീണ്ടും നറുക്കിട്ടു. നറുക്കുവീണയാൾ ഒരു പൊക്കമുള്ള പാറയിൽ നിന്നും എടുത്തുചാടി. പക്ഷേ പിന്നെ പൊങ്ങിവന്നില്ല.

ഇങ്ങനെ സനാദ്ഖാന്റെ ആളുകളിൽ പലർക്കും ജീവാപായം നേരിട്ടു. പക്ഷേ നിർദ്ദയനായ ഖാൻ തന്റെ ഉദ്യമം ഉപേക്ഷിക്കുന്ന തിനെപ്പറ്റി ഒരു നിമിഷംപോലും ആലോചിച്ചില്ല. അദ്ദേഹത്തിന്റെ കല്പന പ്രകാരം പ്രജകൾ ഓരോരുത്തരായി പ്രതിഷേധമൊന്നും കാണിക്കാതെ കടലിൽ ചാടി മരിച്ചു.

അവസാനം ത്സിരേന്റെ തവണ വന്നു. പക്ഷേ കടലിൽ ചാടുന്ന തിനുമുമ്പ് അയാൾ യാത്രപറയാനായി അച്ഛനെ ഒളിച്ചുവച്ചിരിക്കുന്ന ഇടത്തു ചെന്നു.

"അച്ഛാ, ഞാൻ പോവുകയാണ്." ത്സിരേൻ പറഞ്ഞു. "നമ്മൾ രണ്ടുപേരും മരിക്കാൻ പോവുകയാണ്."

"എന്തുപറ്റി? നീ എന്തിനു മരിക്കണം?" വൃദ്ധൻ ചോദിച്ചു.

കപ്പെടുക്കാൻവേണ്ടി കടലിൽ ചാടാനുള്ള മുറ തനിക്കാണു വന്നി ട്ടുള്ളതെന്ന് ത്സിരേൻ വിശദീകരിച്ചു.

"പക്ഷേ ചാടിയവരാരും തിരിച്ചുവന്നിട്ടില്ല." അയാൾ പറഞ്ഞു. "അതുകൊണ്ട് ഖാന്റെ കല്പനപ്രകാരം ഞാൻ കടലിൽ ചാടി മരിക്കാൻ പോവുകയാണ്. അദ്ദേഹത്തിന്റെ ഭൃത്യന്മാർ അച്ഛനെ കണ്ടുപിടിച്ചു വധിക്കുകയും ചെയ്യും."

അയാൾ പറഞ്ഞതു മുഴുവൻ കേട്ടശേഷം വൃദ്ധൻ പറഞ്ഞു:

"ഇങ്ങനെ പോവുകയാണെങ്കിൽ നിങ്ങളെല്ലാവരും കടലിൽ മുങ്ങിച്ചാവും. സ്വർണ്ണക്കപ്പു കിട്ടുകയുമില്ല. കപ്പ് കടലിനടിയിലേയല്ല. കടലിൽ നിന്ന് അകലെയല്ലാതെ ഒരു മല നിൽക്കുന്നതു കണ്ടോ? സ്വർണ്ണക്കപ്പ് അതിന്റെ മുകളിലാണുള്ളത്. കപ്പെന്നു നിങ്ങൾ ധരിച്ചു വച്ചിരിക്കുന്നത് അതിന്റെ പ്രതിഫലനം മാത്രമാണ്. നിങ്ങൾക്കാരും ആ ബുദ്ധി പോകാഞ്ഞതെന്താണ്?"

“ഞാനെന്തു ചെയ്യണം?” ത്സിരേൻ ചോദിച്ചു.

“ആ മലയിൽ കയറി, കപ്പുകണ്ടുപിടിച്ച് ഖാനെ ഏല്പിക്കണം. അതു കണ്ടുപിടിക്കാൻ പ്രയാസം കാണുകയില്ല. അതു തിളങ്ങുന്നതു കൊണ്ട് ദൂരെ നിന്നേ കാണാം. ഒരു പക്ഷേ ആ കപ്പ് വളരെ ഉയരമുള്ള ഒരു പാറയുടെ പുറത്തായിരിക്കും. നിനക്ക് അതിൽ കേറാൻ കഴിഞ്ഞില്ലെന്നുവരും. അങ്ങനെയാണെങ്കിൽ നീ ചെയ്യേണ്ടതിതാണ്: പാറപ്പുറത്ത് കുറെ മാനുകൾ വന്നു നിൽക്കുന്നതുവരെ കാത്തിരിക്ക്. എന്നിട്ട് എങ്ങനെയെങ്കിലും അവയെ പേടിപ്പിക്കണം. മാനുകൾ ഓടിപ്പോവുകയും ധൃതിക്കിടയിൽ കപ്പു തട്ടി താഴെയിടുകയും ചെയ്യും. സമയമൊട്ടും കളയാതെ വേഗം അത് പിടിച്ചെടുക്കണം. അല്ലെങ്കിൽ വളരെ ആഴമുള്ള ഒരിടുക്കിൽ അതു ചെന്നു വീഴും. അതോടെ അതു എന്നെന്നേക്കുമായി നഷ്ടപ്പെടും.”

അച്ഛനോട് നന്ദി പറഞ്ഞുകൊണ്ട് ത്സിരേൻ ഉടൻ തന്നെ മലയിലേക്ക് തിരിച്ചു.

മലയുടെ മുകളിലേക്കു കയറുക എളുപ്പമായിരുന്നില്ല. ത്സിരേൻ കുറ്റിച്ചെടികളിലും മരങ്ങളിലും കൂർത്ത പാറകളിലും അള്ളിപ്പിടിച്ചു കയറി. അയാളുടെ മുഖവും കൈകളും പോറി ചോര പൊടിഞ്ഞു. വസ്ത്രങ്ങൾ കീറി. അവസാനം മുകളിൽ എത്താറായപ്പോൾ ത്സിരേൻ സ്വർണ്ണക്കപ്പു കണ്ടു. അത് അതിമനോഹരമായിരുന്നു. കയറാൻ പറ്റാത്ത, വളരെ ഉയരമുള്ള ഒരു പാറയുടെ പുറത്ത് അതിരുന്ന് തിളങ്ങുന്നുണ്ടായിരുന്നു.

തനിക്ക് ആ പാറയുടെ മുകളിൽ കയറാൻ സാധിക്കുകയില്ലെന്ന് ത്സിരേനു മനസ്സിലായി. അതുകൊണ്ട് അച്ഛൻ പറഞ്ഞതനുസരിച്ച് അയാൾ മാനുകൾ വരുന്നതും കാത്തു നിന്നു.

അയാൾക്ക് അധികം കാത്തുനിൽക്കേണ്ടിവന്നില്ല. താമസിയാതെ ഏതാനും മാനുകൾ പാറപ്പുറത്തു വന്നു നിന്നു. താഴോട്ട് ശാന്തമായി നോക്കിക്കൊണ്ട് അവ അവിടെ നിന്നു. ത്സിരേൻ ഉച്ചത്തിൽ വിളിച്ചു. മാനുകൾ ഭയന്നുഞെട്ടി പാറപ്പുറത്ത് അങ്ങോട്ടുമിങ്ങോട്ടും ഓടാൻ തുടങ്ങി. അവ സ്വർണ്ണക്കപ്പു തട്ടിത്താഴെയിട്ടു. കപ്പ് താഴോട്ടു ഉരുണ്ടുവന്നപ്പോൾ ത്സിരേൻ അതു കയറിപ്പിടിച്ചു.

തികഞ്ഞ ചാരിതാർത്ഥ്യത്തോടെ അയാൾ കയ്യിൽ കപ്പുമായി മലയിൽ നിന്നിറങ്ങി സനാദ്ഖാന്റെ സന്നിധിയിൽ ചെന്ന് അത്

അദ്ദേഹത്തിന്റെ മുമ്പിൽ വച്ചു.

"നിനക്ക് ഈ കപ്പ് കടലിന്നടിയിൽനിന്നും എങ്ങനെ കിട്ടി?" ഖാൻ ചോദിച്ചു.

"എനിക്കിതു കിട്ടിയത് അവിടുന്നല്ല, അക്കാണുന്ന മലയുടെ മുകളിൽ നിന്നാണ്." ത്സിരേൻ പറഞ്ഞു. "കടലിൽ നമ്മൾ കണ്ടത് അതിന്റെ പ്രതിഫലനം മാത്രമാണ്."

"നിന്നോട് ഇതാരു പറഞ്ഞു?" ഖാൻ ചോദിച്ചു.

"ഞാൻ തന്നെ ആലോചിച്ചതാണ്." ത്സിരേൻ പറഞ്ഞു.

ഖാൻ കൂടുതലൊന്നും ചോദിക്കാതെ അയാളോടു പൊയ്ക്കൊള്ളാൻ പറഞ്ഞു.

അവർ വളരെക്കാലം സഞ്ചരിച്ച് അവസാനം വലിയൊരു മരുഭൂമിയിലെത്തി. വെയിലേറ്റ് ഭൂമി മുഴുവൻ വരണ്ടിരുന്നു. പുല്ലെല്ലാം കരിഞ്ഞിരുന്നു. ആറു പോയിട്ട് ഒരരുവിപോലും അവിടെങ്ങുമില്ലായിരുന്നു. മനുഷ്യരും കന്നുകാലികളും ദാഹിച്ചുവലഞ്ഞു. സനാദ്ഖാൻ വെള്ളമന്വേഷിച്ച് നാലു ഭാഗത്തേക്കും കുതിരപ്പുറത്ത് ആളെ അയച്ചു. പക്ഷേ എത്ര ശ്രമിച്ചിട്ടും അവർ വെള്ളം കണ്ടെത്തിയില്ല. ചുട്ടുപഴുത്ത വരണ്ട ഭൂമിയായിരുന്നു ചുറ്റും. ആളുകൾ നൈരാശ്യത്തിലാണ്ടു എന്തു ചെയ്യണമെന്നോ എവിടെപ്പോകണമെന്നോ അവർക്കു നിശ്ചയമില്ലായിരുന്നു.

ത്സിരേൻ ആരും കാണാതെ അച്ഛനെ ഒളിച്ചിരുത്തിയിരിക്കുന്ന സ്ഥലത്തു പോയി.

"അച്ഛാ, ഞങ്ങൾ എന്താണു വേണ്ടത്?" അയാൾ ചോദിച്ചു. "എല്ലാവരും ദാഹിച്ചു വലയുകയാണ്. കന്നുകാലികളും അതുപോലെതന്നെ."

വൃദ്ധൻ പറഞ്ഞു:

"മൂന്നു വയസ്സുള്ളള ഒരു പശുവിനെ അഴിച്ചുവിട്ട് അതെന്തു ചെയ്യുന്നുവെന്നു സൂക്ഷിച്ചു നോക്കണം. അത് എവിടെയെങ്കിലും നിന്ന് നിലത്ത് മണം പിടിക്കുകയാണെങ്കിൽ അവിടെ കുഴിച്ചുതുടങ്ങണം."

ത്സിരേൻ ഓടിച്ചെന്ന് മൂന്നു വയസ്സുള്ള ഒരു പശുവിനെ അഴിട്ടുവിട്ടു.

പശു തല താഴ്ത്തിയിട്ടുകൊണ്ട് അങ്ങോട്ടുമിങ്ങോട്ടും നടന്നു.

അവസാനം അത് ഒരിടത്തു നിന്ന് ചൂടുള്ള മണ്ണിൽ മണം പിടിക്കാനും ഒച്ചവച്ച് ശ്വാസം വലിക്കാനും തുടങ്ങി.

"ഇവിടെ കുഴിക്കിൻ," ത്സിരേൻ പറഞ്ഞു.

ആളുകൾ കുഴിച്ചു തുടങ്ങി. താമസിയാതെ ഭൂമിക്കടിയിലുള്ള വലിയൊരു നീരുറവ അവർ കണ്ടെത്തി. തണുത്ത ശുദ്ധജലം മുകളിലോട്ടു കുതിച്ചു പൊങ്ങി തറയിലൂടെ ഒഴുകി. എല്ലാവരും വയർ നിറയെ വെള്ളം കുടിച്ചു. അവർക്ക് ഉന്മേഷവും ആശ്വാസവും തോന്നി.

സ്നാദ്ഖാൻ ത്സിരേനെ അടുത്തു വിളിച്ച് ചോദിച്ചു:

"ഈ വരണ്ട സ്ഥലത്ത് ഒരു നീരുറവ കണ്ടുപിടിക്കാൻ നിനക്ക് എങ്ങനെ കഴിഞ്ഞു?"

"അതെവിടെയാണെന്നു സൂചിപ്പിക്കുന്ന ചില ലക്ഷണങ്ങൾ എനിക്കറിയാമായിരുന്നു." ത്സിരേൻ പറഞ്ഞു.

കുറേക്കൂടി വെള്ളം കുടിക്കുകയും വിശ്രമിക്കുകയും ചെയ്ത ശേഷം ആളുകൾ വീണ്ടും പുറപ്പെട്ടു. വളരെ ദിവസത്തെ സഞ്ചാരത്തിനു ശേഷം അവർ ഒരിടത്ത് താവളമടിച്ചു. ആരും പ്രതീക്ഷിക്കാതെ രാത്രി കലശലായി മഴ പെയ്യാൻ തുടങ്ങി. താവളത്തിൽ തീകൂട്ടിയത് കെട്ടുപോയി. എത്ര ശ്രമിച്ചിട്ടും തീ വീണ്ടും കത്തിക്കാൻ കഴിഞ്ഞില്ല. ആളുകൾ സർവ്വത്ര നനഞ്ഞു. അസ്ഥിവരെ തണുത്തുകോച്ചി. എന്തു ചെയ്യേണ്ടൂ എന്ന് അവർക്ക് രൂപമില്ലായിരുന്നു.

അപ്പോൾ ആരോ ദൂരെയുള്ള ഒരു മലയിൽ തീയുടെ വെളിച്ചം കണ്ടു.

മലയിൽ നിന്നു തീ കൊണ്ടുവരാൻ സനാദ്ഖാൻ ഉടൻ കല്പിച്ചു.

ആളുകൾ ഖാന്റെ കല്പന നിറവേറ്റാൻ മുന്നോട്ടോടി. ആദ്യം ഒരാളും പിന്നീട് മറ്റൊരാളും തുടർന്ന് മൂന്നാമതൊരാളും മല കയറി. വലിയൊരു മരത്തിന്റെ തടിച്ച കൊമ്പുകൾക്കു കീഴിൽ തീ കത്തിക്കൊണ്ടിരിക്കുന്നതും ഒരു വേടൻ അതിനടുത്ത് തീ കാഞ്ഞുകൊണ്ടിരിക്കുന്നതും അവരെല്ലാവരും കണ്ടു. കത്തിക്കൊണ്ടിരിക്കുന്ന ഓരോ തീക്കൊള്ളിയുമായി എല്ലാവരും മടങ്ങി. പക്ഷേ ആർക്കും അത് താവളം വരെ കൊണ്ടുവരാൻ കഴിഞ്ഞില്ല. കനത്ത മഴ വീണ് തീ അണഞ്ഞുപോയി.

സനാദ്ഖാന് കലശലായ കോപം വന്നു. തീയെടുക്കാൻ പോയിട്ട്

അതില്ലാതെ മടങ്ങിവന്ന സകലരേയും വധിക്കാൻ അദ്ദേഹം ഉത്തരവിട്ടു.

തീയെടുക്കാൻ പോകാനുള്ള ത്സിരേന്റെ തവണ വന്നപ്പോൾ അയാൾ അച്ഛനെ ഒളിച്ചുവച്ചിരിക്കുന്ന സ്ഥലത്തേക്ക് പതുങ്ങിച്ചെന്നു. അയാൾ ചോദിച്ചു.

"അച്ഛാ, എന്താണു ചെയ്യേണ്ടത്? തീ മലയിൽനിന്ന് താവളത്തിലേക്ക് എങ്ങനെയാണ് കൊണ്ടുവരേണ്ടത്?"

വൃദ്ധൻ പറഞ്ഞു:

"കത്തിക്കൊണ്ടിരിക്കുന്ന തീക്കൊള്ളി കൊണ്ടുവരരുത്. അതു മഴ നനഞ്ഞ് കെട്ടുപോകും. നീ വലിയൊരു കുടം കൊണ്ടുപോയി അതു നിറയെ തീക്കനൽ കൊണ്ടുവാ. അങ്ങനെ മാത്രമേ താവളത്തിലേക്ക് തീ കൊണ്ടുവരാൻ കഴിയൂ."

ത്സിരേൻ അച്ഛൻ പറഞ്ഞതുപോലെ ചെയ്തു. അയാൾ മലയിൽ നിന്നും ഒരു കുടം നിറയെ തീക്കനൽ കൊണ്ടുവന്നു. ആളുകൾ തീ കൂട്ടി നനഞ്ഞ വസ്ത്രങ്ങൾ ഉണക്കുകയും തീ കായുകയും ഭക്ഷണം പാകം ചെയ്യുകയും ചെയ്തു.

തീകൊണ്ടുവന്നയാൾ ആരാണെന്ന് അറിഞ്ഞപ്പോൾ സനാദ് ഖാൻ ത്സിരേനെ അടുത്തു വിളിച്ചു.

ത്സിരേൻ ചെന്നപ്പോൾ ഖാൻ അയാളുടെ നേരെ രോഷത്തോടെ തട്ടിക്കയറി.

"തീ കൊണ്ടുവരേണ്ടത് എങ്ങനെയാണെന്ന് അറിയാമായിരുന്നിട്ടും നീ മിണ്ടാതിരുന്നതെന്താണ്?" അദ്ദേഹം അട്ടഹസിച്ചു. "നീ അപ്പോൾത്തന്നെ പറയാതിരുന്നതെന്താണ്?"

"കാരണം എന്തു ചെയ്യണമെന്ന് എനിക്കുതന്നെ നിശ്ചയമില്ലായിരുന്നു" ത്സിരേൻ പറഞ്ഞു.

"എന്നിട്ടും നീയതു ചെയ്തല്ലോ. അതെങ്ങിനെ?" ഖാൻ ചോദിച്ചു.

ഖാൻ നിർബന്ധപൂർവ്വം ആവശ്യപ്പെട്ടപ്പോൾ ത്സിരേൻ അവസാനം സത്യാവസ്ഥ തുറന്നു പറഞ്ഞു. തന്റെ അച്ഛന്റെ വിവേകപൂർവ്വമായ ഉപദേശങ്ങൾ കേട്ടതുകൊണ്ടാണ് തനിക്ക് ഖാന്റെ കല്പനകൾ നിറവേറ്റാൻ കഴിഞ്ഞതെന്ന് അയാൾ സമ്മതിച്ചു.

"എവിടെ നിന്റെ അച്ഛൻ?" ഖാൻ ചോദിച്ചു.

ത്സിരേൻ പറഞ്ഞു:

"ഞാൻ അച്ഛനെ ഉുകൽകൊണ്ടുള്ള വലിയൊരു ചാക്കിലിട്ട് വഴി മുഴുവൻ ചുമക്കുകയായിരുന്നു."

വൃദ്ധനെ തന്റെ മുമ്പിൽ ഹാജരാക്കാൻ സനാദ്ഖാൻ കല്പിച്ചു. അദ്ദേഹം വൃദ്ധനോടു പറഞ്ഞു.

"ഞാൻ എന്റെ കല്പന റദ്ദാക്കുന്നു. വൃദ്ധന്മാർ ചെറുപ്പക്കാർക്ക് ഭാരമല്ല. വൃദ്ധന്മാർക്കു വിവേകമുണ്ട്. നിങ്ങൾ ഇനി ഒളിച്ചിരിക്കേണ്ട. നിങ്ങൾക്ക് മറ്റുള്ളവരോടൊപ്പം സ്വതന്ത്രമായി സഞ്ചരിക്കാം."

വായുരാജാവായ കൊതുറ

ഒരു നെനെത്സ് നാടോടിക്കഥ

ഒരിക്കൽ ഒരു നാടോടിത്താവളത്തിൽ ഒരു വൃദ്ധൻ തന്റെ മൂന്നു പെൺകുട്ടികളോടൊപ്പം പാർത്തിരുന്നു. കൂട്ടത്തിൽ ഏറ്റവും ദയാലുവും ബുദ്ധിമതിയും ഇളയവളുമായിരുന്നു

വൃദ്ധൻ വളരെ ദരിദ്രനായിരുന്നു. തോൽകൊണ്ടുള്ള അയാളുടെ കൂടാരം കീറിപ്പറഞ്ഞും ദ്വാരം വീണും ഇരുന്നിരുന്നു. ധരിക്കാൻ വേണ്ടത്ര കമ്പിളി വസ്ത്രങ്ങൾ ഉണ്ടായിരുന്നില്ല. തണുപ്പ് കഠിനമാകുമ്പോൾ വൃദ്ധൻ പെൺമക്കൾ മൂന്നുപേരുമായി തീയ്ക്കടുത്ത് കുനിക്കൂടിയിരുന്ന് തണുപ്പ മാറ്റാൻ ശ്രമിക്കും. ഉറങ്ങാൻ കിടക്കുന്നതിനുമുമ്പ് തീ അണയ്ക്കും. രാവിലെവരെ അവർ തണുത്തു വിറച്ച കിടക്കും.

ഒരിക്കൽ ശൈത്യകാലത്തിന്റെ നടുവിൽ തുന്ദ്രാപ്രദേശത്ത് ഭയങ്കരമായ ഒരു ഹിമവാതം അടിച്ചു. ഒരു ദിവസം കഴിഞ്ഞു. രണ്ടു ദിവസം കഴിഞ്ഞു. മൂന്നു ദിവസം കഴിഞ്ഞു. എന്നിട്ടും കാറ്റു നിലച്ചില്ല. കൂടാരങ്ങൾ കാറ്റിൽ പറന്നുപോകുമെന്നു തോന്നി. ആളുകൾ പുറത്തിറങ്ങാൻ ധൈര്യപ്പെട്ടില്ല. അവർ വിശന്നു തണുത്ത് കൂടാരങ്ങൾക്കുള്ളിൽ ഇരുന്നു.

വൃദ്ധന്റേയും മക്കളുടേയും സ്ഥിതിയും അതുതന്നെയായിരുന്നു. കൊടുങ്കാറ്റിന്റെ ഇരമ്പൽ കേട്ടുകൊണ്ട് അവർ കൂടാരത്തിലിരുന്നു. വൃദ്ധൻ പറഞ്ഞു:

"ഈ കൊടുങ്കാറ്റ് ഇപ്പോഴെങ്ങും തീരുകയില്ല. വായുരാജാവായ കൊതുറ അയച്ചതാണത്. അദ്ദേഹം കോപിച്ചിരിക്കണം. നമ്മൾ നല്ലൊരു ഭാര്യയെ അയച്ചുകൊടുക്കാൻവേണ്ടി കാത്തിരിക്കുകയായിരിക്കും. മൂത്ത മകളേ, നീ കൊതുറയുടെ അടുക്കൽ പോകണം. അല്ലെങ്കിൽ നമ്മുടെ ആളുകൾ മുഴുവനും നശിക്കും. നീ പോയി അദ്ദേഹത്തോട് കൊടുങ്കാറ്റ് നിർത്താൻ യാചിക്കണം."

"ഞാൻ എങ്ങനെ പോകും?" അവൾ ചോദിച്ചു. "എനിക്ക് വഴി അറിഞ്ഞുകൂടാ."

"ഞാൻ നിനക്ക് ചെറിയൊരു തെന്നുവണ്ടി തരാം. അത് കാറ്റിനെതിരെ നിർത്തിയിട്ട് ഒരു തള്ളുകൊടുക്കണം, നീ അതിന്റെ പുറകേ പോകണം. കാറ്റടിച്ച്. നിന്റെ കോട്ടിന്റെ ചരടഴിയും. പക്ഷേ നീ അതു കെട്ടാൻ നിൽക്കരുത്. നിന്റെ ചെരിപ്പിനകത്ത് മഞ്ഞു കയറും. പക്ഷേ നീ അത് കുടഞ്ഞുകളയാൻ നിൽക്കരുത്. വലിയൊരു മലയിൽ

എത്തുന്നതുവരെ നീ ഒരിടത്തും നിൽക്കരുത്. ആ മല കയറുക. അതിന്റെ മുകളിൽ ചെന്നശേഷം മാത്രമേ നീ ചെരിപ്പിനനകത്തെ മഞ്ഞു കുടഞ്ഞുകളയാനും കോട്ടിന്റെ ചരടു കെട്ടാനും നിൽക്കാവൂ. കുറച്ചുകഴിഞ്ഞ് ഒരു കൊച്ചുകിളി പറന്നുവന്ന് നിന്റെ തോളിലിരിക്കും. അതിനെ ആട്ടിയോടിക്കരുത്. അതിനോട് ദയാപൂർവ്വം പെരുമാറുകയും അതിനെ മെല്ലെ തടവുകയും ചെയ്യണം. പിന്നീട് തെന്നുവണ്ടിയിൽ കയറി മലയിൽനിന്നു താഴോട്ടിറങ്ങണം. വണ്ടി നിന്നെ നേരെ കൊതുറയുടെ കൂടാരത്തിന്റെ വാതുക്കൽ എത്തിക്കും. കൂടാരത്തിൽ കയറുക. പക്ഷേ യാതൊന്നും തൊടരുത്. കൊതുറ വരുന്നതുവരെ കാത്തിരിക്കുക. കൊതുറ വരുമ്പോൾ അദ്ദേഹം പറയുന്നതുപോലെ ചെയ്യുക."

മൂത്തമകൾ രോമവസ്ത്രങ്ങളണിഞ്ഞു. അച്ഛൻ കൊടുത്ത തെന്നുവണ്ടി കാറ്റിനെതിരെ നിർത്തിയിട്ട് ഒരു തള്ളു കൊടുത്തു. അത് തെന്നി മുന്നോട്ടു നീങ്ങി.

കുറച്ചുദൂരം അതിന്റെ പുറകേ നടന്നപ്പോൾ അവളുടെ കോട്ടിന്റെ ചരട് അഴിയുകയും ചെരിപ്പിനകത്ത് മഞ്ഞു കയറുകയും ചെയ്തു. അവൾക്ക് വല്ലാതെ തണുത്തു. അച്ഛൻ പറഞ്ഞത് അനുസരിക്കാതെ അവൾ നിന്ന് കോട്ടിന്റെ ചരടു കെട്ടുകയും ചെരിപ്പിനകത്തെ മഞ്ഞു കുടഞ്ഞുകളയുകയും ചെയ്തു. അതുകഴിഞ്ഞ് കാറ്റിനെതിരെ വീണ്ടും നടന്നു. വളരെ നേരം നടന്നപ്പോൾ ഉയരം കൂടിയ ഒരു മല കണ്ടു. അവൾ അതു കയറി മുകളിലെത്തിയ ഉടനെ ഒരു കൊച്ചുകിളി പറന്നുവന്ന് തോളത്തിരിക്കാൻ ഭാവിച്ചു. പക്ഷേ മൂത്തമകൾ അതിനെ ആട്ടിയോടിച്ചു. കുറച്ചുനേരം അവളുടെ തലയ്ക്കുമീതെ വട്ടം ചുറ്റി പറന്ന ശേഷം അതു പറന്നുപോയി. മൂത്തമകൾ തെന്നുവണ്ടിയിൽ കയറി മലഞ്ചെരിവിലൂടെ താഴോട്ടിറങ്ങി, വണ്ടി വലിയൊരു കൂടാരത്തിന്റെ മുമ്പിൽ വന്നു നിന്നു.

മൂത്തമകൾ അകത്തു കയറി ചുറ്റും നോക്കി. പൊരിച്ച മാംസത്തിന്റെ ഒരു വലിയ തുണ്ടാണ് അവളുടെ കണ്ണിൽ ആദ്യം പെട്ടത്. അവൾ തീകത്തിച്ച് തീ കാഞ്ഞുകൊണ്ട് മാംസം അടർത്തിയടർത്തി തിന്നാൻ തുടങ്ങി. തിന്നു വയർനിറഞ്ഞപ്പോൾ പെട്ടന്ന് ആരോ കൂടാരത്തിലേക്കു നടന്നുവരുന്ന ശബ്ദം കേട്ടു. വാതുക്കലുള്ള തോൽമറ ഉയർത്തി ഒരു യുവഭീമൻ അകത്തു കടന്നു. അത് കൊതുറ ആയിരുന്നു. അദ്ദേഹം മൂത്തമകളെ നോക്കിക്കൊണ്ടു ചോദിച്ചു.

“നീ എവിടന്നു വന്നു? എന്തിന് ഇവിടെ വന്നു?”

“എന്റെ അച്ഛൻ അയച്ചതാണ്.” മൂത്തമകൾ പറഞ്ഞു.

“എന്തിനാണ് അയച്ചത്?”

“അങ്ങ് എന്നെ ഭാര്യയായി സ്വീകരിക്കാൻ.”

“ഞാൻ നായാട്ടിനു പോയിരിക്കുകയായിരുന്നു. കുറേ മാംസം കൊണ്ടുവന്നിട്ടുണ്ട്. എഴുന്നേറ്റ് അതെടുത്ത് വേവിച്ചുതാ,” കൊത്തുറ പറഞ്ഞു.

മൂത്തമകൾ അപ്രകാരം ചെയ്തു. മാംസം തയ്യാറായപ്പോൾ അത് പാത്രത്തിൽനിന്നെടുത്ത് രണ്ടായി പകുക്കാൻ കൊത്തുറ അവളോടു പറഞ്ഞു.

“പകുതി നമുക്കു രണ്ടുപേർക്കും കൂടി തിന്നാം.” അദ്ദേഹം പറഞ്ഞു.

“മറ്റേ പകുതി ആ മരക്കിണ്ണത്തിലിട്ട് അടുത്തുള്ള കൂടാരത്തിലേക്കു കൊണ്ടുപോയി കൊടുക്കണം. കൂടാരത്തിനകത്തു കയറേണ്ട. വാതുക്കൽ നിന്നാൽ മതി. ഒരു വൃദ്ധ ഇറങ്ങിവരും. അവർക്ക് മാംസം കൊടുക്കണം. കാലിക്കിണ്ണം മടക്കിത്തരുന്നതുവരെ അവിടെ നിൽക്കണം.”

മൂത്തമകൾ മാംസമെടുത്ത് പുറത്തിറങ്ങി. കാറ്റ് ഒരിയിട്ടുകൊണ്ടിരുന്നു. മഞ്ഞു പെയ്തുകൊണ്ടിരുന്നു. പോരെങ്കിൽ കൂരിരുട്ടും. ഈ കൊടുങ്കാറ്റിൽ എന്തെങ്കിലും കണ്ടുപിടിക്കാൻ എങ്ങനെ കഴിയും?... മൂത്തമകൾ കുറച്ചുദൂരം പോയശേഷം നിന്ന് എന്തോ ആലോചിച്ചു എന്നിട്ട് മാംസം മഞ്ഞിലേക്ക് എറിഞ്ഞുകളഞ്ഞു. അതുകഴിഞ്ഞ് കാലിക്കിണ്ണവുമായി കൊത്തുറയുടെ അടുക്കലേക്കു മടങ്ങി.

കൊത്തുറ അവളെ നോക്കിയിട്ടു ചോദിച്ചു.

“അയൽക്കാർക്ക് മാംസം കൊടുത്തോ?”

“കൊടുത്തു,” മൂത്തമകൾ പറഞ്ഞു.

“കിണ്ണം കാണട്ടെ. അവർ മാംസത്തിനു പകരമായി നിനക്കു തന്നതെന്താണെന്നു നോക്കട്ടെ.” അദ്ദേഹം പറഞ്ഞു.

മൂത്തമകൾ അദ്ദേഹത്തെ കാലിക്കിണ്ണം കാണിച്ചുകൊടുത്തു. കൊത്തുറ ഒന്നും മിണ്ടിയില്ല. അദ്ദേഹം തന്റെ പങ്കു മാംസം കഴിച്ചിട്ട് ഉറങ്ങാൻ കിടന്നു.

രാവിലെ അദ്ദേഹം ഊറയ്ക്കിടാത്ത കുറെ മാൻതോൽ കൂടാരത്തിൽ

കൊണ്ടു വന്നിട്ടു പറഞ്ഞു:

"ഞാൻ നായാട്ടിനു പോകുന്ന സമയത്ത് നീ ഈ തോൽ നന്നാക്കിയെടുത്ത് അതുകൊണ്ട് എനിക്ക് പുതിയൊരു കോട്ടും പുതിയ ചെരിപ്പും പുതിയ കയ്യുറകളും ഉണ്ടാക്കിത്തരണം. തിരിച്ചുവരുമ്പോൾ ഞാൻ അവ ഇട്ടു നോക്കും, നിനക്കു നല്ല കൈവിരുതുണ്ടോ എന്നു നോക്കട്ടെ."

ഇത്രയും പറഞ്ഞുകൊണ്ട് കൊതുറ നായാട്ടിനായി തുന്ദ്രാപ്രദേശത്തേക്കു പോയി. മൂത്തമകൾ ജോലി തുടങ്ങി.. പെട്ടന്ന് വാതുക്കലുള്ള മറ പൊക്കി. തല നരച്ച ഒരു വൃദ്ധ കടന്നുവന്നു.

"കുഞ്ഞേ, എന്റെ കണ്ണിൽ എന്തോ പോയി." അവർ പറഞ്ഞു. "അതൊന്നു എടുത്തുകളയാമോ എന്നു നോക്ക്."

"എനിക്ക് നിങ്ങൾക്കുവേണ്ടി സമയം കളയാനില്ല.." മൂത്തമകൾ പറഞ്ഞു.. "എനിക്ക് പിടിപ്പതു ജോലിയുണ്ട്."

വൃദ്ധ ഒന്നും പറയാതെ ഇറങ്ങിപ്പോയി. മൂത്തമകൾ ഒറ്റയ്ക്കായി. അവൾ ധൃതിപിടിച്ച് തോൽ നന്നാക്കിയെടുക്കുകയും കത്തികൊണ്ട് മുറിക്കുകയും ചെയ്തു. വൈകുന്നേരത്തിനകം ജോലി തീർക്കാൻ അവൾക്ക് തിടുക്കമായിരുന്നു. തിടുക്കത്തിന്റെ കൂടുതൽ കാരണം വസ്ത്രം ഭംഗിയായി ഉണ്ടാക്കാൻ അവൾ ശ്രമിച്ചില്ല. കഴിയുന്നതും വേഗം പണി തീർക്കാനായിരുന്നു അവളുടെ ശ്രമം. തയ്ക്കാൻ സൂചിയില്ല. ഒരു പകൽകൊണ്ട് ചെയ്തുതീർക്കുകയും വേണം. അതുകൊണ്ട് അവളുടെ പണി നന്നായില്ല.

വൈകുന്നേരം കൊതുറ നായാട്ടു കഴിഞ്ഞു തിരിച്ചുവന്നു.

"എന്റെ പുതിയ വസ്ത്രങ്ങൾ തയ്യാറായോ?" അദ്ദേഹം ചോദിച്ചു.

"തയ്യാറായി,"മൂത്തമകൾ പറഞ്ഞു.

കൊതുറ വസ്ത്രങ്ങൾ എടുത്ത് അവയുടെ മീതെക്കൂടി കയ്യോടിച്ചു. തോൽപരുപരുത്ത് ഇരുന്നിരുന്നു. അത്ര മോശമായിട്ടാണ് അത് നന്നാക്കിയെടുത്തിരുന്നത്. നോക്കിയപ്പോൾ വസ്ത്രങ്ങൾ ശരിയായി വെട്ടിയിട്ടില്ലെന്നും അലക്ഷ്യമായി തുന്നിയിരിക്കുകയാണെന്നും തനിക്കു തീരെ ചെറുതാണെന്നും അദ്ദേഹം കണ്ടു.

അദ്ദേഹം കുപിതനായി മൂത്തമകളെ കൂടാരത്തിനകത്തുനിന്നും പുറത്തേക്കെറിഞ്ഞു. വളരെ ദൂരത്തേക്കാണ് വലിച്ചെറിഞ്ഞത്.

അവൾ ഒരു മഞ്ഞുകുനയിൽ ചെന്നുവീണു. അവിടെ കിടന്ന് തണുത്തു മരവിച്ച് മരിക്കുകയും ചെയ്തു.

കാറ്റ് പൂർവ്വാധികം ശക്തിയായി ഓരിയിട്ടുകൊണ്ടിരുന്നു.

കാറ്റ് രാപകൽ ഓരിയിടുന്നതും കൊടുങ്കാറ്റ് ആഞ്ഞടിക്കുന്നതും കേട്ടു കൊണ്ട് വൃദ്ധൻ കൂടാരത്തിലിരുന്നു. അയാൾ പറഞ്ഞു:

"മൂത്ത മകൾ ഞാൻ പറഞ്ഞത് കേട്ടില്ല. ഞാൻ പറഞ്ഞതുപോലെ ചെയ്തില്ല. അതുകൊണ്ടാണ് കാറ്റിന്റെ ഓരിയിടൽ നിലയ്ക്കാത്തത്. കൊതുറ കോപിച്ചിരിക്കുകയാണ്. രണ്ടാമത്തെ മകളേ, നീ അദ്ദേഹത്തിന്റെയടുക്കൽ പോകണം."

വൃദ്ധൻ ചെറിയൊരു തെന്നുവണ്ടി ഉണ്ടാക്കി. മൂത്ത മകളോടു പറഞ്ഞ കാര്യങ്ങൾതന്നെ രണ്ടാമത്തെ മകളോടും പറഞ്ഞുകൊണ്ട് അവളെ കൊതുറയുടെ അടുത്തേക്ക് അയച്ചു. അയാൾ കൊടുങ്കാറ്റു നിലയ്ക്കുന്നതും കാത്ത് ഇളയമകളുമായി കൂടാരത്തിലിരുന്നു.

രണ്ടാമത്തെ മകൾ തെന്നുവണ്ടി കാറ്റിനെതിരെ നിർത്തിയിട്ട് മുന്നോട്ടു തള്ളി അതിന്റെ പുറകേ പോയി. നടക്കുന്നതിനിടയിൽ അവളുടെ കോട്ടിന്റെ ചരടഴിയുകയും ചെരിപ്പിൽ മഞ്ഞു കയറുകയും ചെയ്തു. അവൾക്കു വല്ലാതെ തണുത്തു. അച്ഛൻ പറഞ്ഞ കാര്യം മറന്ന് അവൾ മലയിൽ എത്തുന്നതിനുമുമ്പുതന്നെ ചെരിപ്പിനകത്തെ മഞ്ഞ് കുടഞ്ഞുകളയുകയും കോട്ടിന്റെ ചരട് കെട്ടുകയും ചെയ്തു.

അവൾ മലയുടെ ചുവട്ടിലെത്തി അതിന്റെ മുകളിൽ കയറി. കൊച്ചു കിളിയെ കണ്ടപ്പോൾ അതിനെ ആട്ടിയോടിച്ചു. പിന്നീട് തെന്നുവണ്ടിയിൽ കയറി മലഞ്ചെരുവിലൂടെ ഇറങ്ങി നേരെ കൊതുറയുടെ കൂടാരത്തിന്റെ മുമ്പിലെത്തി.

അവൾ അകത്തുകയറി തീ കത്തിക്കുകയും വയർ നിറയെ മാംസംഭക്ഷിച്ചശേഷം കൊതുറയുടെ വരവും കാത്ത് ഇരിക്കുകയും ചെയ്തു.

കൊതുറ നായാട്ടുകഴിഞ്ഞ് വന്നു. രണ്ടാമത്തെ മകളെ കണ്ടപ്പോൾ അദ്ദേഹം ചോദിച്ചു.

"എന്തിന് ഇവിടെ വന്നു?"

"അച്ഛൻ ഇങ്ങോട്ടേക്ക് അയച്ചതാണ്." രണ്ടാമത്തെ മകൾ പറഞ്ഞു.

"എന്തിനാണ് അയച്ചത്?"

“അങ്ങ് എന്നെ ഭാര്യയായി സ്വീകരിക്കാൻ വേണ്ടി.”

“എന്നാൽ പിന്നെ അവിടെ ഇരിക്കുന്നതെന്തിനാണ്?” എനിക്കു വിശക്കുന്നു. വേഗം കുറച്ചു മാംസം പാകം ചെയ്തു താ.”

മാംസം തയ്യാറായപ്പോൾ അതു പാത്രത്തിൽനിന്നു പുറത്തെടുത്ത് രണ്ടായി പകുക്കാൻ കൊതുറ അവളോടു പറഞ്ഞു.

“നമുക്കു രണ്ടുപേർക്കും കൂടി പകുതി തിന്നാം.” അദ്ദേഹം പറഞ്ഞു. “മറ്റേപ്പകുതി അക്കാണുന്ന മരക്കിണ്ണത്തിലിട്ട് അടുത്തുള്ള കൂടാരത്തിൽ കൊണ്ടു പോയി കൊടുക്കണം. അതിനകത്തു കയറണ്ട. അടുത്തു നിന്നാൽ മതി.

കിണ്ണം തിരികെ തരുന്നതുവരെ അവിടെ നിൽക്കണം.”

രണ്ടാമത്തെ മകൾ മാംസമെടുത്ത് പുറത്തിറങ്ങി. കാറ്റ് ഓരിയിട്ടുകൊണ്ടിരുന്നു. യാതൊന്നും കാണാൻ വയ്യ. കൂടുതൽ മുമ്പോട്ടു പോകാൻ ഇഷ്ടപ്പെടാതെ അവൾ മാംസം മഞ്ഞിന്റെ പുറത്തേക്ക് എറിഞ്ഞിട്ട് കുറച്ചു നേരം അവിടെ നിന്നു. പിന്നീട് കൊതുറയുടെ അടുക്കലേക്കു മടങ്ങി.

“അവർക്കു മാംസം കൊടുത്തോ?” കൊതുറ ചോദിച്ചു.

“കൊടുത്തു,” രണ്ടാമത്തെ മകൾ പറഞ്ഞു.

“നീ വേഗം പോയിവന്നല്ലോ കിണ്ണം കാണിക്ക്. മാംസത്തിനുപകരമായി അവർ നിനക്കു തന്നതെന്താണെന്നു നോക്കട്ടെ.”

രണ്ടാമത്തെ മകൾ കിണ്ണം കാണിച്ചു. കൊതുറ കാലിക്കിണ്ണത്തിൽ നോക്കി. എങ്കിലും ഒരക്ഷരം മിണ്ടാതെ ഉറങ്ങാൻ കിടന്നു. രാവിലെ കൊതുറ ഊറയ്ക്കിടാത്ത കുറെ മാൻതോൽ കൊണ്ടുവന്നു. അവളുടെ ചേച്ചിയോടു പറഞ്ഞതുപോലെ രണ്ടാമത്തെ മകളോടും വൈകുന്നേരത്തിനകം കുറച്ചു പുതിയ വസ്ത്രങ്ങൾ ഉണ്ടാക്കിവയ്ക്കാൻ പറഞ്ഞു.

“പണി തുടങ്ങിക്കൊ,” അദ്ദേഹം പറഞ്ഞു. “നിനക്കു എത്ര നന്നായി തുന്നാനറിയാമെന്ന് വൈകുന്നേരം വരുമ്പോൾ ഞാൻ നോക്കാം.”

ഇത്രയും പറഞ്ഞുകൊണ്ട് കൊതുറ നായാട്ടിനു പോയി. രണ്ടാമത്തെ മകൾ ജോലി തുടങ്ങി. അവൾക്കു വലിയ ധൃതിയായിരുന്നു. കാരണം വൈകുന്നേരത്തിനകം എങ്ങനെയെങ്കിലും പണിയെല്ലാം

തീർക്കണം. പെട്ടന്ന് തല നരച്ച ഒരു വൃദ്ധ കൂടാരത്തിനകത്തു കടന്നു വന്നു.

"കുഞ്ഞേ, എന്റെ കണ്ണിൽ ഒരു കരടുപോയി." അവർ പറഞ്ഞു. "അതൊന്ന് എടുത്തുകളയ്. എനിക്ക് തന്നെ പറ്റില്ല."

"എനിക്ക് നിങ്ങളുടെ കരടിനുവേണ്ടി സമയം കളയാനില്ല!" രണ്ടാമത്തെ മകൾ പറഞ്ഞു. "പോകൂ ഇവിടന്ന്. ഞാൻ ജോലി ചെയ്യട്ടെ."

വൃദ്ധ കൂടുതലായി ഒന്നും പറയാതെ ഇറങ്ങിപ്പോയി. രാത്രിയായതോടെ കൊതുറ നായാട്ടുകഴിഞ്ഞു മടങ്ങിവന്നു.

"എന്റെ പുതിയ വസ്ത്രങ്ങൾ തയ്യാറായോ?" അദ്ദേഹം ചോദിച്ചു.

"തയ്യാറായി." രണ്ടാമത്തെ മകൾ പറഞ്ഞു.

"ഞാൻ ഇട്ടുനോക്കട്ടെ."

"കൊതുറ വസ്ത്രങ്ങൾ ധരിച്ചു അവ മോശമായി വെട്ടിയിരിക്കുകയാണെന്നും വളരെ ചെറുതാണെന്നും വക്ക് ഏങ്കോണിച്ചിരിക്കുകയാണെന്നും അദ്ദേഹം കണ്ടു. കൊതുറ ഭയങ്കരമായി കോപിച്ചു. അദ്ദേഹം രണ്ടാമത്തെ മകളെ അവളുടെ ചേച്ചിയെ എറിഞ്ഞ അതേയിടത്തേക്ക് എറിഞ്ഞു. അവളും മരവിച്ചു മരിച്ചു.

വൃദ്ധൻ ഈ സമയത്ത് കൊടുങ്കാറ്റു ശമിക്കുന്നതും കാത്ത് ഇളയ മകളുമായി കൂടാരത്തിലിരിക്കുകയായിരുന്നു. പക്ഷേ ഫലമൊന്നുമുണ്ടായില്ല. കാറ്റ് പൂർവ്വാധികം ഉഗ്രമായി അടിച്ചുകൊണ്ടിരുന്നു. ഏതു നിമിഷവും കൂടാരം കാറ്റിൽ പറന്നു പോവുമെന്നു തോന്നി.

"എന്റെ പുത്രിമാർ ഞാൻ പറഞ്ഞത് അനുസരിച്ചില്ല." വൃദ്ധൻ പറഞ്ഞു. "അവർ കാര്യങ്ങൾ കൂടുതൽ വഷളാക്കുകയാണു ചെയ്തത്. അവർ കൊതുറയെ കോപിപ്പിച്ചിരിക്കുന്നു. എനിക്കിനി മകളായി നീ മാത്രമേയുള്ളൂ. എങ്കിലും നിന്നെ കൊതുറയുടെ അടുത്തേക്ക് അയച്ചേതീരൂ. അദ്ദേഹം നിന്നെ ഭാര്യയായി സ്വീകരിക്കുമെന്നാണ് എന്റെ പ്രതീക്ഷ, ഞാൻ നിന്നെ അയച്ചില്ലെങ്കിൽ നമ്മുടെ ആളുകൾ മുഴുവനും പട്ടിണികിടന്നു ചത്തുപോകും. അതു കൊണ്ട് മകളേ, നീ പോകാനൊരുങ്ങ്."

അവൾ പോകേണ്ടത് എങ്ങോട്ടാണെന്നും ചെയ്യേണ്ടത് എന്തെല്ലാമാണെന്നും അയാൾ പറഞ്ഞുകൊടുത്തു.

ഇളയ മകൾ കൂടാരത്തിനു പുറത്ത് വന്നു. തെന്നുവണ്ടി

കാറ്റിനെതിരെ നിർത്തിയിട്ട് ഒരു തള്ളുകൊടുത്ത് മുന്നോട്ടു നീക്കി. കാറ്റ് ഉച്ചത്തിൽ ഓരിയിടുകയും അലമുറയിടുകയും ചെയ്തുകൊണ്ടിരുന്നു. അത് ഇളയമകളെ അടിച്ചുപറത്തുമെന്നു തോന്നി. മഞ്ഞടിച്ച് കണ്ണുകാണാതായി.

എങ്കിലും ഇളയമകൾ ആയാസപ്പെട്ട് കൊടുങ്കാറ്റിലൂടെ മുന്നോട്ടു നടന്നു. അച്ഛൻ പറഞ്ഞ കാര്യങ്ങളൊന്നും അവൾ മറന്നില്ല. അവ അക്ഷരം പ്രതി അനുസരിക്കുകയാണു ചെയ്തത്. അവളുടെ കോട്ടിന്റെ ചരടഴിഞ്ഞു. പക്ഷേ അവൾ അതു കെട്ടാൻ നിന്നില്ല. ചെരുപ്പിനകത്തു മഞ്ഞു കയറി. പക്ഷേ അവൾ അതു കുടഞ്ഞുകളയാൻ നിന്നില്ല. തണുപ്പ് കലശലായിരുന്നു. കാറ്റ് ശക്തിയോടെ അടിച്ചു കൊണ്ടിരുന്നു. പക്ഷേ ഒരിടത്തും നിൽക്കാതെ അവൾ മുന്നോട്ടു പോയി. മലയുടെ ചുവട്ടിലെത്തി. അതിന്റെ മുകളിൽ കയറിയശേഷമേ അവൾ ചെരിപ്പിനകത്തെ മഞ്ഞു കുടഞ്ഞുകളയാനും കോട്ടിന്റെ ചരടു കെട്ടാനും നിന്നുള്ളൂ. ആ സമയത്ത് ഒരു കൊച്ചുകിളി പറന്നു വന്ന് അവളുടെ തോളിലിരുന്നു. ഇളയ മകൾ കിളിയെ ആട്ടിയോടിച്ചില്ല. അവൾ അതിനെ വാത്സല്യത്തോടെ തടവുകയും താലോലിക്കുകയും ചെയ്തു. കിളി പറന്നുപോയപ്പോൾ ഇളയ മകൾ തെന്നുവണ്ടിയിൽ കയറി മലഞ്ചെരിവിലൂടെ താഴോട്ടിറങ്ങി. നേരെ കൊതുറയുടെ കൂടാരത്തിന്റെ മുമ്പിലെത്തി.

അവൾ കൂടാരത്തിനകത്തു കടന്ന് അവിടെ കാത്തിരുന്നു. പെട്ടെന്ന് വാതുക്കലെ മറ പൊക്കി യുവഭീമൻ പ്രവേശിച്ചു. ഇളയ മകളെ കണ്ടപ്പോൾ അദ്ദേഹം പൊട്ടിച്ചിരിച്ചുകൊണ്ടു ചോദിച്ചു:

"നീ എന്തിന് ഇവിടെ വന്നു?"

"അച്ഛൻ അയച്ചിട്ടാണ്." ഇളയമകൾ പറഞ്ഞു.

"എന്തിനാണ് അയച്ചത്?"

"കൊടുങ്കാറ്റു നിർത്താൻ അങ്ങയോട് അപേക്ഷിക്കാൻ വേണ്ടി. അതു നിർത്തിയില്ലെങ്കിൽ ഞങ്ങളുടെ ആളുകളെല്ലാവരും മരിച്ചുപോകും."

"എന്തിനാണ് അവിടെ ഇരിക്കുന്നത്? തീ കത്തിച്ച് കുറച്ചു മാംസം പാകം ചെയ്യാത്തതെന്ത്?" കൊതുറ ചോദിച്ചു. "എനിക്ക് വിശക്കുന്നു. നിനക്കും വിശക്കുന്നുണ്ടാവും. നീ ഇവിടെ വന്നിട്ട് ഒന്നും തിന്നില്ലെന്നു കാണുന്നു."

ഇളയമകൾ വേഗം മാംസം പാകം ചെയ്ത് പാത്രത്തിൽനിന്നെടുത്ത് കൊതുറയ്ക്കു കൊടുത്തു. കൊതുറ കുറച്ചു മാംസം തിന്നിട്ട് പകുതിയെടുത്ത് അടുത്തുള്ള കൂടാരത്തിൽ കൊണ്ടുകൊടുക്കാൻ പറഞ്ഞു.

ഇളയ മകൾ കിണ്ണത്തിൽ മാംസവുമായി പുറത്തിറങ്ങി. കാറ്റ് ഉച്ചത്തിൽ ഗർജ്ജിച്ചുകൊണ്ടിരുന്നു. മഞ്ഞ് ചുഴറ്റിയടിച്ചുകൊണ്ടിരുന്നു. അവൾ എങ്ങോട്ടു പോകും? അയൽക്കാരുടെ കൂടാരം എങ്ങനെ കണ്ടു പിടിക്കും? അവൾ കുറച്ചുനേരം ആലോചിച്ചു നിന്നശേഷം എങ്ങോട്ടെന്നില്ലാതെ കൊടുങ്കാറ്റിലൂടെ നടന്നു.

പെട്ടന്ന്, മലമുകളിൽ അവളുടെയടുക്കൽ പറന്നെത്തിയ അതേ കൊച്ചുകിളി പറന്നുവന്നു. അത് അവളുടെ മുഖത്തിനടുത്ത് അങ്ങോട്ടുമിങ്ങോട്ടും പറന്നു നടന്നു. കിളിയുടെ പുറകേ പോകാൻ ഇളയ മകൾ നിശ്ചയിച്ചു. അതു പറന്നുപോയ വഴി അവൾ നടന്നു. നടന്നുനടന്ന് കുറെ ചെന്നപ്പോൾ അല്പം ദൂരെ ഒരു വശത്ത് തീപ്പൊരിപോലെ എന്തോ മിന്നുന്നതു കണ്ടു. ഇളയമകൾ ആഹ്ലാദിച്ചു. കൂടാരം അവിടെയായിരിക്കുമെന്നു കരുതി അവൾ അങ്ങോട്ടു നടന്നു. പക്ഷേ അടുത്തുചെന്നു നോക്കിയപ്പോൾ കൂടാരമാണെന്ന് താൻ ധരിച്ചത് വാസ്തവത്തിൽ വലിയൊരു മൺകൂനയാണെന്ന് അവൾക്കു മനസ്സിലായി. അതിനുള്ളിൽനിന്നും പുക ചുരുളായി മേലോട്ടുയർന്നുകൊണ്ടിരുന്നു. ഇളയമകൾ കൂനയ്ക്കു ചുറ്റും നടന്നു കാൽകൊണ്ടു തട്ടിനോക്കി. പെട്ടന്ന് അവൾ മുമ്പിലൊരു വാതിൽ കണ്ടു. തല നരച്ച ഒരു വൃദ്ധ വാതിലിൽനിന്നു തല വെളിയിലിട്ടുകൊണ്ടു ചോദിച്ചു:

“നീ ആരാണ്? എന്തിനു വന്നു?”

“അമ്മൂമ്മേ, ഞാൻ കുറച്ചു മാംസം കൊണ്ടുവന്നിട്ടുണ്ട്,” ഇളയ മകൾ പറഞ്ഞു. “ഇത് അമ്മൂമ്മയ്ക്ക് തരാൻ കൊതുറ പറഞ്ഞു.”

“കൊതുറ പറഞ്ഞെന്നോ? ശരി, ഇങ്ങോട്ടു താ. നീ ഇവിടെ പുറത്തു നിൽക്ക്.”

ഇളയ മകൾ കൂനയ്ക്ക് പുറത്തു കാത്തുനിന്നു. അവൾ വളരെ നേരം കാത്തുനിന്നു. അവസാനം വാതിൽ വീണ്ടും തുറന്നു. വൃദ്ധ തല വെളിയിലിട്ട് മരക്കിണ്ണം അവളെ ഏല്പിച്ചു. അതിനുള്ളിൽ എന്തോ ഉണ്ടായിരുന്നു. പക്ഷേ അതെന്താണെന്ന് അവൾക്കു മനസ്സിലായില്ല. അവൾ കിണ്ണവുമെടുത്തത് കൊതുറയുടെ അടുത്തേക്കു മടങ്ങി.

“ഇത്രയധികം സമയമെടുത്തതെന്താണ്?” കൊതുറ ചോദിച്ചു.

"കൂടാരം കണ്ടുപിടിച്ചോ?"

"ഉവ്വ്."

"അവർക്ക് മാംസം കൊടുത്തോ?"

"കൊടുത്തു."

"ആ കിണ്ണം താ. അതിനകത്ത് എന്താണുള്ളതെന്നു നോക്കട്ടെ."

കൊതുറ നോക്കിയപ്പോൾ കിണ്ണത്തിനുള്ളിൽ ഉരുക്കുകൊണ്ടുള്ള ഏതാനും കത്തികളും സൂചികളും ചിരണ്ടാനും നന്നാക്കിയെടുക്കാനു മുള്ള മറ്റ് ഉപകരണങ്ങളും കിടക്കുന്നതു കണ്ടു. കൊതുറ ഉച്ചത്തിൽ പൊട്ടിച്ചിരിച്ചുകൊണ്ടു പറഞ്ഞു:

"നിനക്ക് പല നല്ല സാധനങ്ങളും കിട്ടിയിട്ടുണ്ടല്ലോ. ഇവ നിനക്ക് വളരെ പ്രയോജനപ്പെടും."

കൊതുറ രാവിലെ എഴുന്നേറ്റ് കുറെ മാൻതോൽ കൂടാരത്തിൽ കൊണ്ടുവന്നു. വൈകുന്നേരത്തിനകം തനിക്കുവേണ്ടി പുതിയൊരു കോട്ടും ചെരിപ്പുകളും കയ്യുറകളും ഉണ്ടാക്കാൻ അദ്ദേഹം അവളോടു പറഞ്ഞു.

"നീ അവ നന്നായി ഉണ്ടാക്കിയാൽ ഞാൻ നിന്നെ ഭാര്യയായി സ്വീകരിക്കാം." അദ്ദേഹം പറഞ്ഞു.

കൊതുറ പോയി. ഇളയമകൾ പണി തുടങ്ങി. വൃദ്ധസമ്മാനിച്ച സാധനങ്ങൾ വളരെ പ്രയോജനപ്പെട്ടു. വസ്തുങ്ങളുണ്ടാക്കാനുള്ള എല്ലാ സാധനങ്ങളും ഇളയ മകളുടെ പക്കൽ ഉണ്ടായിരുന്നു. പക്ഷേ ഒരു ദിവ സംകൊണ്ട് എത്രത്തോളം ചെയ്യാനൊക്കും?.... അവൾ അതേപ്പറ്റി ആലോചിച്ച് സമയം കളയാതെ ആകാവുന്നത്ര ചെയ്യാൻ ശ്രമിച്ചു. അവൾ തോൽ നന്നാക്കിയെടുക്കുകയും ചിരണ്ടി വൃത്തിയാക്കുകയും വെട്ടിത്തയ്ക്കുകയും ചെയ്തു. പെട്ടന്ന് വാതുക്കലുള്ള മറ പൊക്കി തല നരച്ച ഒരു വൃദ്ധ കടന്നുവന്നു. ഇളയമകൾക്ക് ഉടൻ ആളെ മനസ്സി ലായി. തലേന്ന് താൻ മാംസം കൊണ്ടു കൊടുത്ത വൃദ്ധയായിരുന്നു അത്.

"കുഞ്ഞേ, എന്നെ സഹായിക്കൂ." വൃദ്ധ പറഞ്ഞു. എന്റെ കണ്ണിൽ ഒരു കരടു പോയി. ദയവുചെയ്തു അത് എടുത്തു കള. ഞാൻ ശ്രമിച്ചിട്ട് പറ്റുന്നില്ല."

ഇളയമകൾ വിസമ്മതം പ്രകടിപ്പിച്ചില്ല. അവൾ ജോലി മാറ്റിവച്ച്

എഴുന്നേറ്റു. താമസിയാതെ വൃദ്ധയുടെ കണ്ണിൽനിന്നു കരടെടുത്തു കളയുകയും ചെയ്തു.

"നന്നായി," വൃദ്ധ പറഞ്ഞു. "എന്റെ കണ്ണ് ഇപ്പോൾ വേദനിക്കുന്നില്ല. ഇനി എന്റെ വലതുചെവിയിൽ നോക്ക്." ഇളയ മകൾ വൃദ്ധയുടെ ചെവിയിൽ നോക്കി. അവൾ ഞെട്ടി.

"നീ എന്താണ് അവിടെ കാണുന്നത്?" വൃദ്ധ ചോദിച്ചു.

"ചെവിയിൽ ഒരു പെൺകുട്ടി ഇരിക്കുന്നു." ഇളയ മകൾ പറഞ്ഞു.

"നീ അവളെ വിളിക്കാത്തതെന്ത്?' കൊതുറയ്ക്ക് വസ്ത്രങ്ങളുണ്ടാക്കാൻ അവൾ നിന്നെ സഹായിക്കും."

ഇളയമകൾക്കു വലിയ സന്തോഷമായി. അവൾ പെൺകുട്ടിയെ വിളിച്ചു. അവളുടെ വിളി കേട്ടു. ഒന്നിനു പകരം നാലു പെൺകുട്ടികൾ വൃദ്ധയുടെ ചെവിയ്ക്കകത്തുനിന്ന് ഇറങ്ങിവന്നു. നാലു പേരും കൂടി ജോലി തുടങ്ങി. അവർ തോൽ നന്നാക്കിയെടുക്കുകയും ചിരണ്ടി വൃത്തിയാക്കുകയും വെട്ടിത്തയ്ക്കുകയും ചെയ്തു. താമസിയാതെ വസ്ത്രങ്ങൾ തയ്യാറായി. വൃദ്ധ നാലു പെൺകുട്ടികളെ വീണ്ടും ചെവിക്കുള്ളിലൊതുക്കി പുറത്തിറങ്ങിപ്പോയി.

വൈകുന്നേരം കൊതുറ നായാട്ടു കഴിഞ്ഞ് മടങ്ങിയെത്തി.

"ഞാൻ പറഞ്ഞതെല്ലാം ചെയ്തോ?" അദ്ദേഹം ചോദിച്ചു.

"ചെയ്തു." ഇളയ മകൾ പറഞ്ഞു.

"എന്റെ പുതിയ വസ്ത്രങ്ങൾ കാണട്ടെ. ഞാൻ ഇട്ടുനോക്കാം."

ഇളയമകൾ അദ്ദേഹത്തിന് വസ്ത്രങ്ങൾ കൊടുത്തു. കൊതുറ അവയെടുത്ത് മീതെക്കൂടി കയ്യോടിച്ചു. തോലിന് നല്ല മാർദ്ദവവും തൊടാൻ നല്ല സുഖവും തോന്നി. അദ്ദേഹം വസ്ത്രങ്ങൾ ധരിച്ചുനോക്കി. അവ ചെറുതായിരുന്നില്ല. വലുതുമായിരുന്നില്ല. അദ്ദേഹത്തിന് നല്ല പാകമായിരുന്നു. ഈടു നിൽക്കുന്നതുമായിരുന്നു. കൊതുറ പുഞ്ചിരിച്ചുകൊണ്ട് പറഞ്ഞു:

"കുട്ടി, എനിക്കു നിന്നെ ഇഷ്ടപ്പെട്ടു. എന്റെ അമ്മയ്ക്കും നാലു സഹോദരിമാർക്കും നിന്നെ ഇഷ്ടപ്പെട്ടു. നീ അദ്ധ്വാനശീലയാണ്, ധൈര്യവതിയാണ്. നിന്റെ ആളുകൾ നശിക്കാതിരിക്കണമെന്നു കരുതി നീ ഭയങ്കരമായ കൊടുങ്കാറ്റിനെ നേരിട്ടു. നീ എന്റെ ഭാര്യയായിരിക്ക്. ഈ കൂടാരത്തിൽ എന്റെ കൂടെ താമസിക്ക്."

ഈ വാക്കുകൾ അദ്ദേഹത്തിന്റെ വായിൽനിന്നു വീണയുടനെ തുന്ദ്രാപ്രദേശത്തെ കൊടുങ്കാറ്റ് നിലച്ചു. ആളുകൾ ഇപ്പോൾ കാറ്റിൽ നിന്ന് ഒളിക്കാൻ ശ്രമിച്ചില്ല. അവർ തണുത്തുമരവിച്ചില്ല. ഒന്നൊഴി യാതെ എല്ലാവരും തങ്ങളുടെ കൂടാരങ്ങളിൽനിന്നും പകൽവെളിച്ച ത്തേക്ക് ഇറങ്ങി വന്നു.

ബാലികയും അർദ്ധചന്ദ്രനും

ഒരു ചുക്ച്ചി നാടോടിക്കഥ

പണ്ട് ചുക്ച്ചികൾക്കിടയിൽ ഒരാളുണ്ടായിരുന്നു. അയാൾക്ക് ആകെക്കൂടി ഒരു മകളേ ഉണ്ടായിരുന്നുള്ളു. അച്ഛന്റെ ഏറ്റവും നല്ല സഹായിയായിരുന്നു അവൾ. എല്ലാ വേനലിലും അവൾ അച്ഛന്റെ മാൻ പറ്റത്തെ താവളത്തിൽനിന്നു വളരെ ദൂരെ കൊണ്ടുപേകും. എല്ലാ ശൈത്യകാലത്തും അവൾ പറ്റത്തെ കുറേക്കൂടി ദൂരെ കൊണ്ടുപോകും. ഇടയ്ക്കു വല്ലപ്പോഴും മാത്രം അവൾ ഭക്ഷണത്തിനായി മാനിനെ പൂട്ടിയ വണ്ടിയിൽ കയറി താവളത്തിലേക്കു മടങ്ങും.

ഒരു രാത്രി താവളത്തിലേക്കു പോകുമ്പോൾ അവളെ വലിച്ചുകൊണ്ടു പോകുന്ന മാൻ തല പൊക്കി ആകാശത്തേക്കു നോക്കി.

"നോക്കൂ! നോക്കൂ!" അവൻ വിളിച്ചു പറഞ്ഞു.

ബാലിക ആകാശത്തേക്കു നോക്കിയപ്പോൾ രണ്ടു റെയിൻഡിയറുകളെ പൂട്ടിയ തെന്നുവണ്ടിയിൽ കയറി അർദ്ധചന്ദ്രൻ ആകാശത്തുനിന്ന് താഴോട്ട് ഇറങ്ങിവരുന്നതു കണ്ടു.

"അയാൾ എങ്ങോട്ടു പോകുന്നു? എന്തിനു പോകുന്നു? ബാലിക ചോദിച്ചു.

"അയാൾക്ക് നിന്നെ തട്ടിക്കൊണ്ടുപോകണമെന്നാണ് ആഗ്രഹം." മാൻ പറഞ്ഞു.

ബാലിക വളരെയേറെ പരിഭ്രമിച്ചു.

"ഞാൻ എന്താണു ചെയ്യേണ്ടത്? അയാൾ വാസ്തവത്തിൽ എന്നെ തട്ടിക്കൊണ്ടുപോയെന്നു വരും!" അവൾ പറഞ്ഞു.

മാൻ ഒന്നും മിണ്ടാതെ അവന്റെ കുളമ്പുകൊണ്ട് മഞ്ഞു മാന്തിത്തുടങ്ങി. അവസാനം അവൻ ഒരു ദ്വാരമുണ്ടാക്കി.

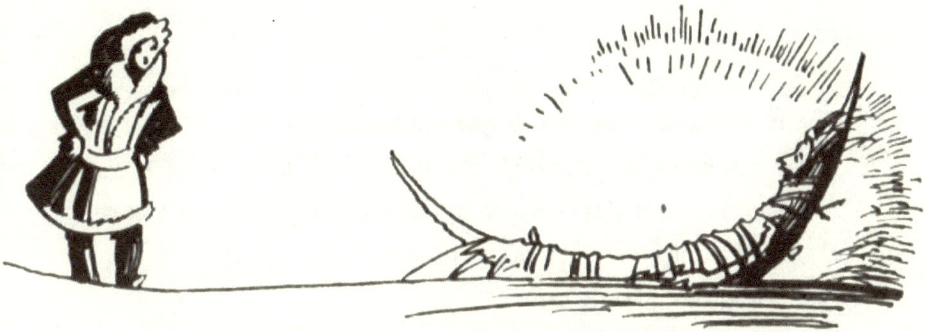

“വേഗമാകട്ടെ, ഈ ദ്വാരത്തിനകത്ത് കയറിക്കോളൂ!” അവൻ പറഞ്ഞു. ബാലികദ്വാരത്തിനുള്ളിൽ കയറി. മാൻ അവളുടെ മീതെ കാലുകൊണ്ട് മഞ്ഞു തോണ്ടിയിട്ടു. താമസിയാതെ ബാലിക അപ്രത്യക്ഷയായി. അവൾ ഇരുന്നിരുന്നിടത്ത് ഒരു മഞ്ഞുകൂന മാത്രം കാണാറായി.

അർദ്ധചന്ദ്രൻ ആകാശത്തുനിന്ന് ഇറങ്ങിവന്നു. റെയിൻഡിയറുകളെ നിർത്തി തെന്നുവണ്ടിയിൽനിന്നും ഇറങ്ങി. അയാൾ ബാലികയെ തിരക്കി അവിടെയെല്ലാം നടന്നു. പക്ഷേ കണ്ടില്ല. കൂനയുടെ അടുത്തുവന്ന് അതിന്റെ മുകളിൽ നോക്കുകപോലും ചെയ്തു. പക്ഷേ അതെന്താണെന്ന് അയാൾ ഊഹിച്ചില്ല.

“അത്ഭുതം!” അർദ്ധചന്ദ്രൻ പറഞ്ഞു. “ബാലിക എവിടെപോയി? അവളെ ഒരിടത്തും കാണുന്നില്ലല്ലൊ. ഞാൻ ഇപ്പോൾ തിരിച്ചുപോയിട്ട് പിന്നെ വരാം. അപ്പോൾ അവളെ തീർച്ചയായും കണ്ടുപിടിക്കാൻ കഴിയും. അവളെ തട്ടിക്കൊണ്ടുപോവുകയും ചെയ്യാം.” ഇങ്ങനെ പറഞ്ഞുകൊണ്ട് അയാൾ തെന്നുവണ്ടിയിൽ കയറി. റെയിൻഡിയറുകൾ അയാളേയും വഹിച്ചുകൊണ്ട് ആകാശത്തേക്കു പോയി.

അയാൾ പോയ ഉടനെ മാൻ മഞ്ഞു തോണ്ടിമാറ്റി. ബാലിക ദ്വാരത്തിനകത്തുനിന്നു പുറത്തുവന്നു.

“നമുക്കു വേഗം താവളത്തിലേക്കു പോകാം!” അവൾ പറഞ്ഞു. “അല്ലെങ്കിൽ അർദ്ധചന്ദ്രൻ എന്നെ കണ്ട് വീണ്ടും ഇറങ്ങിവരും. എനിക്ക് രണ്ടാമതൊരിക്കൽക്കൂടി അയാളിൽനിന്ന് ഒളിക്കാൻ കഴിഞ്ഞെന്നുവരില്ല.”

അവൾ തെന്നുവണ്ടിയിൽ കയറി. മാൻ അവളെ വലിച്ചുകൊണ്ട് മിന്നൽ വേഗത്തിൽ പാഞ്ഞു. താമസിയാതെ അവർ താവളത്തിലെത്തി. ബാലിക അച്ഛന്റെ കൂടാരത്തിനകത്തേക്ക് ഓടിക്കയറി. പക്ഷേ അച്ഛൻ പുറത്തു പോയിരിക്കുകയാണ്. അവളെ സഹായിക്കാൻ ആരുണ്ട്?

മാൻ പറഞ്ഞു:

"നീ ഒളിക്കണം. അർദ്ധചന്ദ്രൻ പുറകേ എത്തും."

"എവിടെ ഒളിക്കാനാണ്?" ബാലിക ചോദിച്ചു.

"ഞാൻ നിന്നെ ഒരു കല്ലോ മറ്റോ ആക്കി മാറ്റാം." മാൻ പറഞ്ഞു.

"അതു പറ്റില്ല, അയാൾ കണ്ടുപിടിക്കും."

"ഒരു ചുറ്റികയാക്കിയാലോ?"

"അതും പറ്റില്ല."

"ഒരു കമ്പാക്കിയാലോ?"

"പറ്റില്ല."

"വാതുക്കൽ തൂങ്ങിക്കിടക്കുന്ന തോലിലെ ഒരു രോമമാക്കിയാലോ?"

"പറ്റില്ല."

"പിന്നെ? എനിക്കറിയാം. ഞാൻ നിന്നെ ഒരു വിളക്കാക്കി മാറ്റാം."

"ശരി."

"എന്നാൽ കുനിഞ്ഞിരിക്കു."

ബാലിക കുനിഞ്ഞിരുന്നു. മാൻ തറയിൽ കുളമ്പുകൊണ്ട് അടിച്ചു. ബാലിക ഒരു വിളക്കായി മാറി. അതിന്റെ ഉജ്ജ്വലമായ പ്രകാശം കൂടാരം മുഴുവൻ പരന്നു.

ഈ സമയത്ത് അർദ്ധചന്ദ്രൻ ബാലികയെ അവളുടെ മാൻപറ്റത്തിനിടയിൽ തിരക്കുകയായിരുന്നു. അയാൾ താവളത്തിലേക്കു ഓടിവന്നു.

തന്റെ റെയിൻഡിയറുകളെ ഒരു കുറ്റിയിൽ കെട്ടിയശേഷം അയാൾ കൂടാരത്തിൽ കയറി. വീണ്ടും അവളെ തിരഞ്ഞുതുടങ്ങി. അയാൾ എല്ലായിടത്തും നോക്കി. പക്ഷേ അവളെ കണ്ടില്ല. കൂടാരത്തെ താങ്ങി നിർത്തിയിരിക്കുന്ന കോലുകൾക്കിടയിൽ തിരഞ്ഞു. ഓരോ പാത്രവും തോൽറേയുടെ ഓരോ രോമവും മെത്തകൾക്കിടയിലെ ഓരോ ചുള്ളിക്കമ്പും നിലത്തെ ഓരോ തരി മണ്ണും പരിശോധിച്ചു. എന്നിട്ടും ബാലികയെ കണ്ടില്ല.

അയാൾ വിളക്കിരിക്കുന്നതു ശ്രദ്ധിച്ചില്ല. കാരണം അത് ഉജ്ജ്വലമായി പ്രകാശിക്കുന്നുണ്ടായിരുന്നെങ്കിലും അർദ്ധചന്ദ്രനും അത്ര തന്നെ പ്രകാശമുണ്ടായിരുന്നു.

"അത്ഭുതം." അർദ്ധചന്ദ്രൻ പറഞ്ഞു. "അവൾ എവിടെയായിരിക്കും? എനിക്ക് ആകാശത്തേക്കു മടങ്ങിപ്പോകേണ്ടിയിരിക്കുന്നു."

അയാൾ കൂടാരത്തിൽനിന്ന് ഇറങ്ങി റെയിൻഡിയറുകളെ കെട്ടഴിച്ചു. തെന്നുവണ്ടിയിൽ കയറി പുറപ്പെടാൻ തുടങ്ങുമ്പോൾ ബാലിക വാതുക്കലുള്ള തോൽമറ പൊക്കി അരവരെ പുറത്തു കാട്ടി എത്തിനോക്കിക്കൊണ്ട് ഉച്ചത്തിൽ പൊട്ടിച്ചിരിച്ചു.

"ഞാൻ ഇവിടെയുണ്ട്! ഇവിടെയുണ്ട്!" അവൾ അർദ്ധചന്ദ്രന്റെ നേരെ വിളിച്ചു പറഞ്ഞു.

അർദ്ധചന്ദ്രൻ റെയിൻഡിയറുകളെ അവിടെ നിർത്തിയിട്ട് കൂടാരത്തിനകത്തേക്കു ഓടിക്കയറി. പക്ഷേ ബാലിക അതിനകം വീണ്ടും വിളക്കായി മാറിക്കഴിഞ്ഞിരുന്നു.

അർദ്ധചന്ദ്രൻ അവളെ അവിടെല്ലാം തിരഞ്ഞു. ഓരോ ചുള്ളിക്കമ്പും ഓരോ ഇലയും തോൽമറയിലെ ഓരോ രോമവും ഓരോ തരിമണ്ണും പരിശോധിച്ചു. പക്ഷേ ബാലികയെ കണ്ടില്ല.

ഇതെന്തത്ഭുതം! എവിടെ അവൾ? അവൾ എങ്ങോട്ടു മറഞ്ഞു? അവളെക്കൂടാതെ മടങ്ങേണ്ടിവരുമെന്നു തോന്നുന്നു.

പക്ഷേ അയാൾ കൂടാരത്തിൽനിന്ന് ഇറങ്ങി റെയിൻഡിയറുകളെ കെട്ടഴിക്കാൻ തുടങ്ങിയ ഉടനെ ബാലിക മറയ്ക്കകത്തുനിന്നും തല പുറത്തു കാട്ടി.

"ഞാൻ ഇവിടെയുണ്ട്! ഇവിടെയുണ്ട്!" അവൾ പൊട്ടിച്ചിരിച്ചുകൊണ്ട് വിളിച്ചു പറഞ്ഞു.

അർദ്ധചന്ദ്രൻ കൂടാരത്തിനകത്തേക്ക് ഓടിക്കയറി വീണ്ടും അവളെ തിരയാൻ തുടങ്ങി. അയാൾ വളരെനേരം തിരഞ്ഞു. സകലതും കീഴ്മേൽ മറിച്ചു പരിശോധിച്ചു. പക്ഷേ അവളെ കണ്ടില്ല.

അയാൾ തിരഞ്ഞുതിരഞ്ഞ് തളർന്നു. അയാളുടെ ദേഹം ശോഷിക്കുകയും ശക്തി ക്ഷയിക്കുകയും ചെയ്തു. കാലനക്കാനോ കൈ പൊക്കാനോപോലും കഴിഞ്ഞില്ല.

ബാലികയ്ക്ക് ഇപ്പോൾ അയാളോട് ഭയം തോന്നിയില്ല. അവൾ പൂർവ്വരൂപം പ്രാപിച്ച് കൂടാരത്തിനു പുറത്തേക്കു ചാടി. അർദ്ധചന്ദ്രനെ മലർത്തിയിട്ട് ഒരു കയറുകൊണ്ട് അയാളുടെ കൈകാലുകൾ വരിഞ്ഞുകെട്ടി.

"അയ്യോ!" അർദ്ധചന്ദ്രൻ ഞരങ്ങി. "നീ എന്നെ കൊല്ലുമെന്ന് എനിക്കറിയാം! എന്നാൽ കൊല്ലൂ! ശരി! എനിക്കതു വേണം! ഇതെല്ലാം എന്റെ കുറ്റമാണ്! ഞാൻ നിന്നെ ഭൂമിയിൽനിന്നു തട്ടിക്കൊണ്ടു

പോകാൻ ആഗ്രഹിച്ചു.

പക്ഷേ ഞാൻ മരിക്കുന്നതിനുമുമ്പ് എന്നെ തോൽകൊണ്ടു പുതപ്പിക്കൂ. എന്റെ ദേഹം ചൂടാകട്ടെ. എനിക്കു വല്ലാതെ തണുക്കുന്നു."

ബാലികയ്ക്ക് അത്ഭുതം തോന്നി.

"നിങ്ങൾക്ക് തണുക്കുന്നുവെന്നോ?" അവൾ ചോദിച്ചു. "അതെങ്ങിനെയാണ്? നിങ്ങൾ തുറസ്സായ ഇടത്തല്ലേ ജീവിക്കുന്നത്? നിങ്ങൾക്കു വീടില്ല, കൂടാരമില്ല. നിങ്ങൾ തുറസ്സായ ഇടത്തു കഴിയേണ്ടവനാണ്. അവിടെയാണ് നിങ്ങൾ ഇരിക്കേണ്ടത്. എന്റെ തോൽ നിങ്ങൾക്കെന്തിനാണ്!"

അപ്പോൾ അർദ്ധചന്ദ്രൻ ബാലികയോട് കേണപേക്ഷിക്കാൻ തുടങ്ങി. അയാൾ പറഞ്ഞു:

"ഞാൻ വീടില്ലാത്തവനും എന്നും അങ്ങനെ കഴിയേണ്ടവനുമായതുകൊണ്ട് ആകാശത്തിൽ അലഞ്ഞുനടക്കാനായി എന്നെ കെട്ടഴിച്ചു വിടൂ. എന്നെ നോക്കി നിന്റെ ആളുകൾക്ക് ആനന്ദിക്കാം. എന്നെ വിടൂ. ഞാൻ ഒരു ദീപക്കുറിയായി നിന്റെ ആളുകൾക്ക് തുന്ദ്രാപ്രദേശത്ത് വഴി കാട്ടിക്കൊടുക്കാം. എന്നെ വിടൂ. ഞാൻ രാത്രിയെ പകലാക്കി മാറ്റാം! എന്നെവിടൂ. ഞാൻ നിന്റെ ആളുകൾക്കുവേണ്ടി ആണ്ടളക്കാം. ഞാൻ ആദ്യം വൃദ്ധവൃഷഭചന്ദ്രനും പിന്നീട് വത്സകജനനചന്ദ്രനും പിന്നീട് ജലചന്ദ്രനും പിന്നീട് ദലചന്ദ്രനും പിന്നീട് ഊഷ്മചന്ദ്രനും പിന്നീട് കലമാൻകൊമ്പുകൾ ഉതിർക്കുന്ന ചന്ദ്രനും പിന്നീട് കാട്ടുമാനുകളുടെ പ്രേമചന്ദ്രനും പിന്നീട് പ്രഥമഹേമന്ത ചന്ദ്രനും പിന്നീട് ഹ്രസ്വദിനചന്ദ്രനുമാകാം."

"ഞാൻ നിങ്ങളെ അഴിച്ചുവിടുകയും നിങ്ങൾ വീണ്ടും ബലവാനാവുകയും നിങ്ങളുടെ കൈകാലുകൾക്കു ശക്തി വയ്ക്കുകയും ചെയ്താൽ നിങ്ങൾ എന്നെ തട്ടിക്കൊണ്ടു പോകാനായി ആകാശത്തുനിന്നും ഇറങ്ങിവരികയില്ലേ?"

"ഇല്ല! ഒരിക്കലുമില്ല! നിന്റെ അടുത്തേക്കുള്ള വഴിതന്നെ മറക്കാൻ ഞാൻ ശ്രമിക്കും. നീ അതിബുദ്ധിമതിയാണ്. ഞാനിനി ഒരിക്കലും ആകാശത്തുനിന്നു ഇറങ്ങിവരികയില്ല. എന്നെ കെട്ടഴിച്ചു വിടൂ. ഞാൻ ആകാശത്തും ഭൂമിയിലും വെളിച്ചം വീശാം.!"

ബാലിക അർദ്ധചന്ദ്രനെ അഴിച്ചുവിട്ടു. അയാൾ ആകാശത്തേക്കുയർന്നു ഭൂമിയിൽ പാലൊളി വീശി.

ബാസിൽ ഫെറ്റ് ഫ്രൂമൊസും സൂര്യന്റെ സഹോദരി ഇലാന കോസിൻസാനയും

ഒരു മോൾഡാവിയൻ നാടോടിക്കഥ

കഥ വെറും കഥയാണ്, കഴമ്പേതും അതിലില്ല.
എങ്കിലും പുകയുണ്ടെങ്കിൽ തീയില്ലാതിരിക്കില്ല.

ഒരിടത്ത് ഒരച്ഛനും അമ്മയ്ക്കും അതിസുന്ദരിയായ ഒരു മകൾ ഉണ്ടായിരുന്നു. പ്രഭാതത്തിന്റെ തേജസ്സും വസന്തത്തിലെ കാറ്റിന്റെ പ്രസരിപ്പും ഒത്തുചേർന്ന ആ പെൺകിടാവ് കരകൗശലത്തിൽ അദ്വിതീയയായിരുന്നു. അവളുടെ തിളങ്ങുന്ന കണ്ണുകളും തുടുത്ത കവിളുകളും ചുറുചുറുക്കോടെ പണിയെടുക്കുന്ന നീണ്ട വിരലുകളും ഒരിക്കൽ കണ്ടിട്ടുള്ളവർ ജീവിതകാലം മുഴുവൻ അവളെ ഓർത്തിരിക്കും. അവളെ കാണുമ്പോൾ യുവാക്കന്മാരുടെ ഹൃദയമിടിപ്പ് വർദ്ധിക്കും.

ഒരു ദിവസം പെൺകുട്ടി രണ്ടു കുടങ്ങളുമായി വെള്ളംകോരാൻ കിണറിനടുത്തേക്കു പോയി. കുടങ്ങളിൽ വെള്ളം നിറച്ചുകഴിഞ്ഞ് പെൺകുട്ടി അല്പനേരം വിശ്രമിക്കാൻ അവിടെ ഇരുന്നു. അവൾ കിണറ്റിലേക്കു നോക്കി. അതിന്റെ വക്കിൽ കുറെ ബാസിൽ ചെടികൾ വളർന്നു നില്ക്കുന്നത് അവൾ കണ്ടു. അവൾ അതു പറിച്ച് മണപ്പിച്ചു. ഉടൻതന്നെ അവൾ ഗർഭിണിയായിത്തീർന്നു.

ഈ വിവരം അറിഞ്ഞ് അച്ഛനമ്മമാർ പെൺകുട്ടിയെ ശകാരിച്ചു. ആ പെൺകിടാവിന് ജീവിതം ഒരു ശാപമായിത്തീർന്നു. വീടുവിട്ട് എങ്ങോട്ടെങ്കിലും പോകാൻ അവൾ തീരുമാനിച്ചു. ആരും അറിയാതെ അത്യാവശ്യ സാധനങ്ങളും എടുത്തുകൊണ്ട് അവൾ വീടു വിട്ടിറങ്ങി.

ഭയവും അപമാനഭാരവുംകൊണ്ട് തല കുമ്പിട്ട് ആ പെൺകിടാവ് തിരിഞ്ഞു നോക്കാതെ മുന്നോട്ടു നടന്നു. നടന്നു നടന്ന് അവൾ ഒരു കൊടുംകാട്ടിലെത്തി. അവിടെ അവൾ ഒരു ഗുഹ കണ്ടു. അതിനുള്ളിലേക്ക് ഇഴഞ്ഞു കയറി അല്പം ഉറങ്ങാൻ അവൾ തീരുമാനിച്ചു. എന്നാൽ അവൾ അകത്തു കടന്നയുടൻ മുട്ടുവരെ നീണ്ടുകിടക്കുന്ന താടിയും കൂനുമുള്ള ഒരു വൃദ്ധൻ അവളുടെ അടുത്തെത്തി.

"നീ ആരാണ്? എങ്ങനെ ഇവിടെ എത്തി?" കണ്ണുകളെ മറച്ചുകൊണ്ട് മുറ്റി വളർന്ന പുരികങ്ങൾ ഊന്നുവടികൊണ്ട് മുകളിലേക്കു തള്ളി മാറ്റിയിട്ട് വൃദ്ധൻ ചോദിച്ചു.

അതു കേട്ട് പെൺകുട്ടി തേങ്ങിക്കരഞ്ഞു. ഒടുവിൽ അവൾ നടന്നതെല്ലാം വൃദ്ധനോടു പറഞ്ഞു.

വൃദ്ധൻ നിശ്ശബ്ദനായി അവൾ പറഞ്ഞതു കേട്ടു. പിന്നീട് അയാൾ അവളെ ഒരു കല്ലിന്റെ മുകളിൽ ഇരുത്തി അവളോട് വാത്സല്യപൂർവ്വം സംസാരിച്ചു.

വെയിലേറ്റ് ചുട്ടുപൊള്ളുന്ന മണ്ണിനെ മഴ തണുപ്പിക്കുന്നതുപോലെ യുവഹൃദയങ്ങളെ ആശ്വസിപ്പിക്കാൻ വൃദ്ധവചനങ്ങൾക്ക് ഒരു പ്രത്യേക കഴിവുണ്ട്. വൃദ്ധന്റെ വാത്സല്യഭരിതമായ വാക്കുകൾ പെൺകുട്ടിയെ സമാശ്വസിപ്പിച്ചു. അവൾ ആ ഗുഹയിൽ താമസിക്കാൻ തീരുമാനിച്ചു.

അങ്ങനെ ആ വൃദ്ധനും പെൺകുട്ടിയും ഒരുമിച്ചു താമസമാക്കി- പെൺകുട്ടിയുടെ ദുഃഖഭാരം കുറഞ്ഞു. വൃദ്ധന് വാർദ്ധക്യം ദുർഭരമല്ലാതായി. എന്നും രാവിലെ മൂന്ന് ആടുകൾ ഗുഹയിലെത്തും. വൃദ്ധൻ അവയെ കറന്ന് പാലെടുക്കും. ആ പാൽ കുടിച്ച് അവർ ജീവിച്ചു.

കാലം വളരെ വേഗം കടന്നു പോയി. പെൺകിടാവു ഒരു ആൺകുട്ടിയെ പ്രസവിച്ചു. അതിസുന്ദരനായ ഒരു കുമാരനെ കണ്ട് സൂര്യൻ പോലും പുഞ്ചിരിതൂകി. വൃദ്ധന് വളരെ സന്തോഷമായി. അയാളുടെ കാലുകൾ നൃത്തം ചവിട്ടി, ഹൃദയം ഒരു യുവാവിന്റേതു പോലെ ഉല്ലാസഭരിതമായിത്തീർന്നു.

കുട്ടിക്ക് ആരോഗ്യവും ശക്തിയും ഉണ്ടാകാൻ വേണ്ടി പെറ്റുവീണ ഉടൻതന്നെ അവർ അവനെ പ്രഭാതത്തിലെ മഞ്ഞുതുള്ളികൾകൊണ്ട് കുളിപ്പിച്ചു. അവന് ആപത്തൊന്നും വരാതിരിക്കാൻ വേണ്ടി ഒരു കത്തുന്ന പന്തവും ഉരുക്കുവാളും അവന്റെ മീതെ ഉഴിഞ്ഞു. അവനെ ധീരനും സാഹസികനുമാക്കിത്തീർക്കാൻ അമ്മ അവന്റെ ചെവിയിൽ മന്ത്രം ചൊല്ലി. വൃദ്ധൻ ഗുഹയുടെ ഇരുളടഞ്ഞ മൂലകളിൽ തപ്പി താൻ ചെറുപ്പത്തിൽ ഉപയോഗിച്ചിരുന്ന വാളും വടിയും കണ്ടുപിടിച്ച് അവനു കൊടുത്തു.

അവന്റെ പേരിടീലിന് വയറുനിറയെ തിന്നാനുണ്ടായിരുന്നില്ലെങ്കിലും ഉള്ളുനിറയെ സന്തോഷമായിരുന്നു. അവർ കുട്ടിക്ക് ആയുസ്സും ആരോഗ്യവും നേർന്നു. വൃദ്ധൻ അവന് ബാസിൽ എന്നു പേരിട്ടു- അമ്മ ആ ചെടി മണപ്പിച്ചിട്ടാണല്ലോ അവൻ ജനിച്ചത്. അമ്മ അവനു രണ്ടാമതൊരു പേരുകൂടി ഇട്ടു. -ഫെറ്റ് ഫ്രൂ മൊസ്. സുന്ദരനായ യുവാവ് എന്നായിരുന്നു ആ പേരിന്റെ അർത്ഥം-അവന്റെ അമ്മയുടെ കണ്ണിൽ അവനായിരുന്നു ലോകത്തിലേക്കും സുന്ദരൻ.

വർഷങ്ങൾ പറന്നു പോയ്ക്കൊണ്ടിരുന്നു. വൃദ്ധൻ മരിച്ചു. കുട്ടി വളർന്നു. അവൻ നായാട്ടിനു പോയി വേണ്ടതെല്ലാം വീട്ടിൽ കൊണ്ടുവന്ന് അമ്മയെ ഏല്പിച്ചു പോന്നു. മകൻ വളരുന്തോറും അമ്മയുടെ ജീവിതം കൂടുതൽ സുഖ സമൃദ്ധവും സന്തുഷ്ടവുമായിക്കൊണ്ടിരുന്നു.

ബാസിൽ ഫെറ്റ്ഫ്രൂമൊസിന് പ്രായപൂർത്തിയായി. അവൻ ദൂരെയുള്ള കാടുകളിലും മേടുകളിലും വേട്ടയ്ക്കു പോയിത്തുടങ്ങി. ഓരോ തവണയും അവൻ വീട്ടിൽ നിന്ന് കൂടുതൽ ദൂരെ പൊയ്ക്കൊണ്ടിരുന്നു.

ഒരു ദിവസം ബാസിൽ ഒരു താഴ്‌വരയുടെ അടുത്തെത്തി. അവിടെ നിന്നു നോക്കിയപ്പോൾ താഴ്‌വരയിൽ അങ്ങു ദൂരെ ഒരിടത്ത്

പച്ചനിറമുള്ള ഒരു തടാകത്തിൽ സൂര്യൻ കളിച്ചുകൊണ്ടു നില്ക്കുന്നതായി അവനു തോന്നി. എന്നാൽ അടുത്തു ചെന്നപ്പോൾ അതൊരു തടാകമല്ലെന്ന് അവനു മനസ്സിലായി. പച്ചക്കാടുകളുടെ ഇടയിൽ വെട്ടിത്തിളങ്ങിക്കൊണ്ടിരുന്ന ഒരു സ്വർണ്ണക്കൊട്ടാരമായിരുന്നു അവിടെ ഉണ്ടായിരുന്നത്.

ജീവിതത്തിൽ ആദ്യമായിട്ടാണ് അവൻ അത്രമനോഹരമായ ഒരു കൊട്ടാരം കാണുന്നത്. തന്റെ വാളും വടിയും സ്ഥാനത്തുണ്ടെന്ന് തൊട്ടുനോക്കി ഉറപ്പു വരുത്തിയിട്ട് അവൻ നേരെ കൊട്ടാരത്തിനുള്ളിലേക്കു നടന്നു. കൊട്ടാരത്തിന്റെ വാതിലുകളും ജനാലകളും തുറന്ന് കിടന്നിരുന്നെങ്കിലും അവിടെയെങ്ങും ഒരൊറ്റ ജീവിപോലും ഉണ്ടായിരുന്നില്ല. ബാസിൽ മുറികൾതോറും കയറിയിറങ്ങി. അവൻ ആ കൊട്ടാരം മുഴവൻ കണ്ടിട്ട് മുറ്റത്തേക്കിറങ്ങി, ചുറ്റും നോക്കി. ഒരു ജീവിയെപ്പോലും കാണാൻ അവനു കഴിഞ്ഞില്ല. പെട്ടന്ന് മരച്ചില്ലകൾ ഒടിയുന്ന ശബ്ദം ഒരു ഇരമ്പലും കേട്ടു തുടങ്ങി. കാട്ടിനുള്ളിൽ നിന്നു ഭയങ്കാരന്മാരായ ഏഴു സർപ്പങ്ങൾ ഇറങ്ങിവന്നു. അവരുടെ രൂപം ഇങ്ങനെയായിരുന്നു;

ആടിന്റെ

തല,

കഴുതയുടെ

കുളമ്പുകൾ,

ചെന്നായുടെ

പല്ലുകൾ,

തീചിതറുന്ന

കണ്ണുകൾ.

കൈകാലുകൾ ബന്ധിച്ച മൂന്നു മനുഷ്യരെ തോളിലേറ്റിക്കൊണ്ട് അതിവേഗം അവർ നടന്നു വന്ന് കൊട്ടാരത്തിനുള്ളിൽ കയറി. ഒരു വലിയ കുട്ടകത്തിന്റെ അടിയിൽ അവർ തീ കൂട്ടി. കുട്ടകത്തിലെ വെള്ളം തിളച്ചപ്പോൾ തടവുകാരിൽ ഒരാളെ സർപ്പങ്ങൾ അതിലേക്കിട്ടു. അവൻ അവനെ തിന്നു കഴിഞ്ഞ് മറ്റു രണ്ടുപേരേയും അതുപോലെതന്നെ കുട്ടകത്തിലിട്ടു വേവിച്ചു തിന്നു.

ബാസിൽ ഫെറ്റ്ഫ്രൂ മൊസ് ഒരു വാതിലിന്റെ പിന്നിൽ ഒളിച്ചിരുന്ന് അതെല്ലാം കണ്ടു. അവന് സ്വന്തം കണ്ണുകളെ വിശ്വസിക്കാൻ കഴിഞ്ഞില്ല. തീറ്റ കഴിഞ്ഞ് സർപ്പങ്ങളിലൊന്ന് തലയുയർത്തി

നോക്കിയപ്പോൾ ബാസിൽ ഒളിച്ചുനിൽക്കുന്നതു കണ്ടു. സർപ്പം ചാടിയെണീറ്റുകൊണ്ട് വിളിച്ചു പറഞ്ഞു.

"കൂട്ടുകാരെ, മുറ്റത്തേക്കു പോകാം. കുട്ടകത്തിലിടാൻ പാകത്തിന് മറ്റൊരാൾ അവിടെ നില്പുണ്ട്."

സർപ്പങ്ങൾ ചാടിയെണീറ്റ് വാതിലിനടുത്തേക്കു പാഞ്ഞു. എന്നാൽ അവർ വാതില്പടിയിലെത്തിയപ്പോൾ ബാസിൽ വാൾ കൊണ്ടുവെട്ടി അവരുടെ തല താഴെയിട്ടു.

ഇത്തരത്തിൽ ബാസിൽ ആറു സർപ്പങ്ങളെ കൊന്നു. എന്നാൽ ഏഴാമത്തെ സർപ്പത്തെ മുറിവേല്പിക്കാൻ പോലും അവനു കഴിഞ്ഞില്ല. അവൻ സർപ്പത്തിന്റെ കഴുത്തിലും തലയിലും വെട്ടി നോക്കി, ഹൃദയത്തിലേക്കു വാൾ കുത്തിയിറക്കാൻ നോക്കി-പക്ഷേ ഫലമുണ്ടായില്ല. ഒടുവിൽ ബാസിൽ തന്റെ വടി എടുത്ത് ശക്തിയായി സർപ്പത്തിന്റെ തലയ്ക്കിട്ട് ഒരടി കൊടുത്തു. സർപ്പത്തിനു തലചുറ്റി. അവൻ പിൻവാങ്ങിത്തുടങ്ങി. ഓരോ അടിവയ്ക്കുമ്പോഴും അവന്റെ തല ചുവരിൽ ചെന്നു മുട്ടിക്കൊണ്ടിരുന്നു. അവൻ അനേകം മുറികളിലൂടെ കടന്ന് അവസാനത്തെ മുറിയിലെത്തി. ആ മുറിയുടെ തറയിലുണ്ടായിരുന്ന ഒരു രഹസ്യവാതിൽ തുറന്ന് പായലും ചിലന്തിവലയും കൊണ്ട് മൂടിയ ഒരു കോണിയിലൂടെ ഇറങ്ങിത്തുടങ്ങി. ബാസിലും പിന്നാലെ ചെന്നു. അവർ പന്ത്രണ്ടു ഇരുമ്പു വാതിലുകൾ കടന്ന് കോണിയുടെ അവസാനത്തെ പടിയിലെത്തി. പിൻവാങ്ങാൻ ഇടമില്ലാത്ത സർപ്പം ഭയന്നു വിറച്ച് ഭിത്തിയോടു ചേർന്നു നിന്നു.

എന്നാൽ ബാസിൽ ആ സർപ്പത്തെ ഉപദ്രവിച്ചില്ല. അവൻ വാതിലിനും പുറത്തു കടന്ന് വാതിൽ പുറത്തുനിന്ന് സാക്ഷയിട്ടു. ബാസിൽ കോണികയറിത്തുടങ്ങി. കടന്നു വന്ന പന്ത്രണ്ടുവാതിലുകളും അവൻ പുറത്തുനിന്നടച്ച് സാക്ഷയിടുകയും ഏറ്റവും അവസാനത്തെ വാതിൽ പൂട്ടി അതിന്റെ താക്കോൽ തന്റെ പോക്കറ്റിലിടുകയും ചെയ്തു. അനന്തരം ഒരു നല്ല കാര്യം ചെയ്തു എന്ന ചാരിതാർത്ഥ്യത്തോടെ അവൻ വീട്ടിലേക്കു മടങ്ങി.

ആഹ്ലാദഭരിതനായി ഗുഹയിൽ മടങ്ങിയെത്തി ബാസിൽ അമ്മയെ വിളിച്ച് ഇങ്ങനെ പറഞ്ഞു:

"അമ്മേ, ഞാൻ മനോഹരമായ ഒരു കൊട്ടാരം കണ്ടുപിടിച്ചു. ഇനി നമുക്ക് അങ്ങോട്ടു താമസം മാറ്റാം."

അമ്മയ്ക്ക് ബഹുസന്തോഷമായി, അമ്മയും മകനും ഗുഹവിട്ട് സ്വർണ്ണക്കൊട്ടാരത്തിൽ താമസം തുടങ്ങി.

ബാസിൽ അമ്മയോടു പറഞ്ഞു:

"ഈ കൊട്ടാരം മുഴുവൻ നമ്മുടേതാണ്. എന്നാൽ അവസാനത്തെ മുറിയുടെ വാതിൽ അമ്മ ഒരിക്കലും തുറക്കാൻ പാടില്ല. അവിടെ ഒരു സർപ്പം താമസിക്കുന്നുണ്ട്."

"ഞാൻ അത് ഒരിക്കലും തുറക്കുകയില്ല," അമ്മ വാക്കുകൊടുത്തു. "നിന്നെ തിന്നാൻ ശ്രമിച്ച സർപ്പമാണ് അതിനുള്ളിൽ കിടക്കുന്നത്. അതു കൊണ്ട് ഞാൻ ആ വാതിൽ എപ്പോഴും പൂട്ടിയിടാം."

അമ്മ മകന്റെ കൈയിൽനിന്ന് താക്കോൽ വാങ്ങി ഒരു തുവാലയിൽ പൊതിഞ്ഞ് മറ്റാരും കാണാത്ത ഒരു സ്ഥലത്ത് ഒളിപ്പിച്ചു വച്ചു.

മേഘങ്ങളിൽ നിന്നു പൊഴിഞ്ഞു വീഴുന്നതുപോലെ സർവ്വ ഐശ്വര്യങ്ങളും അമ്മയുടേയും മകന്റേയും മേൽ ചൊരിഞ്ഞുകൊണ്ടിരുന്നു. അവർ താമസിച്ച കൊട്ടാരവും ചുറ്റുമുള്ള ഉദ്യാനവും അതിമനോഹരമായിരുന്നു. കാട്ടിൽ മൃഗങ്ങൾക്കു യാതൊരു ക്ഷാമവും ഉണ്ടായിരുന്നില്ല.

ഇങ്ങനെ ഒന്നോ രണ്ടോ അല്ല അനേകം വർഷങ്ങൾ കടന്നുപോയി.

എന്നാൽ വസന്തം പെട്ടന്ന് ഗ്രീഷ്മത്തിന്റെ ചൂടു കൊണ്ടുവരുന്നതുപോലെ കൊടുങ്കാറ്റ് ഭൂമിയിലേക്ക് പൊടുന്നനെ ഇറങ്ങിവന്ന് സർവ്വതും നശിപ്പിക്കാൻ ശ്രമിക്കാറുണ്ട്.

ഏഴു സർപ്പങ്ങളും മറ്റൊരു രാജ്യത്തുനിന്ന് വന്നവരായിരുന്നു. ക്ലോയാന്ത്സ എന്നു പേരുള്ള ഒരു ദുർമന്ത്രവാദിനിയാണ് അവരെ വളർത്തിയിരുന്നത്. വേണ്ടിവന്നാൽ ഒറ്റ നോട്ടം കൊണ്ട് ഭൂമി മുഴുവൻ ദഹിപ്പിക്കാൻ ക്ലോയാന്ത്സക്കു കഴിയും. ക്ലോയാന്ത്സ വളരെക്കാലം സർപ്പങ്ങൾ തിരിച്ചു വരുന്നതും കാത്തിരുന്നു. ഒടുവിൽ ആശങ്ക അവളെ പിടികൂടി. അവൾ സർപ്പങ്ങളെ തിരക്കി സ്വർണ്ണക്കൊട്ടാരത്തിലേക്കു പുറപ്പെട്ടു.

തന്റെ സുഹൃത്തുക്കൾക്കു അപകടം പിണഞ്ഞതറിഞ്ഞ് മന്ത്രവാദിനി മാറത്തടിച്ചു കരഞ്ഞു. പിന്നീട് അവൾ കലിതുള്ളിക്കൊണ്ട് ബാസിലിന്റെ അമ്മയുടെമേൽ ചാടി വീണ് ബലാല്ക്കാരമായി താക്കോൽ പിടിച്ചു പറിച്ചു. ബാസിലിന്റെ അമ്മയെ അവൾ സർപ്പം കിടന്നിരുന്ന ഇരുട്ടറയിൽ കൊണ്ടു ചെന്നിട്ടിട്ട് സർപ്പത്തെ മോചിപ്പിച്ചു. പന്ത്രണ്ടു വാതിലുകളും അടച്ചു സാക്ഷയിട്ടിട്ട് അവൾ സർപ്പത്തേയും കൂട്ടിക്കൊണ്ട് മുകളിൽ വന്നു.

മന്ത്രവാദിനിയും സർപ്പവും ഒരിടത്തിരുന്ന് ബാസിലിനോട്

പകവീട്ടേണ്ടതെങ്ങിനെയെന്ന് ആലോചന തുടങ്ങി.

"നീ അവനെ ദ്വന്ദയുദ്ധത്തിന് വിളിക്കണം." മന്ത്രവാദിനി പറഞ്ഞു.

"അതു വേണ്ട. എനിക്കു പേടിയാണ്." സർപ്പം മറുപടി പറഞ്ഞു.

"അവന് എന്നേക്കാൾ പതിന്മടങ്ങ് ശക്തിയുണ്ട്. അവന് തിരിച്ചുവരുന്നതിനു മുമ്പ് നമ്മൾ സ്ഥലം വിടുന്നതാണ് നല്ലത്. അവൻ വന്നാൽ നമ്മെ വെറുതെ വിടുകയില്ല."

"അങ്ങനെയാണെങ്കിൽ ഞാൻ ഒരു സൂത്രം പ്രയോഗിക്കാം." മന്ത്രവാദിനി പറഞ്ഞു. "അവനെ ഞാൻ രാപകൽ അലട്ടും. ഒടുവിൽ മരണമാണ് ഭേദമെന്ന് അവനു തോന്നും."

അവൾ സർപ്പത്തെ ഒരിടത്ത് ഒളിപ്പിച്ചു. പിന്നീട് ബാസിലിന്റെ അമ്മയുടെ വേഷത്തിൽ അവനെ കാത്തിരുന്നു.

രണ്ടു പകലും രണ്ടു രാത്രിയും കഴിഞ്ഞ് ബാസിൽ കാട്ടിൽനിന്ന് മടങ്ങിയെത്തി. അവൻ വരുന്നതു കണ്ടയുടൻ മന്ത്രാവാദിനി മൂടിപ്പുതച്ചു കിടന്ന് ഒരു രോഗിയെപ്പോലെ ഞരങ്ങിത്തുടങ്ങി.

"എന്റെ മോനെ, നീ ഒരിക്കലും മടങ്ങി വരില്ലെന്ന് ഞാൻ വിചാരിച്ചു. "അവൾ പറഞ്ഞു. "ഇവിടെ ഞാൻ സുഖമില്ലാതെ ഒറ്റയ്ക്കു കിടന്നുതുടങ്ങിയിട്ട് നേരം കുറേയായി. വേദനകൊണ്ടു ഞാൻ കിടന്നു പുളയുകയാണ്. പക്ഷേ സഹായിക്കാൻ ആരുമില്ല. പോയി കുറച്ചു പക്ഷിപ്പാൽ കൊണ്ടുവരൂ. ഒരു തുള്ളി പക്ഷിപ്പാൽകൊണ്ട് എന്റെ രോഗം മാറ്റാം."

ഈ വാക്കുകൾ കേട്ടപ്പോൾ ബാസിൽ അത്യന്തം ദുഃഖിതനായി. കഴിയുന്നതും വേഗം താൻ പക്ഷിയുടെ പാലുമായി തിരിച്ചെത്താമെന്ന് ക്ലൊയാന്ത്സയോടു പറഞ്ഞിട്ട് അവൻ ഒരു മൊന്തയുമെടുത്തുകൊണ്ട് അവിടുന്നിറങ്ങി.

അവൻ കുന്നുകളും താഴ്‌വരകളും താണ്ടി വളരെ ദൂരെ എത്തി. ഒടുവിൽ പൊക്കമുള്ള മതിലുകളാൽ ചുറ്റപ്പെട്ട ഒരു വീടിന്റെ മുമ്പിലെത്തിയപ്പോൾ അവൻ നടപ്പു നിർത്തി പടിവാതിലിൽ മുട്ടി. അപ്പോൾ അകത്തു നിന്ന് ഒരു പെൺകിടാവ് ഇങ്ങനെ വിളിച്ചു പറഞ്ഞു:

"നിങ്ങൾ ഒരു നല്ല മനുഷ്യനാണെങ്കിൽ അകത്തു വരൂ. ചീത്ത മനുഷ്യനാണെങ്കിൽ കടന്നു പോകൂ, അല്ലെങ്കിൽ എന്റെ പട്ടികൾ നിങ്ങളെ കടിച്ചു കീറും."

"ഞാനൊരു നല്ല മനുഷ്യനാണ്." എന്ന് ബാസിൽ ഫെറ്റ് ഫ്രൂ

മൊസ് പറഞ്ഞയുടൻ ഗെയിറ്റ് തുറക്കപ്പെട്ടു. ചന്തമുള്ള ഒരു വീട് അവൻ കണ്ടു. അതിന്റെ വാതിലുകളും ജനലുകളും തുറന്നു കിടന്നു.

"നമസ്ക്കാരം." ബാസിൽ പറഞ്ഞു.

"നമസ്ക്കാരം." പെൺകുട്ടി പ്രത്യഭിവാദ്യം ചെയ്തു. ആ പെൺകുട്ടി അതിസുന്ദരിയായിരുന്നു. അവളുടെ മുമ്പിൽ സൂര്യനും ചന്ദ്രനും നിഷ്പ്രഭങ്ങളാണെന്നു തോന്നി.

ബാസിൽ പറഞ്ഞു:

"ഞാൻ വളരെ ദൂരം നടന്നാണ് ഇവിടെ എത്തിയത്. ഇനി എനിക്ക് അതിൽക്കൂടുതൽ ദൂരം നടക്കാനുമുണ്ട്. ഇന്നു രാത്രി ഇവിടെ വിശ്രമിക്കാൻ ദയവുചെയ്ത് എന്നെ അനുവദിക്കൂ."

"അങ്ങനെയാകാം," പെൺകുട്ടി പറഞ്ഞു. അവൾ അവനെ ഒരു പരവതാനിയിൽ ഇരുത്തി സ്വാദുള്ള ഭക്ഷണപാനീയങ്ങൾ വിളമ്പി. അവർ ഒരുമിച്ചിരുന്ന് വളരെ നേരം സംസാരിച്ചു. താൻ വീട്ടിൽനിന്ന് ഇത്ര അകലെ വന്നതെന്തിനാണെന്ന് ബാസിൽ പെൺകുട്ടിയോടു പറഞ്ഞു.

"പക്ഷിയുടെ പാൽ എവിടെ കിട്ടുമെന്ന് നിനക്കറിയാമോ?" അവൻ പെൺകുട്ടിയോടു ചോദിച്ചു.

"ഞാൻ അങ്ങനെയൊരു സാധനത്തെപ്പറ്റി കേട്ടിട്ടേയില്ല. പക്ഷേ നിങ്ങൾ ഒരു നല്ല മനുഷ്യനായതുകൊണ്ട് ഞാൻ അതെപ്പറ്റി അന്വേഷിക്കാം എന്റെ സഹോദരനായ ഉജ്ജ്വലസൂര്യന് എല്ലാ കാര്യങ്ങളും അറിയാം."

യാത്രകൊണ്ട് ക്ഷീണിച്ചിരുന്ന ബാസിൽ ഫെറ്റ്ഫ്രൂ മൊസിന് കിടക്കാനുള്ള മുറി കാണിച്ചുകൊടുത്തിട്ട് ഇലാന കോസിൻസാന സഹോദരന്റെ അടുത്തേക്കു പോയി. പക്ഷിപ്പാൽ എവിടെ കിട്ടുമെന്ന് അവൾ സഹോദരനോടു ചോദിച്ചു.

"വളരെ ദൂരെയുള്ള ചെമ്പുമലകൾക്കപ്പുറത്തേ അതുള്ളൂ." സൂര്യൻ അനിയത്തിയോടു പറഞ്ഞു. "അനേകം ആഴ്ചകൾ വേണം അവിടെ എത്താൻ. അവിടെ ചെന്നാൽത്തന്നെ പാലുള്ള പക്ഷിയെ പിടിക്കാൻ സാധിക്കയില്ല. അത് ഒരു രാക്ഷസപ്പക്ഷിയാണ്. ആരെങ്കിലും ആ വഴി ചെന്നാൽ അത് അവരെ പിടിച്ചുകൊണ്ടുപോയി പക്ഷിക്കുഞ്ഞുങ്ങൾക്കു തിന്നാൻ കൊടുക്കും."

ബാസിൽ ഫെറ്റ്ഫ്രൂ മൊസിന് വരാൻ പോകുന്ന ആപത്തിനെപ്പറ്റി ഓർത്ത് സൂര്യന്റെ സഹോദരിയായ ഇലാന കോസിൻസാന

ദുഃഖിതയായി. താൻ അവനെ സഹായിക്കാനാണ ശ്രമിക്കുന്നതെങ്കിലും അത് അവന്റെ മരണത്തിനിടയാക്കുമെന്ന് അവൾ ഭയന്നു. പിറ്റേന്നു രാവിലെ ഇലാന ലായത്തിൽ നിന്ന് പന്ത്രണ്ടു ചിറകുകളുള്ള ഒരു കുതിരയെ പുറത്തേക്കിറക്കിക്കൊണ്ട് ബാസിലിനോടു പറഞ്ഞു:

"നല്ല മനുഷ്യാ, ഇതാ, ഈ കുതിരയെ എടുത്തു കൊള്ളൂ. ഇവൻ നിങ്ങളെ സഹായിക്കുകയും ആപത്തിൽ നിന്നു രക്ഷിക്കുകയും ചെയ്യും. കാര്യം സാധിച്ചാലും ഇല്ലെങ്കിലും നിങ്ങൾ തിരിച്ച് ഈ വഴി വരുമ്പോൾ എന്റെ വീട്ടിൽ കയറണം."

സുന്ദരിയും ഉദാരമതിയുമായ ആ പെൺകുട്ടിയുടെ കാൽച്ചുവട്ടിൽ തന്റെ ഹൃദയം അർപ്പിക്കാൻ തയ്യാറായിരുന്ന ബാസിൽ ഫെറ്റ് ഫ്രൂമൊസ് അവളോട് നന്ദി പറഞ്ഞിട്ട് കുതിരപ്പുറത്തു കയറി യാത്ര പുറപ്പെട്ടു.

കുന്നുകൾ താണ്ടി

കുഴികൾ താണ്ടി

കാടുകൾ താണ്ടി

മേടുകൾ താണ്ടി

അവൻ മുന്നോട്ടു പോയി.

ഒടുവിൽ ദൂരെ ചെമ്പുകൊണ്ടുണ്ടാക്കപ്പെട്ട ഒരു കോട്ട മതിൽ നില്ക്കുന്നത് അവൻ കണ്ടു. അടുത്തു ചെല്ലുന്തോറും അതിന്റെ പൊക്കം വർദ്ധിച്ചുകൊണ്ടിരുന്നു. അതൊരു കോട്ടമതില്ല ഒരു മഹാപർവ്വതത്തിന്റെ പാർശ്വമാണെന്ന് ബാസിലിനു മനസ്സിലായി. ആ പർവ്വതത്തിന്റെ കൊടുമുടികൾ ആകാശം മുട്ടെ നിന്നിരുന്നു. ബാസിൽ മുകളിലേക്കു നോക്കി. അവിടെ കാർമേഘങ്ങൾ പോലുള്ള വലിയ കറുത്ത ചിറകുകൾ വിരിച്ച് ഒരു പക്ഷി വട്ടം കറങ്ങിക്കൊണ്ടിരുന്നു. അല്പ സമയം കഴിഞ്ഞ് അത് അപ്രത്യക്ഷമായി.

ബാസിൽ കുതിരയെ മലമുകളിലേക്ക് ഓടിച്ചു. കുതിര കുതിച്ച് പർവ്വതത്തിന്റെ കൊടുമുടിയിൽ ചെന്നു നിന്നു. ബാസിൽ ചുറ്റും നോക്കി. ചെമ്പുകമ്പികൾ കൊണ്ട് മെനഞ്ഞെടുത്ത അനേകം വലിയ പക്ഷിക്കൂടുകൾ അവിടെ ഉണ്ടായിരുന്നു. രാക്ഷസപ്പക്ഷിയുടെ കുഞ്ഞുങ്ങൾ വിശന്നു നിലവിളിച്ചുകൊണ്ട് ആ കൂടുകളിലിരിക്കുന്നത് അവൻ കണ്ടു. പക്ഷിക്കുഞ്ഞുങ്ങൾക്ക് ഒരോന്നിനും ഒരു കാളയുടെ വലിപ്പമുണ്ടായിരുന്നു.

ബാസിൽ ഫെറ്റ്ഫ്രൂമൊസിന് ഒരു പാറയുടെ വിടവിൽ ഒളിക്കാൻ

കഷ്ടിച്ച സമയം കിട്ടിയതേയുള്ളൂ, അപ്പോഴേക്കും തള്ളപക്ഷി തിരിച്ചു വന്നു. അത് ഓരോകൂട്ടിലും പറന്ന്ചെന്ന് കുഞ്ഞുങ്ങൾക്ക് പാലുകൊടുത്തു. ബാസിൽ ഒളിച്ചിരുന്ന വിടവിനടുത്തുള്ള കൂട്ടിൽ അതെത്തിയപ്പോൾ അവൻ മൊന്ത നീട്ടിപ്പിടിച്ചു. കുറച്ചു പാൽ അതിൽ വീണു. അവൻ അതുമായി കുതിരപ്പുറത്തു ചാടിക്കയറി കുതിരയെ പറപ്പിച്ചു. പക്ഷി അവന്റെ പിന്നാലെ പറന്നു ചെന്നെങ്കിലും അതിന് ഒരു ജോടി ചിറകുകളേ ഉണ്ടായിരുന്നുള്ളൂ. കുതിരയ്ക്ക് ആറു ജോടി ചിറകുകളുണ്ടായിരുന്നതുകൊണ്ട് പക്ഷിക്ക് ബാസിലിന്റെ ഒപ്പമെത്താൻ കഴിഞ്ഞില്ല.

കുന്നുകൾ താണ്ടി

കുഴികൾ താണ്ടി

കാടുകൾ താണ്ടി

മേടുകൽ താണ്ടി

ബാസിൽ മുന്നോട്ടു പോയി.

ഒടുവിൽ അവൻ ഇലാന കോസിൻസാനയുടെ വീട്ടിലെത്തി. ഇലാന അയാളെ സന്തോഷത്തോടെ സ്വീകരിക്കുകയും അന്നു രാത്രി അവിടെ താമസിച്ചു വിശ്രമിച്ചിട്ട് പോയാൽ മതിയെന്ന് പറയുകയും ചെയ്തു.

ബാസിൽ ഭക്ഷണം കഴിച്ച് ഉറങ്ങാൻ കിടന്നു. എന്നാൽ വരാനിരിക്കുന്നതെന്തെന്ന് അറിയാമായിരുന്ന ഇലാന പക്ഷിയുടെ പാലെടുത്തു മാറ്റിയിട്ട് പകരം ആ മൊന്തയിൽ കുറച്ചു പശുവിൻപാൽ ഒഴിച്ചു വച്ചു.

പിറ്റേന്നു രാവിലെ ബാസിൽ എഴുന്നേറ്റ് മൊന്ത കൈയിലെടുത്തു.

“സോദരീ, നീ എന്നെ വളരെ സഹായിച്ചു.” അവൻ ഇലാനയോടു പറഞ്ഞു. “നിന്റെ ഔദാര്യം കൊണ്ട് ഞാൻ വേണ്ടത്ര വിശ്രമിച്ചു. എന്റെ ക്ഷീണം മാറി. ഇനി ഞാൻ പോകട്ടെ. എന്റെ അമ്മ എന്നെ കാത്തിരിക്കുകയാണ്.”

ഇലാന അതിന് ഇങ്ങനെയാണു മറുപടി പറഞ്ഞത്.

“ധീരനായ യുവാവേ, പോകാൻ സമയമായെങ്കിൽ പോകൂ. നിങ്ങളുടെ യാത്ര സുഗമമായിരിക്കട്ടെ! എന്നാൽ എപ്പോഴെങ്കിലും തിരിച്ചു വന്ന് എന്നെ സന്ദർശിക്കണം.”

ബാസിൽ ഇലാനയോടു യാത്രപറഞ്ഞിറങ്ങി. അവൻ തന്റെ കൊട്ടാരത്തിനടുത്തെത്തി. അവൻ വരുന്നതു കണ്ടയുടൻ ക്ലൊയാന്ത്സ നിരാശകൊണ്ട് ഞെരിപിരികൊണ്ടു. അവൾ മൂടിപ്പുതച്ചു

കിടന്ന് ഞരങ്ങുകയും മൂളുകയും ചെയ്തു തുടങ്ങി,

ബാസിൽ മുറിയിലെത്തിയ ഉടൻ അവൾ പറഞ്ഞു:

"നീ തിരിച്ചു വന്നത് എത്ര നന്നായി! ഞാൻ കാത്തിരുന്ന മട്ടുത്തു! നീ പക്ഷിപ്പാൽ കൊണ്ടുവന്നിട്ടുണ്ടോ!"

"ഉണ്ട്," എന്നു പറഞ്ഞുകൊണ്ട് ബാസിൽ മൊന്ത നീട്ടി.

ക്ലൊയാന്ത്സ് പാൽ മുഴുവൻ ഒറ്റവലിക്കു കുടിച്ചുതീർത്തു.

"എന്റെ പൊന്നുമോനെ നിനക്കു നന്ദി, എനിക്കിപ്പോൾ വളരെ ആശ്വാസമായി." എന്നു പറഞ്ഞിട്ട് അവൾ ഉറങ്ങിയതുപോലെ കണ്ണടച്ചു കിടന്നു. എന്നാൽ അവൾ ഉറങ്ങുകയായിരുന്നില്ല. ബാസിൽ ഫെറ്റ്ഫ്രൂ മൊസിനെ ഇനി എങ്ങോട്ടയച്ചാലാണ് അവൻ മടങ്ങി വാരാതിരിക്കുന്നതെന്നാലോചിച്ചുകൊണ്ട് അവൾ കിടന്നു. പെട്ടന്ന് അവൾ ഭയങ്കര വേദന കൊണ്ടെന്നപോലെ വീണ്ടും ഞരങ്ങിത്തുടങ്ങി.

"എന്റെ പൊന്നുമോനെ! എനിക്കു വേദന സഹിക്കാൻമേല. ഒരു കാട്ടുപന്നിയുടെ ഇറച്ചി തിന്നാൽ ഇതു മാറുമെന്ന് ഞാൻ സ്വപ്നം കണ്ടു."

"ഞാൻ ഉടൻതന്നെ പോയി അതു കൊണ്ടുവരാം. അമ്മയുടെ അസുഖം എങ്ങനെയെങ്കിലും മാറണമെന്ന ഒരേ ഒരാഗ്രഹമേ എനിക്കുള്ളൂ." ബാസിൽ പറഞ്ഞു.

അവൻ വീണ്ടും കുതിരപ്പുറത്തു കയറി അതിവേഗം സഞ്ചരിച്ചു. ഒടുവിൽ അവൻ ഇലാന കൊസിൻസാനയുടെ വീട്ടിൽ എത്തിച്ചേർന്നു.

"ഞാൻ അകത്തു വന്നോട്ടെ, ഇലാന". അവൻ ചോദിച്ചു.

"വരൂ, വരൂ," അവൾ പറഞ്ഞു.

ബാസിൽ അകത്തു കടന്നിരുന്നു. തന്റെ യാത്രയുടെ ഉദ്ദേശ്യം അവൻ അവളെ അറിയിച്ചു.

"എവിടെയാണ് കാട്ടുപന്നിയുള്ളതെന്ന് പറഞ്ഞു തരാമോ? അവൻ ചോദിച്ചു. "അമ്മയ്ക്ക് വീണ്ടും സുഖക്കേടാണ്. കാട്ടുപന്നിയുടെ മാംസം തിന്നാൽ അതു ഭേദമാകുമെന്ന് അമ്മ പറഞ്ഞു."

"ഇവിടെ ഇരുന്ന് നിങ്ങൾ അല്പം വിശ്രമിക്കൂ." ഇലാന പറഞ്ഞു."ഇന്നു വൈകിട്ട് ഞാൻ എന്റെ ജ്യേഷ്ഠനായ ഉജ്ജ്വല സൂര്യനെ കാണാൻ പോകുന്നുണ്ട്. അപ്പോൾ ഞാൻ ഇക്കാര്യം ചോദിക്കാം. ചേട്ടന് തീർച്ചയായും അതറിയാമായിരിക്കും. ചേട്ടന്റെ

വാസസ്ഥലത്തുനിന്ന് നോക്കിയാൽ കാണാൻ പാടില്ലാത്തതായി ഒന്നുമില്ല."

ബാസിൽ ഫെറ്റ്ഫ്രൂ മൊസ് ഉറങ്ങാൻ കിടന്നു. ഇലാന സഹോദരനായ ഉജ്ജ്വലസൂര്യനെ കാണാൻ പോയി.

"കാട്ടുപന്നികൾ എവിടെയാണുള്ളതെന്ന് അറിയാമോ?" അവൾ ചോദിച്ചു.

"വടക്കു വടക്ക് ഒരിടത്ത് പച്ചപ്പാടങ്ങളുടേയും പൂമരത്തോപ്പുകളുടേയും അപ്പുറത്ത് ഒരു ഘോരവനമുണ്ട്. അവിടെ കാണും", സൂര്യൻ മറുപടി പറഞ്ഞു.

"അവയിലൊന്നിനെ പിടിക്കാൻ എന്താണു മാർഗ്ഗം?"

"ഒരു മാർഗ്ഗവുമില്ല, അനിയത്തി. സീഡർമരങ്ങൾ തിങ്ങിവളരുന്ന ആ കാട്ടിലേക്ക് സൂര്യരശ്മികൾക്കു പോലും കടക്കാൻ കഴിയുകയില്ല. പിന്നെങ്ങനെ മനുഷ്യൻ കടക്കും? ഞാൻ തന്നെ അവയെ കാണുന്നത് നട്ടുച്ചയ്ക്കു അവ പുറത്തുവന്ന് ചതുപ്പിൽ കളിക്കാനിറങ്ങുമ്പോഴാണ്. അവയുടെ തേറ്റകൾക്കു നല്ല മൂർച്ചയാണ്. അടുത്തു ചെല്ലുന്നവരെ അവ അറുത്തു മുറിക്കും."

ഇലാന ഈ വിവരം ബാസിലിനെ അറിയിച്ചു. എങ്ങോട്ടു പോകണമെന്നും എന്തപകടമാണ് തന്നെ കാത്തിരിക്കുന്നതെന്നും മനസ്സിലാക്കിക്കൊണ്ട് ബാസിൽ കുതിരപ്പുറത്തു കയറി യാത്ര തിരിച്ചു. കുന്നുകൾ താണ്ടി, കുഴികൾ താണ്ടി, കാട്ടുകൾ താണ്ടി, മേട്ടുകൾ താണ്ടി, പച്ച പാടങ്ങളും പൂമരത്തോപ്പുകളും താണ്ടി കുതിര അന്ധകാര നിബിഡമായ ഒരു ഘോര വനത്തിനടുത്തെത്തി. ബാസിൽ വനത്തിനുള്ളിലേക്ക് കുതിരയെ പായിച്ചു. അവിടെ കൂറ്റാകുറ്റിരുട്ടായിരുന്നു. അവന്റെ പന്ത്രണ്ടു ചിറകുകളുള്ള കുതിര ആകാശത്തിലേക്കുയർന്നു. കാടിന്റെ അതിരിലുണ്ടായിരുന്ന ചതുപ്പ് ബാസിൽ കണ്ടു. നേരം ഉച്ചയോടടുത്തിരുന്നു. കാട്ടുപന്നികൾ ഉറക്കെ മുക്രയിട്ടുകൊണ്ട് ചതുപ്പിനടുത്തേക്ക് ഓടിവരുന്നത് ബാസിലിന്റെ ദൃഷ്ടിയിൽപ്പെട്ടു.

പ്രായമധികമാകാത്ത തടിച്ചുകൊഴുത്ത ഒരു കാട്ടുപന്നിയെ അവൻ കണ്ടുവച്ചു. പെട്ടന്ന് താണുവന്ന് അതിനെ റാഞ്ചി കുതിരപ്പുറത്തു വച്ചിട്ട് അവൻ അതിവേഗം കുതിരയോടിച്ചു പോയി. എന്നാൽ മറ്റു കാട്ടുപന്നികൾ അതു കൊണ്ട് അവന്റെ പിന്നാലെ പാഞ്ഞു. കുതിര വായുവേഗത്തിൽ പറന്നില്ലായിരുന്നെങ്കിൽ അവ തേറ്റകൾകൊണ്ട് അവനെ കഷ്ണം കഷ്ണമാക്കുമായിരുന്നു. കാട്ടുപന്നികളിൽ നിന്ന് രക്ഷപ്പെട്ട സന്തോഷംകൊണ്ട് കുതിര നൃത്തം ചവിട്ടി. ബാസിൽ

ഒരു പാട്ടു മൂളി.

തിരിച്ചുപോകും വഴി അവൻ മുമ്പത്തെപ്പോലെ ഇലാനയുടെ വീട്ടിൽ കയറി. അവൻ ആഹാരം കഴിച്ചിട്ട് ഉറങ്ങാൻ കിടന്നപ്പോൾ ഇലാന കോസിൻ സാന കാട്ടുപന്നിയെ എടുത്തു മാറ്റിയിട്ട് തൽസ്ഥാനത്ത് ഒരു സാധാരണ പന്നിക്കുട്ടിയെ വച്ചു. അതേപ്പറ്റി ഒന്നും സൂചിപ്പിക്കാതെ അവൾ പിറ്റേന്നു ബാസിലിനെ യാത്രയാക്കി.

ക്ലോയാന്ത്സ ബാസിൽ ഫൈറ്റ്ഫ്രൂ മോസ് വരുന്നതു കണ്ട് പല്ലു കടിച്ചു. അതിന്റെ ശക്തികൊണ്ട് അവളുടെ വായിൽനിന്ന് തീപ്പൊരി ചിതറി. എങ്കിലും അവൾ രോഗം നടിച്ചു കിടന്നു. ബാസിൽ അവളുടെ മുറിയിൽ എത്തിയപ്പോൾ അവൾ പറഞ്ഞു:

“എന്റെ പൊന്നുമോനെ, നീ ഇപ്പോൾ തിരിച്ചുവന്നത് എന്റെ ഭാഗ്യം കൊണ്ടാണ്. അല്പം താമസിച്ചിരുന്നെങ്കിൽ എന്നെ ജീവനോടെ കാണാൻ നിനക്കു കഴിയുമായിരുന്നില്ല വേഗം. കാട്ടുപന്നിയെ കൊന്ന് ഇറച്ചി എനിക്ക് തിന്നാൻ തരൂ.”

ബാസിൽ പന്നിക്കുട്ടിയെ കൊന്ന് പൊരിച്ച് ക്ലൊയാന്ത്സയ്ക്കു തിന്നാൻ കൊടുത്തു. അവൾ ഒരു കഷ്ണം ഇറച്ചി തിന്നിട്ടു പറഞ്ഞു:

“ഹാവൂ! എന്തൊരാശ്വാസം.”

എന്നാൽ ഇറച്ചി മുഴുവൻ തിന്നുകഴിഞ്ഞ ഉടനെ അവൾ മുമ്പത്തെക്കാൾ ഉറക്കെ ഞരങ്ങാനും മൂളാനും തുടങ്ങി.

“എന്റെ മോനെ! എന്റെ പൊന്നുമോനെ! നീ എനിക്കുവേണ്ടി ഒരുപാടു യാത്രചെയ്തു, പല അപകടങ്ങളും തരണംചെയ്തു. എങ്കിലും എന്റെ സുഖക്കേടു മാറണമെങ്കിൽ ഇനിയും നീ വീടുവിട്ട് ഇറങ്ങിയേ പറ്റൂ. എനിക്കു രോഗം മുമ്പത്തെക്കാൾ കലശലാണ്. നീ പോയി കുറച്ചു ജീവജലവും മരണജലവും കൊണ്ടുവന്നില്ലെങ്കിൽ ഞാൻ തീർച്ചയായും ചത്തുപോകും.”

അവൻ വീണ്ടും യാത്രതിരിച്ചു. അസ്വസ്ഥതയും വിഷാദവും അവന്റെ ഹൃദയത്തെ ഗ്രസിച്ചു. അമ്മ ആവശ്യപ്പെട്ട സാധനം എവിടെ കിട്ടുമെന്ന് അവന് അറിയില്ലായിരുന്നു. അവൻ ഇലാനയുടെ വീട്ടിലെത്തി ശോകനിർഭരമായ ശബ്ദത്തിൽ തന്റെ ദുർവിധിയെപ്പറ്റി അവളോടു പറഞ്ഞു.

“എന്റെ പൊന്നു സഹോദരി, എങ്ങോട്ടു പോകണമെന്ന് എനിക്കു നിശ്ചയമില്ല. എന്തു ചെയ്താലും എന്റെ അമ്മയുടെ രോഗം മാറുകയില്ലെന്നു തോന്നുന്നു. ഇപ്പോൾ ജീവജലവും മരണജലവും കൊണ്ടുചെല്ലാൻ അമ്മ കല്പിച്ചിരിക്കുകയാണ്. അതെവിടെ നിന്ന് എങ്ങനെ കിട്ടുമെന്ന്

നിനക്കറിയാമോ?"

"ഇവിടെ കിടന്ന് നിങ്ങൾ അല്പം വിശ്രമിക്കൂ" ഇലാന പറഞ്ഞു. "ഒരുപക്ഷേ ഇത്തവണയും എനിക്ക് നിങ്ങളെ സഹായിക്കാൻ കഴിഞ്ഞേക്കും."

ഇലാന സന്ധ്യയാവാൻ കാത്തിരുന്നു. ഊരുചുറ്റൽ കഴിഞ്ഞ് സഹോദരൻ മടങ്ങിയെത്തിയപ്പോഴേക്കും അവൾ അവന്റെയടുത്തെത്തി.

"ചേട്ടാ! ആകാശത്തിനു മീതെ ഇരുന്ന് ചേട്ടന് ഭൂമി മുഴുവൻ കാണാമല്ലോ! ജീവജലവും മരണജലവും എവിടെ കിട്ടുമെന്ന് എനിക്കു പറഞ്ഞു തരൂ."

"അതു വളരെ ദൂരെയാണ്, സഹോദരി" സൂര്യൻ പറഞ്ഞു. "മൂവൊമ്പതു കരകൾക്കും മൂവൊമ്പതു കടലുകൾക്കുമപ്പുറം താമസിക്കുന്ന വയലമ്മയുടെ നാട്ടിലാണ് അതുള്ളത്. എന്നാൽ അതു കൊണ്ടുവരാൻ അങ്ങോട്ടു പോയിട്ടുള്ളവരാരും ജീവനോടെ തിരിച്ചെത്തിയിട്ടില്ല. ഒരു ഭയങ്കര സർപ്പം അവിടെ കാവൽ നിൽപ്പുണ്ട്. അവിടെ ചെല്ലുന്നവരെയെല്ലാം ആ സർപ്പം കൊല്ലും. എത്രയോ കാലമായി ഞാൻ അവരുടെ എല്ലുകൾ ഉണക്കുന്നു.!"

എങ്ങോട്ടാണു താൻ പോകുന്നതെന്നും എന്താണ് തന്നെ കാത്തിരിക്കുന്നതെന്നും ബാസിൽ ഫെറ്റ്ഫ്രൂ മൊസിന് മനസ്സിലായി. എങ്കിലും അവന് അല്പം പോലും ഭയം തോന്നിയില്ല. അവൻ അരപ്പട്ടയിൽ തിരുകിയിരുന്ന വാളും വടിയും തൊട്ടുനോക്കിയിട്ട് ഇലാനയോടു യാത്ര പറഞ്ഞ് കുതിരപ്പുറത്തു കയറി. അതൊരു ദീർഘയാത്രയായിരുന്നു. വയലുകളും കാടുകളും മുറിച്ചുകടന്ന് പുഴകളും കടലുകളും ചുറ്റി എങ്ങും നില്ക്കാതെ അവൻ കുതിരയോടിച്ചു. അവൻ മൂവൊമ്പതു കടലുകളും മൂവൊമ്പതു കരകളും കടന്ന് അതിമനോഹരവും സമ്പൽസമൃദ്ധവുമായ ഒരു നാട്ടിലെത്തി. പ്രകൃതി സൗന്ദര്യത്തിന്റെ പര്യായമായിരുന്ന ആ നാട്ടിൽ ഉണങ്ങിയ ഒരു മരച്ചില്ലയോ വാടിയ ഒരു പുൽനാമ്പോ കാണാനില്ലായിരുന്നു. എവിടെ നോക്കിയാലും പൂത്തുലഞ്ഞു നില്ക്കുന്ന ചെടികളും കായ്ക്കനികളേന്തിനില്ക്കുന്ന മരങ്ങളും മാത്രം!

ബാസിൽ ഫെറ്റ്ഫ്രൂ മൊസ് ചുറ്റിനടന്ന് അവിടുത്തെ കാഴ്ചകൾ കണ്ടു. അവന്റെ ഹൃദയം കുളിർത്തു. ഒടുവിൽ അവൻ രണ്ടു പാറകൾ നില്ക്കുന്ന ഒരിടത്തെത്തി. അവിടെ രണ്ട് ഉറവകൾ ഉണ്ടായിരുന്നു.

"ഇതായിരിക്കും ജീവജലവവും മരണജലവും" ബാസിൽ

വിചാരിച്ചു. അവൻ ഒരു ചിത്രശലഭത്തെ പിടിച്ച് കഷ്ണങ്ങളായി മുറിച്ചിട്ട് ആ കഷ്ണങ്ങൾ ഒരു ഉറവയിലെ ജലത്തിൽ മുക്കി. ഉടൻ തന്നെ അവയെല്ലാം യോജിച്ച് വീണ്ടും ചിത്രശലഭമായിത്തീർന്നു. അവൻ അതിനെ മറ്റെ ഉറവയിൽ മുക്കി. ഉടൻ തന്നെ അതിനു ജീവൻ വീണു.

ബാസിൽ ഫെറ്റ് ഫ്രൈ മൊസ് സന്തോഷംകൊണ്ട് തുള്ളിച്ചാടി. അവൻ രണ്ടു തുകൽ സഞ്ചികളിൽ രണ്ട് ഉറവകളിൽനിന്നും വെള്ളം സംഭരിച്ച് കുതിരപ്പുറത്തു വച്ചു കെട്ടിയിട്ട് വീട്ടിലേക്കു തിരിച്ചു. എന്നാൽ അവൻ ആ ദേശത്തിന്റെ അതിരിൽ എത്തിയപ്പോഴേക്കും ചുറ്റുമുള്ള മരങ്ങൾ കൊടുങ്കാറ്റടിച്ചിട്ടെന്നപോലെ ആടുകയും ഉലയുകയും ചെയ്തുതുടങ്ങി. ആകാശം ഇരുണ്ടുമൂടി. രോഷാകുലനായി വാൽ നിലത്തിട്ടടിച്ചുകൊണ്ട് പത്തു തലയുള്ള ഒരു സർപ്പം അവിടെ പ്രത്യക്ഷപ്പെട്ടു.

ബാസിൽ ഫെറ്റ് ഫ്രൈ മൊസ് ഒരു കൈയിൽ വാളും മറ്റേ കൈയിൽ വടിയുമായി സർപ്പത്തെ നേരിടാൻ തയ്യാറായി നിന്നു. സർപ്പം അവന്റെ നേരെ ഒരു തല തിരിച്ചു. ഉടൻതന്നെ അവൻ ആ തലയ്ക്കിട്ട് വടികൊണ്ട് ഒന്നു കൊടുത്തു. അനന്തരം വാൾകൊണ്ട് അത് അരിഞ്ഞു വീഴ്ത്തി. രണ്ടാമത്തെ തലയ്ക്കും മൂന്നാമത്തെ തലയ്ക്കും അതുതന്നെ സംഭവിച്ചപ്പോൾ തന്റെ അന്ത്യമടുത്തെന്ന് സർപ്പത്തിനു മനസ്സിലായി. അത് അകാശത്തിലേക്കു കുതിച്ചുയർന്നു. എന്നാൽ ബാസിൽ ഫെറ്റ്ഫ്രൈ മൊസിന്റെ കുതിര അതിലും മുകളിലെത്തി. അവൻ സർപ്പത്തിന്റെ പത്തുതലകളും അരിഞ്ഞു വീഴ്ത്തി.

ബാസിൽ പിന്നീട് യാതൊരു ബുദ്ധിമുട്ടുമില്ലാതെ യാത്ര തുടർന്നു. ഇലാനയുടെ വീട്ടിലെത്തി അവൻ വിശ്രമിക്കാൻ കിടന്നു. ഇലാന അവന്റെ തുകൽ സഞ്ചികൾ എടുത്തു മാറ്റിയിട്ട് സാധാരണ ജലം നിറച്ച രണ്ട് തുകൽ സഞ്ചികൾ തൽസ്ഥാനത്തു വച്ചു. തന്നെ പല തവണ സഹായിച്ചിട്ടുള്ള ഇലാന ഇങ്ങനെയൊരു പ്രവൃത്തിചെയ്യുമെന്ന് ബാസിൽ സ്വപ്നത്തിൽപ്പോലും വിചാരിച്ചില്ല. സുഖമായി ഉറങ്ങി എഴുന്നേറ്റ് അവൻ പിറ്റേന്നു രാവിലെ വീട്ടിലേക്കു തിരിച്ചു.

ബാസിൽ ഫെറ്റ്ഫ്രൈ മൊസ് വരുന്നതുകണ്ട് ക്ലെയാന്ത്സ് പല്ലു കടിച്ചു. അവൻ കൊണ്ടുവന്ന വെള്ളം അല്പം കുടിച്ചിട്ട് അവൾ വീണ്ടും ആലോചന തുടങ്ങി-എങ്ങനെ ഇവനെ വകവരുത്തും?

അവൾ അവനെ അന്നു വിശ്രമിക്കാൻ അനുവദിച്ചു. പിറ്റേന്ന് അവനെ അടുത്തു വിളിച്ച് വാത്സല്യപൂർവ്വം ചുംബിച്ചുകൊണ്ട് തേനൂറുന്ന സ്വരത്തിൽ അവൾ പറഞ്ഞു:

"മോനെ, ബാസിൽ ഫെറ്റ്ഫ്രൂ മൊസ്, നീ യാത്രചെയ്ത് വളരെ ക്ഷീണിച്ചെന്നു തോന്നുന്നു. നിനക്കു വേണ്ടത്ര ശക്തിയുണ്ടോ എന്ന് നമുക്കു നോക്കാം. ഈ കയർ നിനക്കു പൊട്ടിക്കാൻ പറ്റുമോ എന്ന് നോക്കു മോനെ."

ഒരു പട്ടു കയറെടുത്ത് അവൾ ബാസിലിനെ വരിഞ്ഞുകെട്ടി. ബാസിൽ നിവർന്നുനിന്ന് നെഞ്ചു വിരിച്ചു പിടിച്ചപ്പോൾ കയർ കഷ്ണങ്ങളായി മുറിഞ്ഞു.

"മോശമില്ല, രണ്ടു കയറുകൾ പൊട്ടിക്കാമോ എന്ന് നോക്കു മോനെ." എന്നു പറഞ്ഞുകൊണ്ട് മന്ത്രവാദിനി അവനെ രണ്ടു കയറുകൾക്കൊണ്ട് വരിഞ്ഞുകെട്ടി.

ബാസിൽ അതും പൊട്ടിച്ചു.

"നിനക്ക് ഇപ്പോഴും വേണ്ടുവോളം ശക്തിയുണ്ട്. മൂന്നു കയറുകൾ പൊട്ടിക്കുമോ എന്നു നമുക്കു പരീക്ഷിക്കാം."

മന്ത്രവാദിനി മൂന്നു കയറുകൾ കൊണ്ട് ബാസിലിനെ ബന്ധിച്ചു.

ബാസിൻ അതു പൊട്ടിക്കാൻ ശ്രമിച്ചു. എന്നാൽ കയറുകൾ പൊട്ടിയില്ല. അവൻ പിന്നെയും ഞെളിയുകയും പിരിയുകയും ചെയ്തുകൊണ്ടിരുന്നെങ്കിലും ഫലമുണ്ടായില്ല. എന്നു മാത്രമല്ല കയറുകൾ അവന്റെ ദേഹത്ത് മുറിവുണ്ടാക്കുകയും ചെയ്തു. അവൻ പഠിച്ച പണി പതിനെട്ടും നോക്കിയിട്ടും കയർ പൊട്ടിയില്ല. അത് അസ്ഥിവരെ തുളച്ചു കയറി.

മന്ത്രവാദിനി സന്തോഷംകൊണ്ട് തുള്ളിച്ചാടി.

"സർപ്പം എവിടെ?" അവൾ വിളിച്ചു ചോദിച്ചു. "വേഗം വന്ന് ബാസിൽ ഫെറ്റ്ഫ്രൂ മോസിന്റെ കഥ കഴിക്കു!"

സർപ്പം ചീറ്റിക്കൊണ്ട് ഒളിസ്ഥലത്തുനിന്ന് പുറത്തുവന്നു. അത് ഒരു വാളെടുത്ത് ബാസിലിനെ വെട്ടി തുണ്ടം തുണ്ടമാക്കി. അനന്തരം ആ കഷ്ണങ്ങൾ രണ്ടു പഴയ ജീനിസഞ്ചികളിൽ കെട്ടി കുതിരപ്പുറത്തു വച്ചിട്ട് സർപ്പം കുതിരയെ ചാട്ടകൊണ്ടടിച്ചു.

"വേഗം ഓടിക്കോ കുതിരെ! ജീവനോടെ അവനെ കൊണ്ടുവന്നതെവിടെ നിന്നാണോ അങ്ങോട്ട് അവന്റെ ശവം കൊണ്ടുപൊയ്ക്കോ." സർപ്പം പറഞ്ഞു. കുതിര കുതിച്ചു പാഞ്ഞു. അതിന്റെ കുളമ്പടിയേറ്റ് ഭൂമി കിടിലം കൊണ്ടു. അത് ഇലാന കോസിൽസാനയുടെ വീട്ടിലെത്തി. അവിടെയാണല്ലോ അതു ജനിച്ചു വളർന്നത്. കുതിര മുൻവശത്തെ വാതിലിനടുത്തു ചെന്നു നിന്നു.

ഇലാന കോസിൻസാന വാതില്ക്കലേക്കു വന്നു. എന്നാൽ അവിടെ സവാരിചെയ്തു ക്ഷീണിച്ച യാത്രക്കാരെ ആരേയും അവൾ കണ്ടില്ല. തന്റെ ചിറകുള്ള കുതിര നുരയും പതയും ഒലിപ്പിച്ചുകൊണ്ട് അവിടെ നില്ക്കുന്നതാണ് അവൾ കണ്ടത്. കുതിരയുടെ ദേഹത്ത് രക്തത്തിന്റെ പാടുകളുണ്ടായിരുന്നു. അവൾ ഓടിച്ചെന്ന് കുതിരപ്പുറത്തുണ്ടായിരുന്ന സഞ്ചികൾ താഴെയിറക്കി തുറന്നു നോക്കി. തൽക്ഷണം അവൾ ഞെട്ടി പിന്മാറി.

"പാവം ബാസിൽ ഫെറ്റ്ഫ്രൂ മൊസ്!" അവൾ പറഞ്ഞു. "അവർ നിങ്ങളോട് ഇങ്ങനെ ചെയ്തുവല്ലോ!"

അവൾ പല കഷ്ണങ്ങളായിരുന്ന മൃതശരീരം കൂട്ടിച്ചേർത്ത് ഒന്നാക്കി വച്ചു.

അനന്തരം അവൾ കലവറയിൽ ചെന്ന് അവിടെ സൂക്ഷിച്ചിരുന്ന ജീവജലവും മരണജലവും നിറച്ച സഞ്ചികളും പക്ഷിപ്പാലും കാട്ടുപന്നിയുടെ മാംസവും എടുത്തുകൊണ്ടുവന്നു. ബാസിലിന്റെ മൃതശരീരത്തിൽ മാംസം അടർന്നു പോയിരുന്ന ഭാഗങ്ങളിൽ അവൾ കാട്ടുപന്നിയുടെ മാംസം മുറിച്ചു വച്ചു. അതു കഴിഞ്ഞ് മരണജലമെടുത്ത് അവൾ മൃതദേഹത്തിൽ തളിച്ചു. കഷ്ണങ്ങളെല്ലാം യോജിച്ചു. അവ മുറിച്ചുമാറ്റപ്പെട്ടതിന്റെ പാടുകൾപോലും അവശേഷിച്ചില്ല. പിന്നീട് അവൾ ആ ശരീരം ജീവജലംകൊണ്ട് കുളിപ്പിച്ചു. പെട്ടന്ന് ബാസിലിനു ജീവൻ വീണു.

"ഹോ! ഞാൻ ഒരുപാട് ഉറങ്ങി." എന്നു പറഞ്ഞുകൊണ്ട് അവൻ എണീറ്റിരുന്നു.

"ഞാൻ ഇവിടെ ഇല്ലായിരുന്നെങ്കിൽ നിങ്ങൾ ആ ഉറക്കത്തിൽ നിന്ന് ഒരിക്കലും ഉണരുകില്ലായിരുന്നു." ഇലാന പറഞ്ഞു. അവൾ പക്ഷിപ്പാൽ അവനു കുടിക്കാൻ കൊടുത്തു.

അവൻ അതു കുടിച്ചു തുടങ്ങി. ഓരോ കവിൾ ഇറക്കുമ്പോഴും അവന്റെ ശക്തി വർദ്ധിച്ചുവന്നു. അതു മുഴുവൻ കുടിച്ചു കഴിഞ്ഞപ്പോൾ അവൻ പൂർവ്വാധികം ശക്തനായിത്തീർന്നു.

അവൻ എണീറ്റു നിന്നു. തന്നോട് എന്താണു ചെയ്തതെന്ന് അവന് ഓർമ്മ വന്നു. അവൻ വടിയുമെടുത്തുകൊണ്ട് പകരം വീട്ടാൻ കൊട്ടാരത്തിലേക്കു പാഞ്ഞു.

അവൻ എങ്ങും തങ്ങാതെ കുതിരയോടിച്ച് കൊട്ടാരത്തിലെത്തി. അവിടെ മന്ത്രവാദിനിയും സർപ്പവും മേശയ്ക്കടുത്തിരുന്ന് ഭക്ഷണം കഴിക്കുകയായിരുന്നു. ബാസിലിന്റെ അമ്മ ഒരു വേലക്കാരിയെപ്പോലെ

അവരെ പരിചരിച്ചുകൊണ്ടു നില്ക്കുന്നത് ബാസിൽ കണ്ടു.

ബാസിൽ ഫെറ്റ്ഫ്രൂ മൊസിനെ കണ്ടയുടൻ മന്ത്രവാദിനിയും സർപ്പവും പേടിച്ചു വിറച്ചു. ബാസിൽ ഒരു കൈകൊണ്ട് മന്ത്രവാദിനിയേയും മറുകൈ കൊണ്ട് സർപ്പത്തേയും പിടിച്ച് മുറ്റത്തേക്ക് ഇഴച്ചുകൊണ്ടുപോയി. മുറ്റത്തുവച്ച് അവൻ അവരെ കഷ്ണങ്ങളായി വെട്ടിനുറുക്കി തീയിലിട്ടു ദഹിപ്പിച്ചു.

അവൻ കൊട്ടാരത്തിനുള്ളിൽ ചെന്ന് അമ്മയെ കെട്ടിപ്പിടിച്ചു. നടന്ന സംഭവങ്ങളെല്ലാം അവൻ അമ്മയോടു പറഞ്ഞു. താമസിയാതെ അവൻ ഇലാന കോസിൻസാനയെ കല്യാണം കഴിച്ചു.

കല്യാണം കഴിഞ്ഞ് അതിഗംഭീരമായ ഒരു സദ്യയുണ്ടായിരുന്നു. പല ദിക്കുകളിൽ നിന്നും അതിഥികൾ എത്തിയിരുന്നു. ഉജ്ജ്വലസൂര്യൻ മേശയ്ക്കുടുത്തിരുന്ന് വീപ്പ കണക്കിന് വീഞ്ഞു മോന്തിക്കൊണ്ട് എല്ലാവരെയും നോക്കി പുഞ്ചിരിച്ചു.

ബാസിൽ ഫെറ്റ് ഫ്രൂ മൊസും ഇലാനയും അനേകകാലം ഒരുമിച്ചു സുഖമായി താമസിച്ചു. ഒരു പക്ഷേ അവർ ഇപ്പോഴും ജീവിച്ചിരിപ്പുണ്ടാകും.

www.ingramcontent.com/pod-product-compliance
Lightning Source LLC
LaVergne TN
LVHW101232071026
849558LV00052B/11
* 9 7 8 9 3 8 9 8 0 4 1 6 4 *